இறையியல்: மிகச் சுருக்கமான அறிமுகம்

ஓர் அருமையான நூல், கற்பனைத் திறனோடு உருப்பெற்று அழகான நடையில் எழுத்து வடிவம் பெற்றிருக்கிறது. வாசகனை வசீகரித்து அழைத்துச் செல்கிறது. பிரச்சினைகளை இனம் கண்டு எல்லைகளை விரிவாக்குகிறது. நடைமுறைக்கேற்ற ஆலோசனை களைத் தொடர்ந்து வழங்குகிறது,

மோரிஸ் ஒயில்ஸ், ஆக்ஸ்ஃபோர்டு பல்கலைக்கழகம்.

மிகவும் ரசித்து வாசிக்கத்தக்க ஒன்று-இத்தலைப்பின் ஒவ்வொரு அம்சத்திலும் சுவாரசியமான புதிய கோணங்களில் சிந்தனையைத் தூண்டும் கட்டுரை, எனினும் மாணவரும் சாதாரண வாசகரும் அணுகக்கூடிய ஒன்றாக இருக்கிறது.

ஃப்ரான்சிஸ் யங், பர்மிங்ஹாம் பல்கலைக்கழகம்.

சுருக்கமான அறிமுகங்கள், புதிய துறைகளை அறிந்திட ஆர்வத்தைத் தூண்டும் எளிய வழி; முக்கியமான விஷயங்களைக் கற்க விரும்பும் எல்லோருக்கும் தேவைப்படும் அடிப்படையான நூல்கள்; துறை வல்லுநர்களால் எழுதப் பட்டு, உலகம் முழுவதும் இருபத்தைந்துக்கும் மேற்பட்ட மொழிகளில் வெளியிடப்படுகின்றன.

தமிழில் 2005இல் தொடங்கிய இத்தொடரில் வரலாறு, தத்துவம், சமயம், அறிவியல் போன்ற பல்வேறு துறைகளின் பரந்த வகைகளிலான தலைப்பு களில் நூல்கள் வெளிவருகின்றன. பழங்கால கிரேக்கம், இந்தியத் தத்துவத்தி லிருந்து கருத்தாக்கக் கலை, அண்டவியல் வரையிலான எல்லாவற்றுக்குமான இச்சுருக்கமான அறிமுகம் அடுத்த சில ஆண்டுகளில் 200 தொகுதிகளைக் கொண்ட ஒரு நூலகமாக வளரும்.

இப்போது தமிழில் கிடைக்கும் மிகச் சுருக்கமான அறிமுகங்கள்:

சமூக-பண்பாட்டு மானிடவியல்
ஜான் மோனகன், பீட்டர் ஜஸ்ட்
தமிழில்: பக்தவத்சல பாரதி

இந்துமதம் கிம் நாட்
தமிழில்: டி.கே. ரகுநாதன்

பௌத்தம் தாமியென் கோவ்ன்
தமிழில்: சி. மணி

புத்தர் மைக்கேல் கேரிதர்ஸ்
தமிழில்: சி. மணி

பாசிசம் கெவின் பாஸ்மோர்
தமிழில்: அ. மங்கை

ஃப்ராய்ட் அந்தோனி ஸ்டோர்
தமிழில்: சி. மணி

வரலாறு ஜான் எச். அர்னால்டு
தமிழில்: பிரேம்

தத்துவம் எட்வர்டு கிரெய்க்
தமிழில்: சே. கோச்சடை

இலக்கியக் கோட்பாடு
ஜானதன் கல்லர்
தமிழில்: ஆர். சிவகுமார்

கலைக் கோட்பாடு
சிந்தியா ஃப்ரிலேண்ட்
தமிழில்: செ. பாபு ராஜேந்திரன்

அரசியல் கென்னத் மினோக்
தமிழில்: ஆனந்தராஜ்

உலகமயமாக்கல்
மான்ஃப்ரட் பி.ஸ்டெகர்
தமிழில்: க. பூரணச்சந்திரன்

இஸ்லாம் மலிஸ் ரூத்வென்
தமிழில்: சிங்கராயர்

இறையியல் டேவிட் எஃப். ஃபோர்டு
தமிழில்: க. பூரணச்சந்திரன்,
அ. சூசைமாணிக்கம்

பின் காலனியம் யூங்
தமிழில்: அ. மங்கை

பின் நவீனத்துவம் கிறிஸ்தோஃபர் பட்லர்
தமிழில்: பிரேம்

விரைவில் வெளிவருபவை:

உளவியல் பட்லர், மெக்மெனஸ்
தொல்லியல் பவுல் பாஹ்ன்
பின் அமைப்பியல் கேதரின் பெல்ஸி
ஜனநாயகம் பேனட் க்ரிக்
நீட்ஷே மிகைல் டேனர்
பயங்கரவாதம் சார்லஸ் டவுன்செண்ட்
உணர்வு டிழான் இவான்ஸ்
சமூகவியல் ஸ்டீவ் புரூஸ்
இசை நிகோலஸ் கூக்

டேவிட் எஃப். ஃபோர்டு

இறையியல்

மிகச் சுருக்கமான அறிமுகம்

தமிழில்

க. பூரணச்சந்திரன்

அ. சூசைமாணிக்கம்

அடையாளம்

Iraiyiyal: Mika Curukkamaana Arimugam (Tamil) • *Theology : A Very Short Introduction* in English by David F. Ford • © David F. Ford, © Tamil Translation: adaiyalam • Translated by K. Pooranachandran, A.Soosaimanikkam • First Published in Tamil 2007 • Book Design: The Papyrus • Printed at Mani Offset, Chennai 5.

Iraiyiyal was originally published in English in 1999. This Translation is published by arrangement with Oxford University Press. UK.

Published by adaiyālam, 1205/1 Karupur Salai, Puthanatham 621310, T.N., India. Tel: 04332 273444 email: info@adaiyalam.com

ISBN 81 7720 045 3

Price: Rs. 120

பொருளடக்கம்

விளக்கப்படங்களின் பட்டியல் vii

பகுதி I. களத்தை விவரித்தல்

1. முன்னுரை: இறையியலும் மாற்றத்திற்குள்ளாகும் மதங்களும் 3
2. இறையியலும் சமய ஆய்வுகளும்: களம் எப்படி வடிவமைக்கப்படுகிறது? 21

பகுதி II. இறையியல் ஆய்வுத் தேடல்கள்

3. கடவுளைப் பற்றிச் சிந்தித்தல் 45
4. கடவுளின் முன்னால் வாழ்தல்: வழிபாடும் ஒழுக்கமும் 66
5. தீமையை எதிர்கொள்ளல் 92
6. இயேசு கிறிஸ்து 113
7. மீட்பு - அதன் எல்லையும் தீவிரமும் 139

பகுதி III. திறன்களும் துறைகளும் வழிமுறைகளும்

8. கடந்த காலத்திலிருந்து நிகழ்காலத்திற்கு: பிரதிகளும் வரலாறும் 167
9. அனுபவம், அறிவு, விவேகம் 192

பகுதி IV. எதிர்கால வாய்ப்பு

10. மூன்றாவது மில்லெனியத்திற்கான இறையியல் 223

விரிவான வாசிப்புக்கு 231

கலைச்சொற்கள் 237

விளக்கப்படங்களின் பட்டியல்

1 பெந்தெகோஸ்துவைக் குறிக்கும் ஒரு ரஷியச் சின்னம்: தூய ஆவி இறங்கி வருதல் 63

தனியார் சேகரிப்பு. புகைப்படம்: எகேஜி லண்டன்

2 புனித முகம், 1933, ஜார்ஜ் ரூவோ 76

நவீன கலையின் தேசிய தொல்பொருள் நிலையம், ஜார்ஜ் போம்பி தோ மையம், பாரிஸ்.

© எடிஎஜிபி, பாரிஸ் மற்றும் டாக்ஸ், லண்டன், 1998

3 விசாரணைக் கைதியாக டியட்ரிச் பான்ஹோஃபர், பெர்லின்-டெகெல், கோடைகாலம் 1944 87

புகைப்படம்: எகேஜி லண்டன்

4 இறந்த குழந்தையை ஏந்தியுள்ள தாய். இலானா கை என்பவரால் செதுக்கப்பட்ட சிற்பம், யாத் வாஷேமில் அர்ப்பணிக்கப்பட்டது. ஜெருசலேமில் உள்ள படுகொலை (Holocaust) நினைவகத்தில் உள்ளது, 1974 101

© அனைத்து உரிமைகளும் யாத் வாஷேமிற்கே

5 முள்முடி சூடிய கிறிஸ்து, 20ஆம் நூற்றாண்டு: ஆப்பிரிக்க மரச்சிற்பம் 121

ஜேம்ஸ் க்ரோனின் சேகரிப்பு. காப்புரிமை கண்டுபிடிக்கப் படவில்லை.

6 புனிதக்குடும்பம், பட்டுத்துணியில் தீட்டப்பட்ட ஓவியம், 20ஆம் நூற்றாண்டு 136

கிறித்துவக் கலை புகைப்படத் தொகுப்பைப் புதுப்பித்தலுக் கான சபை, நோத்ரு தாம் ஆவணக் காப்பகம், நோத்ரு தாம், இந்தியானா

7 மீட்டுயிர்ப்பு: கிளாஸ்கோ துறைமுகம், 1947-50,
சர் ஸ்டான்லி ஸ்பென்ஸர் **147**
டேட் கலைக்காட்சிக்கூடம், லண்டன்.
© டாக்ஸ் லண்டன், 1998.

8 போதிசத்வ அரபாசன மஞ்சுஸ்ரீ **161**
திபேத்திய கலை நாள் காட்டி 1990லிருந்து பெறப்பட்டது, விஸ்டம் வெளியீடு. வுல்ஃப்காங் ஜுனேமன், ஸ்கினிலோ வெர்லக்ஸ்பெரதுங் மற்றும் வெர்லக் ஆகியோரின் அன்பான அனுமதியுடன் வெளியிடப்படுகின்றது. அய்த்ராங், ஜெர்மனி.

9 சினாயில் கிடைத்த கிரேக்க விவிலியத்தின்
பண்டைச் சுவடி **170**
பிரிட்டிஷ் நூலகத்தின் அனுமதியுடன் வெளியிடப் படுகின்றது.

10 ஆப்பிள்கள், 1877-8, பால் செழான் **199**
கேம்பிரிட்ஜ், கிங்ஸ் கல்லூரியின் தலைவர் மற்றும் ஆட்சி உறுப்பினரின் அன்பான அனுமதியுடன். புகைப்படம் © ஃபிட்ஸ் வில்லியம் அருங்காட்சியகம், கேம்பிரிட்ஜ் பல்கலைக்கழகம்.

11 மூன்றாம் மில்லெனியக் கவிகை மாடம்,
கிரீன்விச் **227**
புகைப்படம் : கேரி வீசர் © கார்டியன்.

பகுதி I
களத்தை விவரித்தல்

இயல் 1

முன்னுரை: இறையியலும் மாற்றத்திற்குள்ளாகும் மதங்களும்

சமயங்களைப் பற்றியும் சமயங்களைச் சார்ந்த கேள்விகளைப் பற்றியும் சிந்திப்பது இறையியல் என்று பொதுவாகச் சொல்லலாம். இக்களத்தின் எல்லையைக் குறிப்பிடுவதற்குத் தற்போது இது போதுமானது. இறையியல் பற்றிய கல்வித்துறை சார்ந்த இன்னும் நுணுக்கமான விளக்கத்தை அடுத்த இயலில் பார்ப்போம்.

உலக மக்களில் நாற்பது-ஐம்பது கோடி மக்கள் உலகப் பெருமதங்களில் நேரடியாக ஈடுபட்டுள்ளனர் என்று கணிக்கப் பட்டுள்ளது. மேலும் பலர் மத சம்பந்தமான தாக்கத்திற்குள்ளாகின்றனர் அல்லது அவை எழுப்புகின்ற கேள்விகளில் ஆர்வம் காட்டுகின்றனர். ஊடகங்கள் சமயங்களில் அதிகமான ஆர்வம் காட்டுகின்றன, அதுவும் வழக்கமான முறையில் மோசமான செய்திகளுக்காகவே என்பது புரிந்துகொள்ளக் கூடியது. இன்றைய உலகில் கலவரம் நிகழும் இடங்களிலும், ஏன், பெரிதாகப் பேசப்படாத, ஆனால் பூசல்கள் நடக்கும் இடங்களிலும் நிகழும் நிகழ்வுகள் சமயப் பரிமாணத்தைப் பெருமளவு கொண்டிருக்கின்றன. நான் இதை எழுதும்போதே சில மாதங்களாக வடக்கு அயர்லாந்து, பிரான்ஸ், முன்னாள் யூகோஸ்லேவியா, முன்னாள் சோவியத் யூனியனின் பல பகுதிகள், மத்தியக்கிழக்கு நாடுகள், சீனா, திபேத், இந்தியா, பாகிஸ்தான், ஆப்கானிஸ்தான், பர்மா, இலங்கை, இந்தோனேசியா, அமெரிக்க ஐக்கிய நாடுகள், மெக்சிகோ, எல் சால்வடோர், பிரேசில், அல்ஜீரியா, சூடான், எகிப்து, நைஜீரியா, தென் ஆப்பிரிக்கா, ருவாண்டா, புருண்டி, கென்யா

ஆகிய நாடுகளின் பிரச்சினைகளில் காணப்படும் மத அம்சங் களைப் பற்றிய செய்திகள் என் நினைவுக்கு வருகின்றன.

எனினும் இது மிகப் பெரிய பிரச்சினையின் ஒரு சிறிய வெளிப்பாடுதான். இத்தனை மக்களுக்குச் சமயம் இவ்வளவு விவாதத்துக்குரியதாகவும், இவ்வளவு முக்கியத்துவம் வாய்ந்த தாகவும் ஏன் ஆகியிருக்கிறது, மதத்திற்காக மக்கள் சண்டை யிடவும், கஷ்டப்படவும், அதற்கு ஆபத்து ஏற்படுவதாகத் தென்படும்போது பெரும் தியாகங்கள் செய்யவும் ஏன் தயாராய் இருக்கிறார்கள் என்பது கேள்வி. இதற்குப் பதில், மதம் வாழ்க்கை யை முழுவதுமாக வடிவமைப்பது பற்றியதாக உள்ளது என்பது தான். பல்வேறு சமூகக் குழுக்கள், மற்றும் தனிமனிதர்களுடைய வாழ்க்கையில் இயற்கையாகவே சமயம் என்பது ஏதோ ஒரு பாத்திரம் வகிக்கிறது. எனினும் அது மனித வாழ்க்கையின் பல தளங்களை ஒரே தருணத்தில் வடிவமைக்கிறது என்பது முக்கிய மானது. பல நூற்றாண்டுகளாக மனித நாகரிகங்களை ஒட்டு மொத்தமாக உலகின் பெருமதங்கள் பாதித்துள்ளன. வெவ்வேறு கலாச்சார, பொருளாதார, அரசியல் அமைப்புகளுடன் மதங்கள் சேர்ந்து இயங்கிவந்துள்ளன. தனி மனிதர்களைப் பொறுத்த வரையில், அவர்களது யதார்த்தத்தைப் பற்றிய பார்வையின்மீதும், நம்பிக்கை, சிந்தனை, உணர்வு, நடத்தை இவற்றின்மீதும், திருமணத்திற்கு யாரைத் தேர்ந்தெடுப்பது என்பதன்மீதும், மேலும் அவர்களின் அடையாளத்திற்கு அவசியமான வெவ்வேறு அம்சங்கள்மீதும், மத ஈடுபாடு, தாக்கத்தை ஏற்படுத்துகின்றது.

மேற்கண்ட பின்னணியில் சமயங்கள் பலவித முரண்பாட்டு நோக்குகளுக்குள்ளாவதில் வியப்பில்லை. வன்முறைசார் குற்றங்கள் நிகழும் தனியொரு பெரிய அரங்கம் குடும்பம்தான். அங்கு மனிதர்களின் ஆழமான உணர்வுகளும், நெருக்கமான உறவுகளும், வலுவான பிணைப்புகளும் பெரும்பாலும் ஒரு மையத்தில் குவிகின்றன. குடும்ப வாழ்க்கை மனிதர்களிடையே பிடிப்பை ஏற்படுத்தும் வழிமுறைக்கு ஒத்ததொரு தன்மையை மதத்திலும் காணலாம். மனிதர்கள் தாங்கள் யார் என்று உணர் வதற்கும், நல்லவிதமாகவோ அல்லாமலோ அவர்கள் எப்படிச் செயல்படவேண்டும் என வழிகாட்டுவதற்கும் குடும்பம் போலவே சமயம் அடிப்படையாக அமைகிறது. 'மிகச்சிறந்தது கேடுறுவதுதான் மிகமோசமானது' (The corruption of the best is the worst) என்பது ஆங்கிலப் பழமொழி. நமக்கு மிக முக்கியமானவையாக இருக்கும் குடும்பமும் சமயமும்தான் மிக எளிதில் தவறாகச் சென்றுவிடக் கூடியவை. இவை இரண்டும் நம்மை ஆழமாகத் தொடவில்லை என்றால் இவ்வளவு அதிகமான அழிக்கும் ஆற்றலையும் கொண்டிருக்க முடியாது.

குடும்பத்தைப் போன்றே, சமயம் ஏற்படுத்தும் தாக்கங்களும் ஆழமானவையாகவும், யாவற்றையும் உள்ளடக்கியனவாகவும் இருப்பதால் அவை பிரக்ஞையில் பதிவதேயில்லை. தங்கள் குடும்பத்தையோ, மதத்தையோ விட்டு வெளியேறிவிட்டோம் என்று நினைப்பவர்கள்கூட அவற்றின் செல்வாக்கிற்குத் தொடர்ந்து உட்பட்டே உள்ளனர். ஒரு நிம்மதியான வாழ்க்கைக்கு அவர்களுக்கு வேறொரு குடும்பமோ அல்லது வேறொரு சமய நம்பிக்கையோ தேவைப்படுகிறது. குழப்பமான சூழலில் உள்ளவர்களுக்கும், மதநம்பிக்கையில் மாறிச் செல்ல நினைப்பவர்களுக்கும் பெரும்கேள்விகள் எழுகின்றன. இவற்றிற்கு விடையளிக்க இறையியல் என்ற துறை அதன் பரந்துபட்ட அர்த்தத்தில், தேவையாக இருக்கிறது.

ஒரு குறிப்பிட்ட சமயத்திற்குள்ளேயே வாழ்ந்து கொண்டிருப் பவர்கள்கூட பெரும் கேள்விகளுக்கு ஆட்பட்டுக் கொண்டுதான் இருக்கிறார்கள். உலக மதங்கள் தங்கள் நெறிகளைக் கடைப் பிடிக்கின்ற பலகோடி மனிதர்களைக் கொண்டிருக்கின்றன. மக்கள் அவற்றின் போதனைகளுக்கும் கட்டளைகளுக்கும் ஏற்ப நடக்க முயல்கிறார்கள். திரும்பத்திரும்ப பிரச்சினைகள் எழுகின்றன. அவற்றிற்கான பதில்கள் ஏதும் தயார் நிலையில் கிடைப்பதில்லை, அல்லது ஒரே கேள்விக்குப் பல பதில்கள் சாத்தியமானவையாக உள்ளன. கடவுள் (அல்லா, அல்லது அவரவர் சமய நம்பிக்கைக்கு ஏற்ற வேறு பெயர் கொண்டவர்) எவ்வாறு இன்றைய உலகில் அல்லது நம் வாழ்க்கையில் சம்பந்தப்பட்டுள்ளார்? கடவுளைப் பற்றி நமது குழந்தைகளுக்கு நாம் என்ன கற்பிக்க வேண்டும்? கருணைக் கொலை (euthanasia) எல்லாச் சூழல்களிலும் தவறானதா? ஒரு குடும்பத்தில், பள்ளியில், வேலை செய்யுமிடத்தில், இராணுவத்தில்-மனிதன் கடைப்பிடிக்க வேண்டிய நல்லொழுக்க அளவுகோல்கள் யாவை? நவீன அறிவியல் நமது மத நம்பிக்கைக்கு ஏதேனும் அர்த்தம் தருகின்றதா? தீமை என்பதற்கு விளக்கம் ஏதும் உண்டா?

மரணத்தை எவ்வாறு புரிந்து கொள்வது? நம் வாழ்வின் இலக்கு என்ன? புனித நூலை நாம் எப்படி விளங்கிக்கொள்வது? யாருடைய வழிகாட்டலை, எவ்வளவு தூரம், நாம் ஏற்கலாம்? பணம் பற்றிய நமது மனப்பான்மை என்னவாக இருக்க வேண்டும்? பிரார்த்தனைக்கும் வழிபாட்டிற்கும் வாழ்க்கையில் எத்தகைய முக்கியத்துவம் அளிக்க வேண்டும்? நமது விசுவாசத்தின் உண்மைத் தன்மையை எவ்வாறு சோதித்து ஆழப்படுத்துவது?

ஒரு சமய நம்பிக்கைக் குழுவுடனும் அதன் நிறுவனங்களுடனும் ஒருவர் கொண்டிருக்கும் தொடர்பு எத்தகையதானாலும் இத்தகைய கேள்விகள் அவருக்கு எழ வாய்ப்புள்ளது.

இந்நூலைப் பற்றி

கடந்த பல நூற்றாண்டுகளாகவும், குறிப்பாக இக்காலத்திலும் மேற்கண்ட கேள்விகள் எவ்வாறு எழுப்பப்பட்டுள்ளன, எவ்வாறு விடையளிக்கப்பட்டுள்ளன என்று அறிமுகப்படுத்திக்கொள்ள விரும்புகின்ற வாசகர்களுக்காகவே இந்நூல் எழுதப்படுகிறது.

ஒரு சிக்கலை நாம் மட்டுமே எதிர்கொள்கிறோம் என்பதில்லை என்று உணரும்போது நமக்கு முன் அதை எதிர்கொண்டவர்களிடமிருந்து கற்றுக்கொள்ள முயல்வது அர்த்தமுள்ளது. இறையியலில் முதல் அடியை நாம் எடுத்துவைத்தவுடனே, உலகெங்கும் பல நூற்றாண்டுகளாக நமது கேள்விகளுக்கான பதில்களைக் கண்டுபிடிப்பதில் கடுமையாக ஈடுபட்ட, அல்லது இதுவரை நாம் நினைக்காத புதிய கேள்விகளையும் அவற்றிற்கான எதிர்வினைகளையும் முன் மொழிகின்ற, அற்புதமான ஆண்-பெண்களைக் காண்கிறோம். கடந்த காலத்தில் தோன்றியவர்களோ, இக்காலத்தவர்களோ-சிறந்த சிந்தனையாளர்களை மாணவர்கள் அணுகும்போது 'அவர்கள் நம்மோடு நேரடியாகப் பேசுவதுபோலவே இருக்கிறது' என்று நினைப்பது அவர்களுடைய வழக்கமான எதிர்வினையாக இருக்கிறது. அதேசமயம் 'எவ்வளவு விநோதமான சிந்தனை! இதில் ஏதாவது அர்த்தம் இருக்கிறதா? இப்படியெல்லாம் ஒருவர் எவ்வாறு சிந்திக்க இயலும்?' என்பதும் நாம் கேள்விப்

படுகின்ற மற்றொரு வழக்கமான எதிர்வினைதான். இந்நூலை வாசித்து முடிப்பவர்களும் இத்தகைய எதிர்வினைகளை அனுபவபூர்வமாக உணர்வதோடு, அவற்றைக் கடந்து செல்லவும் கற்றுக்கொள்வார்கள் என நினைக்கிறேன். முற்றிலும் எதிரிடையான இந்த இரு எதிர்வினைகளும் நம்மை இறையியல் துறையில் ஈடுபட அழைப்பு விடுக்கின்றன. இவை நமக்குச் சாத்தியமான அனைத்து (ஏற்கெனவே சிந்திக்கப்பட்டவைகளில் மிகச் சிறந்தவை உட்பட) மூல ஆதாரங்களிலிருந்தும் நாம் மேலே சிந்திக்க ஊக்குவிக்கின்றன. இறையியல் கேள்விகளில் ஆழமான ஆர்வமுடைய பலர் தங்கள் சிந்தனைக்கு உதவக்கூடிய அறிவார்ந்த, ஆழமான, ஏற்புடைய மூலாதாரங்களைப் பற்றி அறியாமலே தங்கள் வாழ்நாள் முழுவதையும் கழித்து விடுகின்றனர். அப்படியின்றிச் சிறப்பான அறிவுடன் செயல்பட இந்நூல் வாசகர்களுக்கு ஒரு வாய்ப்பளிக்க முயல்கிறது.

எல்லாவற்றிற்கும் மேலாக, இந்நூல் இறையியலில் வாசகரே ஈடுபட்டுப் பார்ப்பதன் வாயிலாகவும், அவ்வாறு செய்ய அவர்களை அழைப்பதன் வாயிலாகவும் இறையியலை அறிமுகப்படுத்துகிறது. இறையியலில் ஈடுபட்டுப் பார்க்கத் தேவையான சில கேள்விகளுடனோ அன்றி இறையியலில் எத்தகைய தர்க்க மற்றும் அறிதல் முறைகள் கையாளப்பட்டுள்ளன என்பதை விவாதிக்கின்ற ஆய்வுமுறைகளுடனோ சில அறிமுக நூல்கள் தொடங்குகின்றன. கேள்விகளும் அறிதல் முறைகள் பற்றிய ஆய்வும் முக்கியம்தான். ஆனால் அவற்றைப் பற்றி இந்நூலின் இறுதியில் பார்ப்போம். அதற்குமுன் இரண்டு காரியங்கள் செய்ய விரும்புகிறேன். பகுதி I இயல் *1*இல் (அதாவது எஞ்சியுள்ள முன்னுரையில்) நடப்பிலுள்ள சமயக் கல்விச் சூழலையும், இயல் 2இல் அதற்குள் நிகழும் இறையியல் மற்றும் சமய ஆய்வுகளையும் நான் எப்படிப் பார்க்கிறேன் என்பதைச் சுருக்கமாக விவரிப்பேன். பிறகு பகுதி IIஇல் (இயல்கள் *3-7*) மையமான சில இறையியல் சிக்கல்கள் பற்றிய சிந்தனைகளிலிருந்து எடுத்துக்காட்டுகளைத் தந்து நான் இறையியலில் ஈடுபடுவேன். அதற்குப் பிறகு பகுதி IIIஇல் (இயல்கள் *8-9*) அச்சிந்தனைகளுக்கு ஊட்டமளிக்கும் பிரதிகள், புனித நூல்கள் மற்றும் மரபுகளைப் பயன்படுத்துதல், வரலாற்று ஆய்வின்

இயல்பு, அனுபவம், புரிந்துகொள்ளலையும் அறிதலையும் அணுகுதல், ஞானத்தைத் தேடுதலுக்கான தலையாய முக்கியத்துவம் ஆகியவை பற்றிய பகுப்பாய்வில் ஈடுபட இருக்கிறேன். பகுதி IV முடிவுரையில் (இயல் 10) கி.பி. மூன்றாம் மில்லெனியத்தில் (ஒரு மில்லெனியம் என்பது ஆயிரம் ஆண்டு) அடியெடுத்து வைக்கும் கிறித்துவ இறையியல் தொடர்பான சுருக்கமான முன்மொழிவுகளைப் பின்னுரையாகத் தர முயல்கிறேன்.

ஒரு பெரிய, பாரம்பரியமான சமயத்தின் (கிறித்துவத்தின்) இறையியலில் மட்டும் கவனத்தைக் குவிப்பதா அல்லது ஒன்றுக்கு மேற்பட்ட சமய பாரம்பரியங்களை அறிமுகப்படுத்த முயல்வதா என்பது நான் அதிகம் பரிசீலனை செய்த ஒரு கேள்வி. கிறித்துவ இறையியல் வழியாக விவாதங்களை மையப்படுத்துவது என்ற முடிவினை நான் மேற்கொள்ள வெவ்வேறான காரணங்கள் உந்தித் தள்ளின. இது ஒரு மிகச் சுருக்கமான அறிமுகம் என்று அமையும் நடைமுறைக் காரணமே அவற்றுள் முதலாவதாகும். மொழிகளையும் அவற்றைச் சேர்ந்த கலாச்சாரங்களையும் போலவே மதங்களும் சிக்கல் நிறைந்தவை. அவற்றைப் போலவே தனித்தனியானவை, நீண்ட வரலாறு உடையவை. மேலும் ஒரு சிறிய அறிமுகத்தில் பல்வேறு மதங்களை அலசுவதை யாரும் எதிர்பார்க்கமாட்டார்கள். ஒரு சுற்றுலாப் பயணிபோலப் பல மொழிகளைக் கொஞ்சம் கொஞ்சம் அறிவதற்குப் பதிலாக, ஒரு மொழியைச் சரியாகக் கற்றுக்கொள்வது எவ்வளவோ மேல் என்பது என் கோட்பாடு. அதுபோலவே பல மதங்களைப் பற்றிக் கொஞ்சம் கொஞ்சம் அறிவதைவிட ஒரு மதத்தைப் பற்றி நல்ல தேர்ச்சி பெறுவது சரியானது.

இந்த அறிமுகத் தொடரில் யூதமதம், புத்த மதம், இஸ்லாம் ஆகியவை பற்றிய நூல்கள் உள்ளன. இந்நூல் கிறித்துவத்திற்கான ஓர் அறிமுகவுரை அல்ல; இருப்பினும் பொதுவாக மதங்களின் சிந்தனை பற்றிய ஆய்வுக்கு இதுவும் பங்களிப்புச் செய்யும். இரண்டாவதாக, இறையியல் பூர்வமாகச் சிந்திப்பதை அறிய முற்படும்போது ஒரு பொதுவான சட்டகம் (கிறித்துவம்) இருப்பது உதவியாக இருக்கும். இல்லையென்றால் ஒவ்வொரு முறையும் ஒரு புதிய தலைப்பு அறிமுகப்படுத்தப்படும்போது மீண்டும் அடிப்படைகளிலிருந்து தொடங்க வேண்டியதாக

இருக்கும். தொடர்ந்து ஆழமாகச் செல்வதற்கும், இயல்கள் மத்தியிலான தொடர்புகளைக் கண்டறிவதற்கும் இந்த முறை உதவும். இல்லையென்றால் வெவ்வேறு மத நூல்கள், மரபுகள், சிந்தனைச் சட்டகங்களை எடுத்துக்கொண்டால், அவற்றை ஆய்வு செய்கின்ற பணி (இயல்கள் 8-9) இயலாத ஒன்றாகலாம். மூன்றாவதாக, கிறித்துவ மதம்தான் உலக மதங்களிலேயே மிகவும் பெரியது. (தற்போதைய கணக்கீடுகள் வேறுபடு கின்றன, ஆனால் அது பன்னிரண்டரை முதல் பதினைந்து கோடி உறுப்பினர்களைக் கொண்டிருக்க வாய்ப்பு உண்டு). மேலும் சார்பு (மூன்றாம் நிலை) நிறுவனங்களில் இறையியலில் சிறப்புப் பயிற்சி பெறும் மாணவர்களையும், ஆசிரியர்களையும் மிக அதிக அளவு பெற்றிருப்பதும் அதுதான். மற்றும் (கீழே விளக்கப் படுவது போல) அது நவீனநிலைப் (modernity) பின்னணியில் இறையியல் செயல்பாடுகளில் அதிகம் ஈடுபட்டுள்ளது (இந்த அம்சத்தில் ஒருவேளை யூதமதத்தை மட்டுமே கிறித்துவத் திற்கு இணையாகக் கருத முடியும்). இறுதியாகக் கிறித்துவம் என்னுடைய சிறப்புத் துறையும் ஆகும்.

எனவே கிறித்துவத்திலிருந்து மேற்கோள்கள் காட்டி, இந்நூல் இறையியல் பற்றிய சிந்தனைகளில் ஈடுபடுகிறது. ஆனால் பிற பாரம்பரியங்களுடன் தொடர்புபடுத்திச் சிந்தனைகளை ஒப்பிட்டுப் பார்க்கத் தூண்டும் நெறியில் செல்கிறது. அத்துடன் அவற்றின் சிந்தனையாளர்களிடையே பயனுள்ள உரையாடலை யும் நடத்திச் செல்கிறது.

பல்வேறு பிரமிப்புகளிடையே இன்றைய இறையியல்

ஒரு குறிப்பிட்ட சமயப் பாரம்பரியத்துடன் தங்களை அடையாளப் படுத்திக் கொள்கிறார்களோ இல்லையோ, இறையியல்சார் வினாக்கள் எல்லாவித மக்களையும் எப்படிப் பிடித்து உலுக்குகின்றன என்று சிறிய அளவில் மேலே விவரித்துள்ளேன். அந்த விவரிப்பு, வெளிப்படையான சில சரிபார்ப்புகளுடன் வெவ்வேறு நூற்றாண்டுகள், வெவ்வேறு சூழ்நிலைகளுக்கும் பொருத்தமாகவே இருக்கும். மனித வரலாறு நெடுக மதங்கள் முக்கியத்துவம் பெற்றுவந்துள்ளன. அவை மோதல்களையும் வினா எழுப்புதலையும் தொடர்ந்து தூண்டியுள்ளன. மதங்களில்

மனிதர்கள் உறுப்பினர்களாகத் தொடர்வதற்கும் பிரச்சினை களை எதிர்கொள்ள வேண்டியுள்ளது. அவர்கள் கருத்து மாறு படும் போதும் (கருத்துமாறுபடும் மனிதர்களைச் சில மதங் களில் காண இயலாது) பிரச்சினைகளை எதிர்கொள்ளவேண்டி யுள்ளது. இப்போது, இறையியலில் ஈடுபடுவதற்கு இக்கால கட்டத்தின் தனிச் சூழலாக அமைவதென்ன என்று நான் கேட்க விரும்புகிறேன்.

நமது காலப்பகுதி தனி அடையாளத்தைப் பெற்றுள்ளது என்பதே இதற்கு பதில். நமது காலப்பகுதியின் தனி அடையாளம் என்பது நிகழ்கின்ற மாற்றங்களின் வேகம், பரப்பு, மற்றும் பன்முகத்தன்மை கொண்ட அதன் இயல்பு எனலாம்.

நவீன நிலைக்குத் (modernity) தேதி குறிப்பிடுவது சிரமம். அது ஐரோப்பிய மறுமலர்ச்சியுடன் தொடங்குகிறதா? கலிலியோ வுடனா? சீர்திருத்த இயக்கத்துடனா? (Reformation) நியூட்டனு டனா? வடக்கு, தெற்கு அமெரிக்க கண்டங்களின் காலனி யாதிக்கத்துடனா? முதலாளியத்தின் எழுச்சியுடனா? இராணுவம் மற்றும் நிர்வாகம் ஆகியவற்றைக் கொண்ட தேசிய அரசுடனா? அறிவொளிக் காலத்துடனா? (Enlightenment) பிரெஞ்சுப் புரட்சி, அமெரிக்கப் புரட்சி, ஜனநாயகப்படுத்தல் ஆகியவற்றுடனா? தொழிற்புரட்சியுடனா? மாற்றங்களின் தொகுதி தொடர்பான வெவ்வேறு அம்சங்களை இந்த நிகழ்ச்சிகள் குறிப்பிடுகின்றன. இவை மதங்களிலும் பிற துறைகளிலும் பெரும் மாற்றங்களை நிகழ்த்தியுள்ளன. எனவே மாற்றத்தின் தேதியைக் குறிப்பிடும் போது ஏனைய துறைகளைப் போன்றே சமயத் துறையிலும் இருபதாம் நூற்றாண்டிற்கு முந்தைய அல்லது பிந்தைய என வெவ்வேறு காலகட்டங்களாகக் குறிப்பிடுவது பொருத்தமாக இருக்கும். பண்பாடு, அறிவியல், தொழில்நுட்பம், மதம், ஏகாதிபத்தியம், பொருளாதாரம், அரசியல், சமூகம் மற்றும் அறிவாற்றல் சார்ந்த கூறுகளை இங்கு உணர்கிறோம். இவை ஒன்றின் மீதொன்று செயல்படுகின்றன. மேலும் வளர்ந்துள்ளன. நவீன நிலையின் நிரந்தரமான அம்சமாக மாறிவிட்ட நிலைத்த மாற்றம், புதுமை செய்தல் என்பவற்றின் இடையறா இயக்கத்தை முடுக்கி விட்டுள்ளன. பெருமளவு ஐரோப்பியத் தொடக்கங்கள் வாயிலாக நோக்கும்போதும் (உண்மையில் தொடக்கம் மிகவும் சிக்கலானது) இந்த இயக்கம் உலகளாவியதாக மாறியுள்ளது.

10

யுத்தங்கள்-ஆயுதங்கள், சந்தை முதலாளியம்-அதன் பன்னாட்டுக் குழுமங்கள், தகவல்தொடர்பு, வெகுமக்கள் ஊடகம், தகவல் விநியோகம், மற்றும் இவற்றுடன் இணைந்த பிரச்சினைகளாகிய சூழல் மாசுபாடு, போதைப் பொருள், கொள்ளைநோய்கள் ஆகியவற்றின் வாயிலாக நவீன நிலை இயக்கம் உலகமயமாகி விட்டமை வெளிப்படுகிறது.

தன் விளைவுகளினால் இக்காலகட்டம் பிரமிக்க வைப்பதாக உள்ளது. மேலே குறிப்பிட்ட வாழ்க்கை அம்சங்கள் எதுவும் கணிசமான அளவு தொடர்ச்சியைத் தக்கவைத்துக் கொள்ள இயலவில்லை. இது தனிநபர்களுக்கும், குழுக்களுக்கும், தேசங்கள், பிராந்தியங்கள், மதங்களுக்கும் அடையாளப் பிரச்சினைகளைப் பெருமளவு விளைவித்துள்ளது. தொடர்ச்சி யைத் தக்க வைக்கப் பெருமுயற்சி எடுக்கப்பட்ட இடங்களிலும், முற்றிலும் மாறுபட்டுவிட்ட சூழல், 'பாதுகாக்கப்பட்டுள்ளது எதுவும் முன்பிருந்தது போன்றது என்று சொல்ல இயலாது' என்ற அர்த்தத்தைத் தோற்றுவிக்கின்றது.

இவற்றின் இடையில் கல்விச் சூழல் எப்படியுள்ளது? வெகு ஜனக் கல்வி உலகெங்கும் பரவியிருப்பதால் எல்லா நிலை களிலும் கல்வி நிறுவனங்கள் கடந்த நூற்றாண்டில் பெருமளவு பெருகியுள்ளன. அதேநேரத்தில் முன்பு எப்போதும் இருந்திராத அளவு அறிவுப் பெருக்கம் ஏற்பட்டுள்ளது. மரபான எல்லாக் கல்வித்துறைகளும் விரிவுபெற்றுள்ளன. மேலும் புதிய துறை களும் துணைத் துறைகளும் சேர்க்கப்பட்டுள்ளன. இவற்றுடன் தகவல்தொடர்பு, சேமித்தல், தகவல்மீட்பு ஆகியவற்றையும் இணைத்துப் பார்க்கவேண்டும். இவை உலகில் எல்லா இடங் களிலிருந்தும் கடந்த எல்லாக் காலகட்டங்களிலிருந்தும் மேலும் மேலும் அதிகமான தகவல்கள் நமக்குக் கிடைக்கச் செய்கின்றன. இதன் விளைவாக நமக்கு மேலும் பிரமிப்பு ஏற்படுகிறது. செயல்பட வைக்க மேலும்மேலும் சிக்கலாகிவரும் ஒரு தகவல் வளமிக்க சமூகத்துடன் ஈடுகொடுக்கக் கல்வி முக்கியமாகிறது.

அப்படியானால் மதங்களின் நிலை என்ன? மதங்கள் வாழ்வின் எல்லாப் பகுதிகளையும் தொடுவதால் அவற்றை ஆழமாகவும் சிக்கலான முறையிலும் மாற்றங்கள் பாதித்துள்ளன. பெரு மதங்கள் அனைத்தும் நவீன காலத்திற்கு முந்தைய கால

கட்டத்தில் வேரூன்றியிருப்பதாலும், கடந்த காலத்துடனான தொடர்பை அவை நீடிக்கச் செய்ய வேண்டியிருப்பதாலும் நவீன நிலையின் தொடர்மாற்றங்களும் வேரறுப்புகளும் அவற்றைக் கடுமையாகப் பாதித்துள்ளன. ஒவ்வொரு மதமும் ஒவ்வொரு விதத்தில் எதிர்வினை புரிகிறது. (பிரதான சமயங்கள் அனைத்தும் தங்களுக்குள்ளாகவே அந்த எதிர்வினைகளின் நெடும்பரவலைக் கொண்டுள்ளன). 'காலத்துக்கேற்ப அனைத்தையும் மாற்றுதல்' என்ற ஒரு துருவம் முதல், 'மாற்றங்களை எதிர்த்து முன்பிருந்ததை அப்படியே பாதுகாத்தல்' என்ற எதிர் துருவம் வரை எதிர் வினைகள் வேறுபடுகின்றன.

இத்தகைய பன்முக பிரமிப்புகள் கொண்ட சூழலில் சமயங் களிலும் மிக முக்கியமான கூறு ஒன்று உண்டு. அது, சமயங்கள் தாங்களே பிறரைப் பிரமிப்புக்குள்ளாக்குதல் பற்றியது. கடவுள் (அல்லது மனிதர்களுக்கு அப்பாலான ஒரு பிரசன்னத்தை - எந்தப் பெயரால் அழைத்தாலும் சரி), அடிப்படையான மனமாற்றத்திற்கு வழிகோலும் இயல்புள்ள நமக்கப்பாலான வெளிப்பாடுகள் அல்லது ஏவுதல்கள், வழிபாடுகள், ஜபம், தியானம், கூட்டுப் பிரார்த்தனைகள், நாமாக இருப்பது – நமக் கென்றிருப்பது யாவற்றையும் கேட்கும் அழைப்புகள் கொண்ட பிற செயல்பாடுகள் – போன்றவற்றால் மதங்கள் பிரமிக்கத் தக்கவையாகத் தங்களை ஆக்கிக் கொண்டுள்ளன. பலவித வழிகளில் பிரமிப்பு ஊட்டுவதில், நவீன நிலைக்கு முன்பே மதங்கள் பல நூற்றாண்டு அனுபவத்தைப் பெற்றுள்ளன. அவை கடவுளால் நிகழ்வன மட்டுமல்ல; மனிதச் சூழ்நிலையின் ஒரு பகுதியாகவே நோய், பஞ்சம், யுத்தம், வஞ்சகம், காம உணர்வுகள், பண ஆசை, புகழ், அதிகாரம், அளவுக்கு அதிகமாக உண்ணுதலும் குடித்தலும் போன்றவை இருந்துவந்துள்ளன. மேலும் இப்படிப்பட்ட பிரமிப்புகளில் உடன்பாட்டு அம்சங் களாக அழகு, உண்மை, நன்மை ஆகியவற்றைத் தேடலில் ஆசை போன்றவற்றையும் சேர்த்துக்கொள்ளலாம்.

வேறு சொற்களில் சொன்னால், நன்மையும் தீமையும் விளை விக்கக்கூடிய பல்வேறு பிரமிப்புகளின் மத்தியில் வாழ்வை அமைத்துக்கொள்ளக்கூடிய விவேகத்தை ஒவ்வொரு சமயமும் உருவாக்கியுள்ளது. நவீனநிலைக்கு முந்தைய காலகட்டத்தில் ஒவ்வொரு சமயமும் சிக்கல்கள், மாற்றங்கள் ஆகியவற்றுக்கு

உட்பட்டுள்ளது. அப்போது கடுமையான சிந்தனையும், விவாதத்தில் ஈடுபடுவதும் அவற்றிற்குத் தேவையாக இருந்துள்ளன. இதுவரையிலான அவற்றின் சிந்தனையும் புரிந்துகொள்ளலும், அவற்றின் பிற வளங்களும் இன்று ஒவ்வொரு முனையிலும் நிகழ்கின்ற முற்றிலும் புதிய மாற்றங்களுக்கு ஈடுகொடுக்க இயலுமா என்பதே சமயங்கள் எதிர்கொள்ளும் கேள்வி. தகவல் வளமிக்க கற்றறிந்த சமூகக் குழுக்களுடன் பங்கேற்கின்ற தன்மையும், ஊடகங்களிலிருந்தும் பிறவற்றிலிருந்தும் தங்கள் விசுவாசத்திற்கு ஏற்படும் தினசரி சவால்கள், மாற்றுகள் இவற்றை எதிர்நோக்கும் தன்மையும் கொண்ட, நன்கு படித்த பல கோடிக்கணக்கான நம்பிக்கையாளர்களை ஒவ்வொரு மதமும் இன்று பெற்றுள்ளது. அவர்களுடைய எதிர்வினையின் தன்மை எத்தன்மையதாக இருக்கும்?

இங்குதான், பரந்த அடிப்படையில் நான் வரையறுத்த இறையியல் என்பது வருகிறது. நவீன நிலை மாற்றங்களில் அமிழ்ந்துள்ளபோதே, ஒன்று அல்லது அதற்கு மேற்பட்ட சமயங்களின் ஞானத்திலிருந்து தனக்குத் தேவையானதை ஏற்றுக் கொண்டு தன் கேள்விகளை அது பரிசீலிக்கிறது. இப்பெரும் கேள்விகளுக்குப் பதில் தேடுகின்ற இறை நம்பிக்கையாளர்களுக்கும் மற்றவர்களுக்கும் இது ஒவ்வொரு நாளும் வியப்பது, சந்தேகிப்பது, நம்புவது, சீர்தூக்கிப் பார்ப்பது, விவாதிப்பது, வாசிப்பது, கேட்பது, தியானிப்பது, ஆழ்ந்து நோக்குவது, முடிவெடுப்பது என்பதாகவே இருக்கிறது. வழிபாட்டிலிருந்து கல்வி, போதனை முதலாக, புதினங்கள் வாசிப்பது, வேலை அனுபவம், கஷ்டப்படுதல் போன்றவை வரை அனைத்தும் அவர்கள் மீது பலவித தாக்கங்களை ஏற்படுத்துகின்றன. தீர்ப்பிலும், முடிவெடுப்பதிலும், அடிப்படையான திசைவழியைத் தீர்மானிப்பதிலும், எது இறுதியான பங்கு வகிக்கிறது என்று யார் சொல்ல முடியும்? மேலும் குழுக்கள், சமூகங்கள், மாநாடுகள், கூட்டங்கள், சங்கங்கள், ஆலோசனை மன்றங்கள் முதலியவை பல நேரங்களில் சமூகரீதியாகவும், அவ்வப்போது அதிகார பூர்வமாகவும் ஆலோசனைகள் வழங்குகின்றன. மானிட உள்ளங்களிலும், இல்லங்களிலும் பெரும் குழுக்களிலும் உலக அளவில் நடைபெறுகின்ற இப்படிப்பட்ட செயல்பாடுகள், நேரடியாக இதில் ஈடுபடாத பெரும்பாலான மக்களால் கண்டு

கொள்ளப்படுவதில்லை. எனினும் நவீன நிலையின் சிக்கலான சூழலில் தனிப்பட்டவர்களின் வாழ்க்கைகள், குழுமங்கள், முழுச் சமூகங்கள், மரபுகள் போன்றவை எவ்வாறு வடிவமைக்கப் படுகின்றன என்பதைப் புரிந்துகொள்ள, மேற்கண்ட செயல்பாடு களின் தன்மை மிக முக்கியமானது.

இதுவரை சமயங்களாலும் சமயங்களைப் பற்றியும் எழுப்பப் படுகின்ற கேள்விக்கான சிந்தனைகள் என்னும் பரந்த பொருளில் இறையியலைப் பற்றிப் பேசிவந்துள்ளேன். ஆனால் பன்முக பிரமிப்புகள் என்ற மற்றொரு காட்சியையும் குறிப்பிட்டேன். கல்வித்துறை - அதாவது கல்வி நிறுவனங்கள் - குறிப்பாகச் சார்பு (மூன்றாம்) நிலையில் உள்ளவை (பல்கலைக்கழகங்கள், உயர்கல்விக்கான கல்லூரிகள், தொழில்சார் பள்ளிகள் மற்றும் இறையியல் கல்லூரிகள்) இவை சார்ந்த இறையியலையும் இரண்டாம் இயலில் விரிவாகப் பரிசீலிக்க வேண்டும். அதற்கு முன்னால் கல்வித்துறை இறையியலையும் இந்த முன்னுரை சார்ந்த விவாதத்தையும் தொடர்புபடுத்தும் விதமாக மூன்று முடிவான கருத்துகளைக் குறிப்பிட விரும்புகிறேன்.

முதலாவதாக, கல்வித்துறை சார்ந்த இறையியலின் குவியப் புள்ளியில் மேலே குறிப்பிட்ட பிரமிப்புகள் உள்ளன. சமயங்கள் என்பவை, அடிப்படையில் பிரமிப்புக்கு ஆளாதல் பற்றியவை. அவை பெரிய அளவு மாற்றங்களுக்குள்ளாகி வருகின்றன. நவீன நிலையை வடிவமைப்பதிலும், ஆய்வு செய்வதிலும் கல்வித் துறை ஆழமாக ஈடுபட்டுள்ளது. தனக்குள் பெரிய மாற்றங்களை அடைந்து வருகிறது. வெவ்வேறு கல்வித்துறைகளிலிருந்தும் தரவுகளைப் பெறும் ஒரு துறையில் (இறையியலில்) அறிவுத் துறைகளின் பெருக்கமும், அறிவு விரிவாவதும், தனிப் பெரும் தாக்கங்களை ஏற்படுத்துகின்றன. இறையியல் அல்லது சமயத் துடன் ஏதோ ஒருவகையில் தொடர்பு இல்லாத ஒரு கல்வித் துறையைக் காண்பது கடினம். இந்நிலை எழுப்பும் பிரச்சினைகள் அடுத்த இயலில் விவாதிக்கப்படும்.

இரண்டாவதாக, கல்வித்துறை சார்ந்த சில அமைப்புகளில் இறையியல் ஒரு நெருடலான சூழலில் உள்ளது. ஒரு திருச் சபையாலோ அல்லது வேறு சமயச் சமூகத்தாலோ நடத்தப்படாத இறையியல் நிறுவனங்களை இங்குக் குறிப்பிடுகிறேன். இதில்

சில சாதக-பாதக அம்சங்கள் உண்டு. இவர்களது இறையியலை சமயச்சமூகங்கள் ஏற்க மறுக்கலாம், சந்தேகிக்கலாம், அல்லது, தங்களிலிருந்து மாறுபடுகின்ற எந்த ஒன்றையும் நிராகரிக்க விரும்பலாம். மாறாகத் தங்களிடமிருந்து மாறுபடுத்துகின்ற எந்த ஒன்றையும் பிற கல்வித்துறைகள் அழித்துவிட விரும்பலாம். எடுத்துக்காட்டாக, குரான் பயில்வது அரபு மொழித்துறையில் ஏன் அமையக்கூடாது? அல்லது, புதிய ஏற்பாடு பயில்வது ஏன் செவ்வியல் இலக்கியத்தின் கீழ் வரக் கூடாது? தத்துவத் துறையின் கீழ் அல்லது சிந்தனை வரலாற்றின் கீழ் ஏன் இறையியல் கேள்விகளுக்கு விடை தேடக் கூடாது? இவற்றிற்கு நல்ல சாத்தியப்பாடுகள் உள்ளன. இறையியலை மற்ற கல்வித் துறைகளுடன் செழுமையாகத் தொடர்புபடுத்தி, அதை மற்ற சமயக் குழுக்களுடனும் தொடர்புபடுத்தலாம். நல்லதோ கெட்டதோ – வரலாற்றிலும் இன்றைய உலகிலும் மதங்களுக்கு வழங்கப்படுகின்ற அதீத முக்கியத்துவத்தின் பின்னணியில், சமயங்களின் பொருள், உண்மை, பழக்கம், அழகு ஆகியவை பற்றிய கேள்விகளுக்குரிய முக்கியத்துவம் கல்வித்துறையில் வழங்கப்படுகிறதா என்பதையும் உறுதிசெய்ய வேண்டியுள்ளது.

இறுதியாக, மேலே தொடங்கப்பட்ட நவீன நிலை பற்றிய விவாதத்தை மேலும் முன்னெடுத்துச் செல்லும் ஒரு பிரச்சினை உண்டு. அதற்கு இறுதியில் ஒரு சிறுபகுதி ஒதுக்க வேண்டியுள்ளது.

இறையியலும் பின்நவீனநிலையும்

நவீனத் தன்மையைவிடப் பின்நவீனத் தன்மையை மிகுதியாகக் கொண்டது நம் காலச் சூழல் என்ற கருத்து சில காலமாக நிலவி வருகிறது. இதில் பல்வேறு அர்த்தங்கள் உள்ளன. இருபதாம் நூற்றாண்டில் நிகழ்ந்த பல்வேறு அதிர்ச்சியூட்டும் சம்பவங் களும் நிகழ்வுகளும் நவீனத் தன்மை மீது நம்பிக்கையிழக்கச் செய்தன. இத்தகைய நிகழ்வுகளையே பின்நவீன நிலை என்ற சொல் குறிக்கிறது என்பது என் கருத்து. உலகப் போர்கள்; பாசிச மற்றும் பொதுவுடைமைக் கருத்தியலும் பயங்கரமும்; ஷோவா அல்லது ஜெர்மன் படுகொலைகள்; இனப்படுகொலைகள்; அணு ஆயுதங்களின் பயன்பாடு; நவீன அறிவியல் மற்றும் தொழில் துறையினால் உண்டாகும் அழிவு, சூழல் மாசுபடுத்தும்

நேர்மையற்ற விளைவுகள்; நவீன கலாச்சாரத்தில் மனித வாழ்க்கை இழிவுபடல்; நவீன சமூகத்தின் பாலியல், இன வியல் இழிவுபாடுகள்; இவையனைத்தும் முற்கால நாகரிகங் களைப் பொறுத்தும், மீதியிருக்கும் கலாச்சாரங்களிலும் தானே உயர்ந்தது என்ற எண்ணத்திலும் நவீனநிலை கொண்டிருந்த உயர்வு மனப்பான்மையை விலகச் செய்தன. வேறு சொற்களில் சொன்னால், முன்பு பட்டியலிடப்பட்ட பெரும் மாற்றங்கள் அனைத்தும் நன்மைக்கானவையாக மட்டும் இருக்க வேண்டு மென்ற அவசியமில்லை. மாறுதல் என்பது முன்னேற்றமாக மட்டும் இருக்கத் தேவையில்லை.

தத்துவம், இறையியல், பிற சிந்தனைக் களங்கள் ஆகியவை யும் வாழ்க்கைக்கு அர்த்தம் தருகின்ற கருத்துகளைத் தீவிர மாகச் சந்தேகிக்க வைக்கும் மனநிலைக்கு நம்மை ஆளாக்கி இருக்கின்றன. மனித இருப்பினை ஒருங்கிசைக்கும் காரணிகள் (integrators) மீது அவை அதிகம் கவனம் செலுத்தியிருக்கின்றன.

எடுத்துக்காட்டாக, நம் வாழ்க்கைக்கு நாம் அர்த்தம் தேடும் ஒரு வழி என்னவென்றால், நம் மீது கவிந்துள்ள வரலாறு அல்லது கட்டுக்கதை ஒன்றின் பகுதியாக நம்மைப் பார்ப்பது. அது நம் குடும்ப வரலாறாகவோ, தேச வரலாறாகவோ, உலகின் மீது கடவுளின் ஈடுபாடாகவோ, மனித முன்னேற்றமாகவோ, ஒரு புரட்சிகர இயக்கமாகவோ, அல்லது ஒரு தொலைக்காட்சியின் அழுமூஞ்சித் தொடராகவோ எதுவாக வேண்டுமானாலும் இருக்கலாம். பின்நவீனத்துவச் சிந்தனையாளர்கள் இம்மாதிரி ஒருங்கிசைக்கும் அனுபவங்கள் மீது சந்தேகம் கொண்டவர்கள். இம்மாதிரிக் 'கதைகள்' வேறு எத்தனை வழிகளில் சொல்லப் படலாம் என்பதைக் காட்ட அவர்கள் முயற்சி செய்துள்ளனர். யாவற்றிற்கும் மேலாக, நம் மீது கவிந்துள்ள 'பெருங்கதை யாடல்கள்' பற்றிய நமது எண்ணத்தையே தலைகீழாக்கி யுள்ளனர். ஒரு கதை மாதிரியான அமைப்பைக் கொண்டு யதார்த்தத்தை ஒருங்கிணைக்க முயலும் வழிகளைக் குறிக்கப் 'பெருங்கதையாடல்கள்' என்ற சொல் பயன்படுத்தப்படுகிறது. இதற்கு எடுத்துக்காட்டுகளாக, முதலாளித்துவம் வளர்ந்ததைப் பற்றி மார்க்சியம் கூறும் கதை, பிறகு அதன் வழியாகப் புரட்சியின் மூலம் ஒரு வர்க்கமற்ற சமூகத்திற்கு இட்டுச்செல்லும் என்ற கதை; அல்லது 'மானிட முன்னேற்றம்' என்று வரலாற்றில்

மனிதன் தொடர்ந்து முன்னேறிக் கொண்டே இருக்கிறான் என்பதாகச் சொல்லப்படும் கதை; அல்லது பாரம்பரியமாகச் சொல்லப்படுகின்ற கிறித்துவப் பெருங்கதையாடலாகிய கடவுளின் படைப்பு முதல் இயேசுநாதரின் வாழ்க்கை, மரணம், மீட்டுயிர்ப்பு (உயிர்த்தெழுதல்/உயிர்ப்பு) என்று இவற்றின் வாயிலாக வரலாற்றின் நிறைவுவரை இட்டுச்செல்லும் கதை ஆகியவற்றைச் சொல்லலாம். ஆதிக்கத்தில் உள்ளவர்கள் யதார்த்தம் பற்றிய தமக்குதவும் பார்வைகளைப் பிறர் மீது திணிப்பதற்கு உதவும் கருவிகள் என்று பெருங்கதையாடல்கள் பற்றிப் பின் நவீனத்துவவாதிகள் சந்தேகப்படுகிறார்கள். முழுமையாக்கலுக்கு மாறாகப் பின் நவீனத்துவவாதிகள் அனுபவம், வரலாறு இவற்றின் தொடர் பற்ற-பின்னமான, அபத்தமான நிலைமையை அழுத்திக் கூறுகின்றார்கள்.

இன்னொரு ஒருங்கிசைக்கும் காரணியான மனிதசுயம் என்ற கோட்பாடும் தாக்குதலுக்குள்ளாகியிருக்கிறது. இது இரண்டாவது எடுத்துக்காட்டு. மனிதசுயம் என்பது வழக்கப் படுத்தல்கள், உந்தல்கள், கவர்ச்சிகள் ஆகியவற்றின் ஒரு கும்பலாகவே இருக்கிறது. நவீன நிலைமைகளில் பின்னமாகி, இன்னும் கேட்டால் சிதிலமாகிப் போயிருக்கிறது இது. ஒரு மனிதனின் அடையாளத்திற்கு மையம் ஏதுமில்லை. நமக்கு வெளியிலிருந்தும் உள்ளிருந்தும் (குறிப்பாக நனவிலி, உப-நனவிலி மனங்கள்) பல்வேறு அழுத்தங்கள் நம் மீது தாக்குதல் செலுத்தி மோதுகின்றன. இவை யாவற்றிற்கும் மத்தியில் நாம் மனம்போன போக்குகளில் நாம் யார் என்பதைக் கண்டு பிடிக்கவும் மீள் கண்டுபிடிப்புச் செய்யவும் முயன்று கொண்டே இருக்கிறோம்.

மூன்றாவது எடுத்துக்காட்டு, பகுத்தறிவு அல்லது தர்க்கத்தின் மீதான நம்பிக்கையிழப்பு. இது ஆதிக்கத்தைச் செலுத்தும் வழியாக நோக்கப்படுகிறது. 'அறிவே ஆதிக்கம்' (knowledge is power); ஆகவே அது மனிதர்களை ஆட்டிவைக்கப் பயன்படுகிறது; ஆக, வலுவான ஆதிக்க சக்திகள் தங்கள் நலனுக்கான சாதனங் களாகப் பயன்படுத்திக்கொள்வதன் காரணமாக, தர்க்க ரீதியான வாதம், விவாதம் ஆகியவற்றின்மீது ஆழ்ந்த அவநம்பிக்கை இருக்கிறது. இவை கல்வி மீதும், ஆய்வுப்போக்குகளின் மீதும், தொடர்புகொள்ளல் மீதும், யார் அறிவுள்ளவர்களாகவும், தலைமை

உள்ளவர்களாகவும் கருதப்படவேண்டும் என்பதன் மீதும், எது நிகழக்கூடியது அல்லது உண்மை என்பதன் மீதும் கட்டுப் பாட்டை வைத்திருக்கின்றன. குறிப்பாக மொழி மீது சிறப்புக் கவனம் செலுத்தப்படுகிறது: யதார்த்தத்தை அது மெய்யாகவே குறிக்கிறதா, ஆதிக்கம், கட்டுப்பாடு இவற்றின் கருவியாகப் பயன்படுகிறதா? மெய்ம்மையை அடையாளம் கொள்ளவும், பகிர்ந்துகொள்ளக் கூடிய பொதுவான ஒரு அர்த்த உலகினை உருவாக்கவும் மொழிக்கு இருக்கும் திறன் மீது கொஞ்சமேனும் நம்பிக்கையின்றிப் பகுத்தறிவு என்பது இயலாதது.

இறையியல் மீது பின்நவீனத்துவ அவநம்பிக்கையின் விளைவுகள் என்ன? இறையியல் எப்போதுமே நமக்கு மேல் கவிகின்ற ஒரு கதையைத் தேடுகிறது, மனிதசுயம் அல்லது ஆன்மாவிற்கு ஏதோ ஒருவகையான ஒருங்கிசைவு, தொடர்ச்சி இவற்றில் நம்பிக்கை வைக்கிறது, இவற்றிற்கான தர்க்கங்களைப் பயன்படுத்துகிறது என்பதால் எப்போதுமே பின்நவீனத்துவச் சிந்தனையாளர்களின் தாக்குதலுக்குள்ளாகின்ற முதல் இலக்காக இறையியல் பெரும்பாலும் அமைகிறது. கடந்த காலத்தில் இறையியல் எப்படி இருந்ததோ- அதனுடன் தொடர்ச்சியுடைய ஓர் இறையியலின் சாத்தியத்தை தீவிர பின்நவீனத்துவம் முற்றிலும் மறுக்கிறது.

இந்த நூலில் முன்வைக்கப்படும் இறையியல் சிந்தனைக்குத் தொடர்பாகப் பின்நவீனத்துவச் சிந்தனையும் ஒருவகையில் உதவ முடியும். கதையாடல், சுயம், தர்க்கரீதியான விவாதம் இவற்றின் மீது தீவிர அவநம்பிக்கை கொள்வது நிலைக்காது என்று நாம் கொண்டாலும், (பின்னர் 8, 9ஆம் இயல்களில் இதுபற்றி விவாதிக்கப்படும்), நவீனத்தன்மையை ஒரு சரியான பார்வையில் வைத்துநோக்க இது பயன்படும். நவீனநிலையின் எதிர்மறைத் தன்மைகள் பற்றிய கூருணர்வினாலும், நவீன வாழ்க்கையின் பெரும்பரப்புகளைத் தன்னம்பிக்கையோடு (பல நேரங்களில் தன்முனைப்போடும்) ஆதிக்கம்கொண்டிருந்த தர்க்கவகைகளின் ஒடுக்குமுறைகளின் சாத்தியப்பாடுகளை வெளிப்படுத்தியதாலும் பின்நவீனத்துவத்திற்கு இச்செயல் சாத்தியமாகிறது. நவீனத் தன்மைக்கு முந்தைய நிலையைப் பழமைகொண்டது, பொருந்தாதது என இயல்பாக (நவீனநிலை செய்ததுபோல) இனி ஒதுக்கவும் முடியாது, நாம் அதைவிடப்

பெருமளவு முன்னேறி விட்டோம் என்று மார்தட்டிக் கொள்ளவும் முடியாது. நவீனநிலையின் உயர்வு மனப்பான்மைக்குள் சிறைப் படுவதற்குப் பதிலாக, நாம் முன்நவீன நிலையின் மூலவளங் களை மரியாதையோடு கவனப்படுத்தி, அவை ஒருவேளை நமக்கு அளிப்பதற்கான விஷயங்கள் இருக்கலாம் என்ற நினைவோடு அணுகுதல் சிறந்தது. இதையே இறையியல்பூர்வ மாகச் சொன்னால், பயங்கரமான விளைவுகளை உண்டாக்கிய சமீப நூற்றாண்டுகளின் ‘சிலை வழிபாடு’களை வெளிப்படுத்திக் காட்டியதில் பின்நவீன நிலை சிறப்பாகச் செயல்பட்டுள்ளது. பின்நவீன விமரிசகர்கள் ஒரு தீவிர எல்லையில் நின்று இயங்கு கின்றனர், அவர்களது சந்தேகம் சூனியவாதத்திற்கு நெருக்கமாகச் செல்கிறது என்றாலும், நவீன உயர்வு மனப்பான்மை என்பது இனியும் தாங்கிப் பிடிக்கச் சாத்தியமற்றது என்பதையும், முன் நவீனநிலையில் வேர் கொண்டிருக்கும் சமயங்கள் இன்றைய வாழ்க்கைக்கும் சிந்தனைக்கும் உருக்கொடுக்க வல்லவை என்பதையும் எடுத்துக்காட்டிய அளவில் பின்நவீனநிலை பயனுள்ளது.

பின்நவீனநிலையின் இறுதியான ஏற்புடைய ஒரு கூறு என்னவென்றால் அது ‘உயர்’ கலாச்சாரத்தையும், ஜனரஞ்சகக் கலாச்சாரத்தையும் கலப்புச் செய்வதாகும். கட்டடக்கலை, புதினங்கள், கவிதை, இசை, திரைப்படங்கள், பிற ஊடகங்கள் யாவற்றிலும் நாம் இதுவரை ‘உயர்’ அல்லது ‘செவ்வியல்’ கலை என்று கூறிவந்ததெல்லாம் புதிய வழிகளில் பயன் படுத்தப்படுவதை நாம் காண்கிறோம்; இரண்டிற்குமிடையில் எல்லை வகுப்பது மிகக் கடினம் என்பதையும் உணர்கிறோம். இறையியலுக்கு இது மிகவும் முக்கியமானது. ஏனெனில் இறையியல்சார் கேள்விகளுக்கு விடை தேடும் பல கோடிக் கணக்கான சமய நம்பிக்கையுடைய மக்களுக்கு வாழ்க்கை எப்படியிருக்கிறது என்ற மெய்ம்மைகளோடு இறையியல் தொடர்புவைத்துக் கொண்டிருக்க வேண்டியிருக்கிறது. அதனால் அது தொடர்ச்சியாகக் கோட்பாட்டுக்கும் நடைமுறைக்கும் இடை யிலான எல்லைக் கோடுகளையும், மிகத் திறன்வாய்ந்த அறிதல் முறைகளையும் சாதாரணப் புரிந்துகொள்ளல் முறைகளையும், துல்லியமான கலைச்சொற்களையும் பொதுப்புத்தி அர்த்தங் களையும் மீண்டும் மீண்டும் தாண்டவேண்டியிருக்கிறது. மிகச்

சிறந்த இறையியலாளர்கள் என்று கருதப்பட்டோர், புத்திசார் செயற்கை நுட்பங்களைச் சாதாரண வாழ்க்கை முறையோடு இணைத்துச் சொல்லும் திறன் பெற்றவர்களாக இருந்துள்ளனர். பின்நவீனச் சிந்தனையின் பல கூறுகள், மிக விரிந்த மொழி விளையாட்டுகளில் நம்மை இழந்துவிடும் உணர்ச்சியைத் தருகின்றன; ஆனால் தங்களுக்குள் அந்நியப்பட்டுள்ள பல கலாச்சாரத் தளங்களையும் ஒருங்கு கொண்டுவர எல்லைகளைத் தாண்டிச்செல்லும் துணிச்சலான முயற்சிகளுக்கான கூறு களுக்கும் அதில் பஞ்சமில்லை. சமயம்சார் சமூகங்களுக்கும், மக்களின் பொதுவாழ்க்கைக்கும், கல்விசார் துறைகளுக்கும் பொறுப்போடு கடமையாற்ற வேண்டும் என்று நினைக்கின்ற ஓர் இறையியலுக்கு வழங்குவதற்குப் பின்நவீனத்துவச் சிந்தனை களில் நிறைய இருக்கின்றது.

அடுத்த இயலில் இறையியலை இன்னும் நெருக்கமாகக் கல்வித்துறையின் சூழலுக்குள் வைத்துக் காணலாம்.

இயல் 2

இறையியலும் சமய ஆய்வுகளும்: களம் எப்படி வடிவமைக்கப்படுகிறது?

'சமயங்களாலும், சமயங்களைப் பற்றியும் எழுப்பப்படுகின்ற கேள்விகளைப் பற்றிச் சிந்திப்பது இறையியல்' என்று முன் இயல் மேம்போக்காக வரையறுத்தது. பிறகு நவீன உலகத்தினை பல்வகை பிரமிப்புகள் வாயிலாக விளக்குவதில் ஈடுபட்டது, சமயங்கள் அவ்வகை பிரமிப்புகளை உருவாக்கும் கர்த்தாக் களாகவும் இருக்கின்றன; அவற்றுள் வாழ்க்கையை வடிவமைப் பவையாகவும் உள்ளன. இச்சூழலில் தனது கேள்விகளுக்கான பதில்களைத் தேடுவது இறையியல் என்ற முறையிலும் முன்இயல் விளக்கியது. குறிப்பாகக் கல்விசார் இறையியல் ஒரு பகுதியாக இடம்பெற்றுள்ள கல்வி உலகில் காணப்படும் சில பிரமிப்பு களை நான் சுருக்கமாக விளக்கி, பின்நவீனநிலை (postmodernity) எனப்படும் நிகழ்வு இறையியலுக்குச் சில வழிகளில் பயன்படும் என்றும் கூறினேன். இப்போது கல்விசார் இறையியலைச் சற்று நெருக்கமாகப் பார்ப்போம்.

இறையியலுக்கான பொது வரையறையைக் கல்விசார் இறையியலுக்குப் பொருத்தமாக எப்படி விரிவுபடுத்த முடியும்? எனது ஆலோசனை இது: அர்த்தம், உண்மை, அழகு, நடைமுறை போன்றவை தொடர்பான வினாக்கள் இறையியலால் சமயங் களுடன் தொடர்புபடுத்தப்படுகின்றன. அதேவேளை பலவகைப் பட்ட கல்வித்துறைகளாலும் இவை பரிசீலிக்கப்படுகின்றன. இதுவும் ஒரு பரந்த வரையறையாகவே உள்ளது. காரணம், பல்வேறு நிறுவனங்களில் பயிலப்படும் இறையியலை இங்கு

தழுவிக்கொள்ள விழைவதே. பல்வேறு சூழல்களில் இறையியல் பயிலப்படுவது முக்கியமானதும், விவாதங்களுக்கு உட்படுவதும் ஆகும்-இப்போது இதனை நாம் எதிர்கொண்டாக வேண்டும்.

ஒப்புக்கொடுக்கும் இறையியலுக்கும் நடுநிலைச் சமய ஆய்வுகளுக்கும் அப்பால்

நீங்கள் இறையியல் பயிலச் செல்கிறீர்கள் என்றால் பின்வரும் மூன்றுவகை நிறுவனங்களில் ஏதோ ஒன்றிற்குள்ளாகத்தான் இருக்க முடியும். பல வகையான நிறுவனக் கலப்புகளும் தரக் கலப்புகளும் இப்படிப்பில் காணப்பட்டாலும், எளிமை கருதி இத்துறையில் காணப்படும் மூன்று அடிப்படை அணுகுமுறை களை மட்டும் விவரிக்கிறேன்.

முதலில், குறிப்பிட்ட ஒரு திருச்சபை அல்லது சமயப் பாரம் பரியங்களுடன் தன்னை அடையாளப்படுத்திக் கொண்டுள்ள ஒரு நிறுவனமாக அது இருக்கலாம். அங்கு கற்பிக்கப்படும் இறையியல் 'ஒப்புக்கொடுக்கும்' இறையியல்-அதாவது தன்னை முன்வைக்கும் திருச்சபை அல்லது வேறொரு அமைப்புக்கு அது தன்னை ஒப்புக்கொடுத்துள்ளது.

இரண்டாவதாக, நீங்கள் ஒரு பல்கலைக்கழகத்தின் அல்லது கல்லூரியின் 'சமயக்கல்வி'த் துறைக்குச் செல்லலாம். அங்கு பல்வேறு கல்வித்துறைகள் வாயிலாகப் பல்வேறு சமயங் களைக் கற்பிப்பார்கள். பல்வேறு சமயங்கள் சார்ந்த வாழ்க்கை முறையின் வரலாறு, நிகழ்வியல் (phenomenology) ஆகியவற்றின் ஒரு பகுதியாக இறையியல் அங்கு இடம்பெறும். இங்கு சமயச் சிந்தனை, நடைமுறை ஆகியவற்றின் அர்த்தம், பகுப்பாய்வு, இவற்றிற்கு இடையிலுள்ள தொடர்பு, ஆகியவை, எவ்விதம் தங்கள் சூழல்களோடு தொடர்புபடுகின்றன என்பது பற்றியே கவனம் குவிக்கப்படும். ஆனால் ஒரு குறிப்பிட்டவகை இறையியலின் உண்மை பற்றிக் கேள்விகளை அழுத்தமாக எழுப்பவோ, ஆக்க இறையியலின் உருவாக்கத்திற்கோ உங்களை வழக்கமாக ஊக்குவிக்கமாட்டார்கள்.

மூன்றாவதாக, நீங்கள் 'இறையியலும் சமயக்கல்வியும்' பற்றிய ஒரு பாடத்தைக் கற்பவர் ஆகலாம். இதில், பல்வேறு சமயப் பாரம்பரியங்களைப் பல்வேறு துறைகள் வாயிலாக

நோக்குகின்ற வாய்ப்பும், உண்மை, அழகு, நடைமுறை பற்றிய வினாக்களுக்கு ஆக்க முறை, விளக்க முறை, விமரிசன முறை ஆகியவற்றால் விடைதேடும் வாய்ப்பும் கிடைக்கும்.

ஐரோப்பா, வடஅமெரிக்கா, பிற நாடுகள் ஆகியவற்றில் பல்கலைக்கழகங்களிலும் கல்லூரிகளிலும் சிறந்த நடைமுறை எடுத்துக்காட்டுகளைத் தேடினால், அவற்றில் இறையியலையும் சமயக்கல்வியையும் இணைத்துக் கற்பிக்கும் நிறுவனங்களே முன்னால் வருகின்றன. இன்னும் சொன்னால், இரண்டையும் எளிய முறையில் வேறுபடுத்துவதை மறுக்கின்றவையே சிறந்த நிறுவனங்கள். சமயக்கல்வி நிறுவனங்களில் சிறப்பானவை, ஒரு கல்வியாளன் நடுநிலையோடு எங்கும் இருந்துவிட முடியாது என்பதையே வலியுறுத்துகின்றன. சமயம் பற்றிய கல்விசார் படிப்புகளில் உண்மை, நடைமுறை தொடர்பான கேள்விகளை ஒரு குறிப்பிட்டஎல்லைக்கு அப்பால் விவாதிக்க முடியாது எனக் கோடு கிழிப்பதும் தன்னிச்சையானது என அந்நிறுவனத் தினர் கருதுகின்றனர். இதை ஒப்புக்கொண்டால், ஆக்க, நடைமுறை இறையியல்களுக்கு இட்டுச்செல்லும் அறிவுசான்ற நம்பிக்கைக்கு சமயக் கல்வித்துறை இடமளிக்க வேண்டும். பொருளியல் வரலாறு, பொருள் அளவையியல், பொருளாதாரம் பற்றிப் பலவழிகளில் விவரித்தல், பகுத்தாராய்தல், கொள்கைப் படுத்தல் இவற்றைத் தாண்டிச் செல்லாத ஒரு பொருளாதாரத் துறை, நிகழ்காலத்திலும் எதிர்காலத்திலும் எப்படி நடை முறைப் பொருளாதாரங்கள் வடிவமைக்கப்படுகின்றன என்பதில் அக்கறைகாட்ட வேண்டும் என்று நினைப்பதைப் போல இது இருக்கிறது. இப்படிப்பட்ட அக்கறை, ஆக்கபூர்வமான கோட்பாடுகள், எப்படிப்பட்ட பொருளாதாரம் சிறப்பானது என்பது பற்றிய கண்ணோட்டங்கள்-சமூக மற்றும் அரசியல் கொள்கைகள், முழு அளவிலான உலகப் பார்வைகள் ஆகிய வற்றைக் கொள்ள வேண்டும்.

சிறந்த இறையியல் கல்வி மையங்களில் இதற்கு வலு வூட்டும் இயக்கமொன்று எதிர்த் திசையில் செயல்படுவதைப் பார்க்கலாம். கடவுள் யதார்த்தத்தின் மொத்த முழுமையோடும் தொடர்புகொண்டவர் என்றால், சமயக்கல்வி சார்ந்த துறை களில் மட்டுமல்லாமல்,பொருளாதாரம், மருத்துவம், இயற்கை அறிவியல்கள், சட்டம் போன்ற பல்வேறு துறைகளோடும் நாம்

அக்கறை கொள்ள வேண்டும் என அக்கல்வியாளர் கருதுகின்றனர். எனவே இறையியலில் எழுப்பப்படும் அழகு, உண்மை, நடைமுறை சார்ந்த கேள்விகள் பல்வேறு துறைகளின் ஆய்வு களிலிருந்தும் செழுமைப்படுத்தப்பட வேண்டும்.

அதாவது 'ஒப்புக்கொடுக்கும்' இறையியல், 'நடுநிலை' இறையியல் ஆகியவற்றிற்கு அப்பால் ஒரு மாற்று ஏற்பாட்டை நோக்கி நாம் நகர வேண்டும் என்பதே இதன் அர்த்தம். இதனால் இந்தக் களம் சமச்சீர்மை பெற்றுவிட்டது என நினைக்கலாகாது. மாறாக, வெவ்வேறு நிறுவனங்கள் இந்த எளிய இருமையால் அன்றிப் பிறவேறு வழிகளாலும் வித்தியாசப்படுத்திப் பார்க்கப் படுகின்றன. அப்படியானால், அடுத்த மையமான கேள்வி: எது இவற்றை வேறுபடுத்துகிறது?

இறையியலும் சமயக் கல்வியும்: நோக்கங்களும் பொறுப்புகளும்

அவ்வவற்றின் முக்கிய நோக்கங்களைப் பொருத்தே வெவ்வேறு நிறுவனங்களுக்கிடையிலான வெளிப்படையான வேறுபாடு அமைகிறது. ஒரு குருமடத்திற்கு அல்லது கிறித்துவத் திருச் சபை சார்ந்த நிறுவனத்திற்குச் சென்றால், ஒரு சமயகுரு என்ற முறையிலோ சாமானிய மனிதன் என்ற முறையிலோ, ஒரு கிறித்துவனாகத் திருச்சபையில் பங்கேற்பதற்கான கல்வியும் பயிற்சியும் அதன் முக்கிய நோக்கமாக இருக்க வேண்டும் என்று நாம் எதிர்பார்க்கிறோம். ஆனால் ஒரு பல்கலைக்கழகத் துறையின் முக்கிய நோக்கம் பல்வேறு சமயப் பாரம்பரியங்களோடு தொடர்புள்ள கல்வியே. அதேவேளை இறையியலும் சமயக் கல்வியும் ஒன்றுடன் ஒன்று இணைந்தே செல்ல வேண்டும் என்று நான் வாதித்துவந்திருக்கிறேன். அப்படியானால், இவற்றின் ஒப்புமைகளையும் வேற்றுமைகளையும் எப்படிச் சிறப்பாக வெளிப்படுத்த இயலும்?

இதற்காக, இருதுறைகளுமே பகிர்ந்துகொள்ளும், ஆனால் இரண்டிலும் வெவ்வேறு விதமாகச் சமநிலைப்படுத்தப் படும் 'பொறுப்புச்சூழல்' என்ற கருத்தை நான் முன்வைக்க விரும்புகிறேன். 'பொறுப்பு' தொடர்பான மூன்று வெவ்வேறு விதப் போக்குகளைக் காணலாம்.

ஒன்று உலகளாவிய கல்வித்துறைச் சமூகம், அதன் பயில் துறைகள் தொடர்பானது. கல்வி சார்பான நோக்கில் எவ்வளவு நன்றாக இயங்கலாம் என்பதைப் பொறுத்தது இது. இதன் நோக்கம், அர்த்தம், உண்மை தொடர்பான வினாக்களுக்கு நியாயம் செய்வதும், கடப்பாடு, விதிமுறைகள், மதிப்புகள் ஆகியவை தொடர்பான வினாக்களுக்கும் விடை காண முற்படுவதும் ஆகும். கடந்த காலத்திலும் இப்போதும் காணப் படும் சமயத் தொடர்பான நூல்கள், வரலாறு, சட்டங்கள், மரபுகள், நடைமுறைகள், நிறுவனங்கள், சிந்தனைகள், கலைகள், போன்றவற்றை ஆராய்வதை இது உள்ளடக்கியிருக்கிறது. இந்த ஆய்வு நோக்கோடு, இதனை எவ்வளவு சிறப்பாகக் கற்பிக்க முடியுமோ அவ்வளவு சிறப்பாகக் கற்பிப்பதற்கான பொறுப்பும் இணைகிறது.

இரண்டாவது பொறுப்பு, திருச்சபைகள், பிற சமய நிறுவனங்கள் தொடர்பானது. முதல் பொறுப்பை நிறைவேற்று வதிலிருந்து இது பிரிக்க முடியாதது. திருச்சபைகளுக்கும் பிற சமய நிறுவனங்களுக்கும் அவை சார்ந்த பிரச்சினைகளில் உயர்தர ஆய்வுகளும் விவாதங்களும் நிகழ வேண்டும். அவற்றிற்கு நன்கு கல்வி கற்ற, இறையியல் தெரிந்த உறுப்பினர்களும் பிறரும் வேண்டும். பிற கல்விச் சமூகங்களோடு கொண்டுள்ள தொடர்பினால் பயன்பெறும் கல்விச் சமூகங்களே சமயங்கள். அவை தங்கள் சார்பான கல்வி நிறுவனங்களைப் பண்படுத்தவும் வேண்டும். சமயச் சமூகங்கள் கல்வி, பாண்டித்தியம், அறிவுசார் நம்பிக்கை ஆகியவற்றிற்கு எதிர்மறைப் போக்கில் இயங்கும் போதும், அவை பிரதான பிரச்சினைகள், கண்டுபிடிப்புகள், வளர்ச்சிகள் ஆகியவற்றை புத்திபூர்வமாகக் கணக்கில் கொள்ள மறுக்கும் போதும் பேரழிவுகளே விளைந்துள்ளன. அறிவு சான்ற நம்பிக்கை, ஆழமான கல்வி, கற்பனாபூர்வமான விவேகம் ஒருங்கிணையும்போது அசாதாரணமான சாதனைகளும் நிகழ்ந்துள்ளன.

மூன்றாவது பொறுப்பு, கல்விச் சமுதாயமும் சமய நம்பிக்கைச் சமூகமும் புறக்கணித்துச் செல்ல மிகவும் எளிதானது. அது ஒட்டுமொத்த சமூகத்தைப் பற்றியது. அரசியல், சட்டம், பொருளாதாரம், ஊடகங்கள், கல்வி, மருத்துவம், குடும்ப வாழ்க்கை இவற்றைப் பற்றிய பல விவாதங்களுக்கு சமய மற்றும்

இறையியல் அக்கறைகள் மிகவும் அவசியமானவை. ஆனால் இம்மாதிரி விஷயங்களில் உயர்தர இறையியல் அறிவு கொண்ட வர்கள் எங்கே கவனம் செலுத்துகிறார்கள்? கல்வித் துறை களுக்கு ஊடாகவும், நம்பிக்கைச் சமூகத்தினருக்குள்ளும், தேசங் களுக்குள்ளும் ஒத்துழைப்பு இல்லாவிட்டால் இவ்விஷயங் களின் சிக்கலான தன்மைக்கு நீதி கிடைக்காது. இப்போது உலக இறையியல் அரங்கத்தில் காணப்படும் மிகப் பெரிய குறை இதுவாகவே உள்ளது.

இதுதான் கல்வித்துறை, நம்பிக்கைச் சமூகங்கள், சமுதா யங்கள் இவற்றைத் தழுவிய 'பொறுப்புச் சூழல்' என்றால், பல்வேறு நிறுவனங்கள் வெவ்வேறான அழுத்தங்களை இதற்குள் கொண்டிருக்கின்றன. இலட்சியபூர்வமாக நோக்கினால் மூன்று பொறுப்புகளையும் எல்லா நிறுவனங்களும் அறிந் தேற்க வேண்டும். ஆனால் அவற்றினூடான சமநிலை பரவலாக வேறுபடக் கூடும். ஒரு குறித்த இடத்தில் சரியான சமநிலையை உருவாக்குவது என்பது ஒரு முழுமையான விவாதத்திற்குரிய விஷயம். இதில் இறையியல் சிந்தனை அத்தியாவசியமான பங்கு வகிக்கிறது. உலகம் முழுவதும் சிறப்பான நடைமுறை களில் காணப்படுவது இதுதான். முக்கியமான பொதுக்கருத்து தெளிவானதுதான்: இறையியலுக்கும் சமயக்கல்விக்கும் இடை யில் முரண் உண்டாக்குவதைவிட, முதன்மையான பொறுப்பு களைச் சுட்டிக்காட்டி இத்துறையின் பல்வேறு வடிவாக்கங்களை வேறுபடுத்திக் காட்டுவதே சிறப்பானது என்பதுதான் அது.

இறையியல் எப்போது பிற துறைகளிலிருந்தும், நம்பிக்கைச் சமூகங்கள், பொது வாழ்க்கையின் முக்கியச் செய்திகள் பற்றிய விவாதங்கள் ஆகியவற்றிலிருந்தும் தானும் கற்று அவற்றிற்கு தன் கொடையை அளிக்கிறதோ, அப்போதுதான் இறையியல் நன்கு செழித்து வளர்கிறது என்பதை இந்நூலின் மீதிப்பகுதி களில் அடிப்படைக் கருத்தாக மேற்கொள்வேன்.

கிறித்துவ இறையியலின் வகைகள்

கிறித்துவ இறையியலை அதன் வெவ்வேறு பின்னணிகளில் வைத்து நோக்கும்போது கிடைக்கும் சித்திரங்கள் வேறுபடுவதில் வியப்பில்லை. குறிப்பிட்ட தலைப்புகளில் பார்ப்பதற்கு

முன்னதாக எளிதாக நமது வழியைக் கண்டுகொள்ள இக்களத்தின் ஒரு வரைபடத்தை வரைந்து காட்டுவேன். கிறித்துவ இறையியலைப் பற்றிச் சிந்திக்க நான் சொல்லும் வழி (நான் சொல்வதில் பெரும்பகுதி பிற சமயங்களின் இறையியல் களுக்கும் நன்கு பொருந்தக் கூடியதே) அதன் பன்முகத் தன்மையைப் புரிந்துகொள்ள ஊடகங்களும் பிறரும் வழங்கி யுள்ள அடையாளச் சீட்டுகளைவிட நன்கு உதவும்.

மிகவும் பொதுவான அடையாளச்சீட்டுகள் (பெயர்கள்) அரசியல் வாயிலாகப் பெறப்பட்டவை. பழமைவாத இறை யியல், தாராளவாத இறையியல், தீவிரவாத இறையியல் போன்றவை. இச்சொற்களின் ஆதாயம் என்னவென்றால், கிறித்துவ இறையியலின் ஒரு மையப் பிரச்சினையை இவை எடுத்துக் காட்டுகின்றன: எவ்விதம் கடந்தகாலம் நிகழ்காலத் துடனும் எதிர்காலத்துடனும் தொடர்புறுத்தப்படுகிறது என்பது. நீங்கள் ஒரு பழமைவாதி என்றால் பழமையின் ஏதோ ஒரு வடிவத்தை நீங்கள் பாதுகாக்க விரும்புகிறீர்கள் என்றும் நிகழ் கால மாற்றங்களை எதிர்க்கிறீர்கள் என்பதும் அர்த்தமாகிறது. தாராளவாதி என்றால் நீங்கள் கடந்தகால அதிகாரத்திற்கு அதிக முக்கியத்துவம் தரவில்லை என்றும், நவீனத் தேவைகளுக் கேற்ப மாறிக்கொள்ளும் திறந்த மனத்தோடு இருக்கிறீர்கள் என்றும் பொருளாகும். இங்கு இறையியல் முறையீடு, கடவுளின் சுதந்திரம், கடவுள் தரும் சுதந்திரம் இவற்றிற்கே. தீவிரவாதி என்றால், நேராக இயேசுவுக்கோ அல்லது தொடக்ககாலத் திருச்சபைகளுக்கோ-அதாவது கிறித்துவத்தின் வேர்களுக்கு முறையிட்டு, அடிப்படையான மாற்றங்களுக்கு நீங்கள் தயாராக இருக்கிறீர்கள் என்று பொருள்.

பழமைவாதி, தாராளவாதி அல்லது தீவிரவாதி எனப் பெயரிடுவதில் ஒரு சிக்கல் என்ன என்றால் உண்மையிலே மிக வேறுபட்ட இறையியல்களை இவை ஒன்றுசேர்த்து விடு கின்றன. இறையியலாளர்கள் கடந்தகாலத்துடன் நிகழ்காலத்தை வெவ்வேறு விதமாகத் தொடர்புபடுத்தும்போது கிடைக்கும் இறையியலின் வகைகளை அடையாளப்படுத்த நமக்கு வேறு நல்ல வழிமுறை வேண்டும். அமெரிக்க இறையியலாளர் ஹான்ஸ் ஃபிரே (Hans Frei) இயேசு கிறிஸ்துவை ஆங்கிலச் சிந்தனையிலும் ஜெர்மானியச் சிந்தனையிலும் பதினெட்டாம்

நூற்றாண்டு முதல் எப்படிக் காட்டியிருக்கிறார்கள் என்று எழுத முற்பட்டபோது, அவ்வக்கால இறையியல்களின் விவரிப்புகள் போதாமையினால் அவர் தொடர்ந்து அவ்வப்போது விரக்திக்கு ஆட்பட்டார். அந்த விவரிப்புகள் நுட்பமற்றவையாகவும், முக்கியமான வேறுபாடுகளைச் சுட்டிக்காட்டும் திறனற்றவை யாகவும் இருந்தன. ஆகவே அவர் வேறுவிதத்தில் நன்றாகச் செய்ய வேண்டும் என்று தீர்மானித்து, எனது பார்வையில் யாவருக்கும் மிக உதவக் கூடியது எனக் கருதக்கூடிய கிறித்துவ வகைகளைக் கண்டறிந்தார் (Hans Frei, Types of Christian Theology). இறையியலுக்கும் சமயக் கல்விக்கும் இடையிலான பிளவை நீக்க வேண்டும் என்பதும் அவரது அக்கறையாக இருந்தது. இந்த இயலில் ஏற்கெனவே சொல்லப்பட்ட நிறுவன வடிவமைப்பு தொடர்பான முடிவுகளுடன் அவரது வகைமைப் படம் மிகச் சரியாகப் பொருந்துகிறது.

ஐந்து வகைகள், இரண்டு துருவங்கள்

இறையியலில் ஐந்து வகைகள் உண்டு என்பது ஃபிரேயின் அடிப்படைக் கருத்து. இரண்டுதுருவங்களையும் இடையில் மூன்று புள்ளிகளையும் உடைய ஒரு கோட்டினைக் கற்பனை செய்யுங்கள். இக்கோட்டின் இரு எதிர்முனைகளும் நவீனத்துவ அல்லது பின்நவீனத்துவ நிலையுடன் கிறித்துவம் தொடர்புபடும் எதிரெதிரான வழிமுறைகளைக் காட்டுகின்றன.

ஒரு துருவம் – வகை *1* – ஏதோ ஒரு நிகழ்காலத் தத்துவம், உலகப்பார்வை அல்லது நடைமுறைச் செயற்பட்டியலுக்கு முழு முக்கியத்துவம் அளிக்கிறது. எடுத்துக்காட்டாக, நீங்கள் ஒரு நாத்திகப் பொருள்முதல்வாதி என வைத்துக் கொள்வோம். நீங்கள், பொருள் ஒன்றே இறுதியான யதார்த்தம் என்று நம்பு கிறீர்கள். அதிலிருந்தே எல்லாவற்றையும் விளக்கி விடலாம் என்றும், இந்தப் 'பொருண்மையுலகம்' ஒரு காட்டுத்தனமான உண்மை எனவும் கருதுகிறீர்கள்.

அவ்வாறாயின் கிறித்துவ இறையியல் பற்றி உங்களுக்குப் பெரும் சந்தேகம் இருக்கும். உங்கள் உலகப் பார்வையே அதைவிட நம்பகமானது என்பதில் நிச்சயமாக இருப்பீர்கள், இறையியல் தொடர்பான எந்த விவாதத்திலும் உங்கள் உலகப்

பார்வையைக் கொண்டே மதிப்பிடுவீர்கள். வரலாறு, மரபியல், உளவியல், பொருளாதாரம், சமூகவியல், தத்துவம் போன்ற வற்றிலிருந்து சமயம், கிறித்துவம் போன்றவற்றைப் பற்றிய பல்வேறு 'விளக்கங்களை' அறிந்து பயன்படுத்துவீர்கள். இந்தத் துறைகளையும் பொருளடிப்படை சாராத வழிகளிலே (non-materialistic ways) புரிந்துகொள்ள இயலும் என்றாலும், நீங்கள் பொருளடிப்படையிலான, நாத்திக வழிகளிலேயே இவற்றை விளக்க முற்படுவீர்கள். ஆகவே இறையியல் கூற்றுகளை உங்கள் அறிவுச் சட்டகத்திற்குள் பொருந்தும் தன்மையை வைத்தே மதிப்பிடுவீர்கள்-அவை பெரும்பாலும் பொருந்துவனவாக இருப்பதில்லை.

ஒருவேளை மக்கள், சுற்றுச்சூழல் இவற்றின் மீது மரியாதை கொண்ட ஓர் அறம், ஒரு பெண்ணிய நோக்கு, மானிட மகிழ்ச்சியை மேம்படுத்துவதற்கான ஓர் அக்கறை – ஏதோ ஒரு வகையான அறவியல் சார்ந்தது உங்கள் அடிப்படையான ஈடுபாடு என்று கொள்வோம். பிற அடிப்படைகளால் இவை சிறந்தவை என மதிப்பிட்டிருக்கிறீர்கள். கிறித்துவ இறை யியலில் நீங்கள் ஈடுபடும்போது இவை உங்கள் மதிப்பீடு களைப் பாதிக்கின்றன. நாத்திகப் பொருள்முதல்வாதி போல் அன்றி, நீங்கள் ஏற்றுக்கொள்ளக் கூடிய பல விஷயங்களை நீங்கள் இங்கு காணலாம் – ஏனெனில் மேற்கண்ட ஒவ்வொரு அறவியல் நோக்கினுள்ளும் கிறித்துவப் பார்வை சார்ந்த போக்குகளும் இருக்கின்றன. ஆயினும் இங்கும் நீங்கள் கிறித்துவ இறையியல் விவாதத்தில் ஈடுபடவில்லை: நீங்கள் ஏற்கெனவே உங்கள் மனத்தில் ஒரு நிலைப்பாட்டை எடுத்துவிட்டீர்கள். உங்கள் சட்டகத்திற்குள் பொருந்துகின்ற கிறித்துவக் கோட்பாட்டின் சில சிறு பகுதிகளை மட்டுமே ஏற்றுக்கொள்கிறீர்கள்.

உண்மை அல்லது அறத்துக்கான எந்த ஓர் அணுகுமுறையும் நான் மேலே விவரித்த எந்த ஒரு வழிமுறைக்குள்ளும் அடங்காது என்றும் ஒருவேளை நீங்கள் உறுதியாக நம்பலாம். ஏனெனில் உங்கள் உலகப்பார்வை மனத்தால் புரிந்துகொள்வது அல்லது விருப்புறுதியுடன் இயங்குவது பற்றியது மட்டுமான தல்ல. என்னென்ன சாத்தியப்பாடுகள் உள்ளன என்பதைக் கற்பனாசக்தியோடு புனைந்து பார்ப்பதாகும். பொருள்முதல்

வாதியைப் போலப் புறவயமான உண்மை இதுதான் என்றோ உங்கள் நடத்தைக்கான தெளிவான அறவிதிகள் இவைதான் என்றோ நீங்கள் அறுதியிடுவதில்லை. மாறாக, பலவித சாத்தியப் பாடுகளோடு நீங்கள் விளையாடுகிறீர்கள். வாழ்க்கையின் சந்தோஷமான வகைமாதிரி எனப் பொருள்தரக் கூடிய ஒன்றை நீங்கள் தேடுகிறீர்கள். உங்கள் தேர்வுகளுக்குக் காரணங்கள் கூறுவது இயலாது – வாழ்க்கை புறஅளவுகோல்கள் அற்ற ஒரு கலைப்படைப்பு போன்றது. நீங்கள் வாழ்க்கையின் பலவித பாணிகளோடும் தேர்வுகளோடும் சோதனை செய்து பார்க்கிறீர்கள். இம்மாதிரிக் கற்பனாரீதியான வாழ்க்கைப் பாணிகளின் சாத்தியப்பாடுகளுக்குக் கிறித்துவம் ஒரு மூலமாக அமையக் கூடும், ஆனால் அவை உங்கள் கலாரீதியான மதிப்பீடு களை மகிழ்விக்க வேண்டும்.

நாம் பார்த்தவற்றில் – வகை 1 – ஒரு துருவத்தைச் சேர்ந்தது. முன்பே ஒரு குறிப்பிட்ட நிலைப்பாடு எடுத்துவிட்ட மனத்தின் (அல்லது விருப்புறுதியின் அல்லது கற்பனையின்) வாயிலாகக் கிறித்துவ இறையியலை அணுகுவதோடு, தனது சட்டகத்திற்குள் எங்கெங்கு பொருந்துகிறதோ அங்கு மட்டுமே அதனைப் பயன்படுத்துகிறது. இருப்பினும் இந்த வகை நமது பண்பாட்டில் கிறித்துவ இறையியல் (அல்லது பிற இறையியல்) சார்ந்த ஒரு பொது மனப்பான்மையைக் காட்டுகிறது: அதாவது அது வழக்கொழிந்துவிட்ட ஒன்று, உண்மையற்றது, ஒழுக்கத் திற்கு மாறானது, அல்லது கற்பனையைக் கட்டுப்படுத்தக் கூடியது என்கிறோம். நமது சட்டகத்துக்குள் அது பொருந்தி வரும்போது மட்டும் அதை ஏற்றுக்கொண்டு, ஆனால் அதனுடன் எந்தவித தீவிர உரையாடல் நடத்தவோ அதற்கு நடைமுறைச் செல்வாக்கு ஏதும் அளிக்கவோ மறுக்கிறோம். இந்நோக்கு பெரும்பாலும் இறையியலின் சிறந்த பகுதிகளை அறியாமல் விட்டுவிடுகிறது, அல்லது கிறித்துவத்தில் நகைப்புக்குரிய விஷயங்களை மட்டும் ஆராய்ச்சிக்கு எடுத்துக்கொள்கிறது. ஒருவேளை கிறித்துவத்தின் சிறப்பான பகுதிகளை அறிந்த போதும், அது சென்ற இயலில் குறிப்பிட்ட நவீனநிலையின் 'உயர்வு மனப்பான்மை' என்பதையே அவ்வப்போது வெளிப் படுத்துகிறது.

இன்னொரு துருவம், வகை 5. புனித நூல்களின் உலகப் பார்வையை, செவ்விய இறையியலை, அல்லது கிறித்துவத்தின் மரபான ஒரு சிந்தனைப் பாணியை அப்படியே திரும்பக் கூறி, எல்லா யதார்த்தத்தையும் அவற்றிற்குள் பொருத்த விழைவது. இங்கு சமகாலச் சிந்தனைச் சட்டகங்களையும் உலகப் பார்வைகளையும் அடியோடு புறக்கணிக்கும் தன்மையைக் காண்கிறோம். வகை 1இல் உரையாடல் தடைப்படக் காரணம், தனது புறச்சட்டகத்தின் உயர்வுத்தன்மையில் அது உறுதியாக இருப்பது. வகை 5இல் உரையாடல் தடைப்படக் காரணம், ஏதோ ஒரு வகையான கிறித்துவ உள்சிந்தனைச் சட்டகமே போதுமானது என்று கருதுவதுதான். ஒருவேளை நீங்கள் பைபிள் தெளிவானது, தவறற்றது, எல்லாக் காலங்களுக்கும் இடங்களுக்கும் பொருந்தக்கூடிய இறைத் தன்மை பொருந்திய இறைவாக்கு, நீங்கள் (அல்லது உங்கள் திருச்சபை) அதன் அர்த்தத்தைச் சரியாகப் புரிந்துகொண்டவர் என்று நம்பும் கிறித்துவர் எனக் கொள்வோம். அப்புறம், வேறென்ன இருக்கிறது? நீங்கள் அதை நம்பி அப்படியே வாழ்க்கை நடத்தவேண்டியதுதான்: வேறுவித விசாரணைகளில் ஈடுபடுவது சந்தேகம், குழப்பம், அல்லது திசைதிருப்பலுக்கு உங்களை இட்டுச்செல்லும். உங்களோடு மாறுபடக் கூடியவர்கள், உங்களை 'அடிப்படைவாதி' என முத்திரை குத்துவார்கள், ஆனால் நீங்கள் அதை ஏற்றுக்கொள்கிறீர்கள், அவர்களுக்கு வேறு 'அடிப்படைகள்' இருக்கின்றன, உங்கள் அடிப்படைகளில் நீங்கள் சந்தோஷமாக இருக்கிறீர்கள் என நினைக்கிறீர்கள். (இந்தச் சித்திரத்திற்குள் பெரும்பாலான கிறித்துவ அடிப்படைவாதிகள் முழுதும் பொருந்தி விடுவதில்லை என்பது கவனிக்கப்பட வேண்டியது – எடுத்துக்காட்டாக, அவர்கள், அறிவியல் அடிப்படையிலான 'படைப்புவாதம்' பற்றி விவாதத்தில் ஈடுபடுவதைக் காணலாம்).

வகை 5இல் இன்று இன்னும் சிக்கலான, புதிய வடிவங்கள் உள்ளன. அவற்றுள் பொதுவான ஒன்று, தத்துவஞானி லுட்விக் விட்ஜென்ஸ்டீனின் 'மொழி விளையாட்டுகள்' என்ற சிந்தனையுடன் (ஒருவாறு சந்தேகத்திற்குரிய முறையில்) இணைத்துப் பார்ப்பது. நாம் அனைவரும் சிக்கலான 'மொழிகளில்' ஈடுபடுத்தப்பட்டுள்ளோம், அவற்றின் வாயிலாகத்தான் நமது புரிந்துகொள்ளல், நடத்தை, கற்பனை யாவுமே வடிவமைக்கப்

படுகின்றன என்று அது சொல்கிறது. கிறித்துவமும் அவ்வாறான மொழி விளையாட்டுகளில் ஒன்று. அதற்கென ஒரு முழுமை அதற்குள் அமைந்து உள்ளது. எவ்வாறு சதுரங்க விளை யாட்டின் விதிகளை டென்னிஸ் விளையாட்டிற்குப் பொருத்த முடியாதோ அவ்வாறே பிற விளையாட்டுகளின் விதிகளைக் கொண்டு கிறித்துவத்தை நீங்கள் மதிப்பிட முடியாது. எனவே பிற மொழி விளையாட்டுகளாகிய நாத்திகப் பொருள்முதல் வாதம், இஸ்லாம் அல்லது மதச்சார்பற்ற பெண்ணியம் போன்ற வற்றினால் கிறித்துவத்தைப் போதிய அளவு விளக்கவோ புரிந்துகொள்ளவோ முடியாது. இறையியலின் கடமை என்ன வென்றால், கிறித்துவம் எந்த மாதிரி விளையாட்டு என்பதைத் தெளிவுபடுத்தி, அதற்குள் வாழ்வதன் விளைவுகளை வருவித்துத் தருவதாகும். கிறித்துவ நம்பிக்கையைப் பிற தர்க்கங்களை வைத்து நியாயப்படுத்த முயல்வது அர்த்தமற்றது – அது விளையாட்டு விதிகளை மாற்றிப் போடுவதாகும்.

இந்த இரு எல்லைகளும் – வகை 5, வகை 1 – ஒரு விதத்தில் ஒரேமாதிரி இருப்பதைக் காண்கிறோம். இரண்டுமே ஏதோ ஒரு குறித்த சிந்தனைச் சட்டகத்திற்குள் (கிறித்துவமோ, கிறித்துவம் அல்லாததோ) எல்லாவற்றையும் பொருத்திப் பார்ப்பதையும், அதனால் தம் எல்லைகளைத் தாண்டிப் பிற சட்டகங்களுடன் உரையாடலைத் தவிர்த்து விடுவதையும் காண்கிறோம். நீங்கள் இந்த இருவகைச் சிந்தனைக் குழுக்களில் ஒன்றில் உள்ள வராயிருந்தால் கல்விசார் இறையியல் துறையில் நிகழும் – இந்நூலில் கூறப்படும் பெரும்பாலான விஷயங்களை உங்களால் ஏற்றுக்கொள்ள முடியாது. ஆனால் சக மனிதர்கள் என்ன விதமான விஷயங்களை முக்கியமாகக் கருதுகிறார்கள் என்பதில் உங்களுக்கு ஆர்வமிருந்தால் நீங்கள் தொடர்ந்து இதை வாசிக்க முடியும். வகை 1 அல்லது வகை 5இல் ஈடுபாடற்றவர்களும் அவற்றைத் தீவிரமாகக் கொண்டே நோக்க வேண்டும் – அந்த இரு துருவங்களில்தான் மில்லியன் கணக்கான மக்கள் குவிந்திருக்கிறார்கள் என்பதால் மட்டுமல்ல, அவை பிற தேர்வுகளின் விஷயங்களைக் கூரிய விவாதத்திற்குட் படுத்தும் கேள்விகளை எழுப்பிய வண்ணமே இருக்கின்றன என்பதனாலும்தான்.

கல்விசார் இறையியலின் மையத்தில் மூன்று வகைகள்

மேற்கண்ட இருமுனைகளுக்கும் இடையில்தான் கல்விசார் இறையியலின் மைய நீரோட்டத்தை வடிவமைக்கும் மூன்று வகைகள் உள்ளன.

வகை 2 பிற புறச்சட்டகங்களைத் தீவிர கவனத்திற்கு உட்படுத்த வேண்டும் என்று விரும்புகிற அதேவேளையில் கிறித்துவ இறையியலின் தனித்த கூறுகளோடும் ஈடுபட விரும்புகிறது. வெளித் தத்துவங்கள், உலகப் பார்வைகளில் சில, கிறித்துவ நம்பிக்கையோடு பிறவற்றைவிட அதிகமாக ஒத்துவருகின்றன. ஏன் இவற்றுள் ஒன்றைத் தேர்ந்தெடுத்துக் கிறித்துவச் சிந்தனைக்குப் பொருத்திப் பார்த்து, இன்றும் எப்படி நம்பிக்கை அர்த்தமுள்ளதாகவும் பொருத்தமான தாகவும் இருக்கிறது என்பதை விளக்கக் கூடாது? புதிய ஏற்பாட்டில் காணப்படும் மனித இருப்புப் பற்றிய ஆழமான ஆய்வுகளைப் போன்ற விளக்கத்தையே இருத்தலியத் தத்துவமும் அளிக்கிறது என இருபதாம் நூற்றாண்டின் மிகச் செல்வாக்குப் பெற்ற இறையியலாளர்களுள் ஒருவரும், பைபிள் அறிஞருமான ருடால்ஃப் பல்ட்மன் *(1884-1976)* கண்டுள்ளார்.

நாம் எல்லாவிதமான பாதுகாப்பின்மைகள் மத்தியிலும் வாழ்ந்து கொண்டிருக்கிறோம். நாம் தேர்ந்தெடுக்கும் பாதுகாப்புத் தன்மைகள், நமது நல்ல சாத்தியங்களை எல்லைக்குட்படுத்தி, நம்மைப் பிற மனிதர்களுக்கும் கடவுளுக்கும் தொடர்பின்றிச் செய்துவிடுகின்றன. ஆனால் ஒரு சாத்தியம் இருக்கிறது. தவறான பாதுகாப்பு வடிவங்கள் மீது நம்பிக்கை வைக்கும் கட்டாயம் இன்றி நாம் சுதந்திரமாக்கப்பட வேண்டிக் கடவுள் மீது நம்பிக்கை வைத்தால் வாழ்வு, சாவு இவற்றின் கவலைகள் இருந்தாலும் நாம் நேசிக்க, நம்பிக்கை வைக்க, விசுவாசிக்க முடியும். இம்மாதிரி ஒரு சுதந்திர வாழ்க்கையை அடைய நற்செய்தி நமக்கு உதவும் என பல்ட்மன் கண்டார். இயேசு கிறிஸ்துவின் வழியே கடவுளின் வழி என நாம் விசுவாசம் வைத்து வாழ்வதற்கான சவாலாக நற்செய்தி இருக்கிறது. நாம் இங்கு பாதுகாப்புக்கான நிரூபணத்தைத் தேடக் கூடாது (இம்மாதிரி விஷயங்களில் அது இயலாதது), ஆனால் நம்பிக்கை வைத்து நிச்சயித்தால், நாம் மாறியிருப்பதைக் காண்கிறோம்.

இந்த விசுவாசம் இல்லாமல் கற்பனை செய்ய இயலாத ஓர் இருப்பின் வடிவத்திற்குள் நாம் நுழைந்திருப்பதைக் காண்கிறோம். இதற்கு இணையாக நட்பு அல்லது திருமணத்தைத் தான் கூற முடியும் – நீண்டகாலம் நம்பிக்கை வைக்காமல், ஒரு நல்ல நட்பு என்பதையோ நல்ல திருமணம் என்பதையோ எப்படியிருக்குமென உணர முடியாது.

ஆகவே நற்செய்தி எப்படி இருத்தலிய நோக்கில் பணி புரிகிறது என்று பல்ட்மன் காட்டுகிறார். அவரது இறையியலின் மறுபக்கம் 'புராணநீக்கம்'. புதிய ஏற்பாட்டை எழுதியவர்களும் பின்வந்த கிறித்துவர்களும் தவிர்க்கவியலாது தங்கள் தங்கள் கால உலகப் பார்வைகளைத் தங்கள் நம்பிக்கைகளாக முன் வைத்தனர் என்று அவர் சுட்டிக்காட்டுகிறார். அவர்கள் என்ன உணர்த்த விரும்பினார்கள் என்பதன் இதயத்தை அறிய அவர் இருத்தலியத்தைப் (existentialism) பயன்படுத்துகிறார். அவர்களது உலகப் பார்வையில் தனித்துவமானவற்றை – அல்லது புராணங்களை – அவர்களது தொடர்ந்த செய்திகளிலிருந்து பிரித்துப் பார்க்க இது உதவுகிறது.

ஆகவே நற்செய்தியின் மையமாக எதனைக் காண்கிறாரோ அதனை மறுவிளக்கம் செய்யச் சமகாலச் சிந்தனையைப் பயன்படுத்திவிட்டு, பிறவற்றை விட்டுவிடுவது பல்ட்மனின் செயல் முறையாகும். பிறரும் வேறுவேறு தத்துவங்களையும் நடைமுறைச் செயல்பாடுகளையும் கொண்டு இத்தகைய செயல் முறையைப் பயன்படுத்தியுள்ளனர். சில நேரங்களில், நாம் ஏற்ற தத்துவமோ நடைமுறைச் செயல்பாடோ ஆதிக்கம் கொண்டு, கிறித்துவம் அதற்கு வெறும் எடுத்துக்காட்டாகும் நிலை வரும்போது, பல்ட்மனின் இச்செயல்முறை வகை 1ஐ நெருங்குகிறது. ஆனால் பல்ட்மன் அவ்வாறு கிறித்துவத்தின் மீது இருத்தலியம் ஆதிக்கம் செய்ய விட்டுவிடவில்லை. விசுவாசம், மற்றும் சுதந்திரத்தின் வாயிலாக மனித வாழ்க்கையை மாற்றமுறச் செய்வது நற்செய்தியின் மையம் ஆகும். இருத்தலிய விளக்கத்தின் வாயிலாகவும் இது அர்த்தமுள்ளதாகிறது என்று அவர் காட்டுகிறார்-ஆனால் இதன் விளைவு, நாத்திக இருத்தலியத்தினின்றும் (ஹைடெக்கர் அல்லது ழான்-பால் சார்த்தர் போலன்றி) முற்றிலும் மாறுபட்டுள்ளது.

இருத்தலியம் மாதிரியான ஓர் ஒருங்கிணைக்கும் கருத்துச் சட்டகமின்றி இருக்கும்போது நாம் காண்பதுதான் வகை 3. இவ்வகை, நாம் பார்த்த கோட்டின் சரிமையத்தில் இருக்கிறது – காரணம், எந்த ஒரு தனிச் சிந்தனைச் சட்டகமும் போதியது என அது உரைப்பதில்லை. கிறித்துவ இறையியலை நோக்கு வதற்கு எல்லாவிதத் தத்துவங்களும் உலகப் பார்வைகளும் உதவக் கூடும். கிறித்துவத்தையும் பிற புரிந்துகொள்ளல் வடிவங்களையும் தொடர்புறுத்த எந்த ஓர் ஒழுங்கான வழியும் பயன்படாது. எனவே சிறந்த வரைமுறை என்ன என்றால்: இவற்றிற்கிடையில் உரையாடலை உருவாக்கிவிடுவதேயாகும். இங்குள்ள முக்கியச் சிந்தனை ‘உறவுபடுத்தல்’ என்பது – கிறித்துவ நம்பிக்கையும் நடைமுறைகளும் உருவாக்கும் பிரச்சினை களைப் பிற அணுகுமுறைகள் எவ்விதம் நோக்குகின்றன என்று தொடர்புறுத்துவதே இங்கு நோக்கம். எனவே இருத்தலியம் உதவுகின்ற நெறி, நற்செய்தியின் நம்பிக்கை, விசுவாசம், அன்பு இவற்றோடு தொடர்புறக் கூடும். உங்களிடையே சமநிலை உரையாடல் நிகழும் வரை எது ஒளிதரப் போவது என்பதை நம்மால் அறிய முடியாது. எனவே மனிதக் கவலைகள், பாதுகாப்பின்மை ஆகியவற்றை இருத்தலியம் விளக்கும்போது நற்செய்தியின் விசுவாசம், நம்பிக்கை, அன்பு ஆகியவற்றோடு தொடர்புபடுத்தி உதவக் கூடும். ஆனால் படைப்புச் செய்யும் ஒரு கடவுள் கருத்தாக்கம், நவீன அறிவியல் சிந்தனையோடு எவ்விதம் ஒத்துப்போகிறது, அல்லது திருச்சபையின் இறையியல் – சமூக அறிவியல்கள் இவற்றின் கருத்துப்பரிமாற்றத்தில் எவ்விதம் பொருத்தமற்றதாக அமைகிறது என்பதையெல்லாம் காண்பது பயனற்றது. இவ்வாறே மற்ற சமயங்களும் தத்துவங்களும் நமக்கு உதவக் கூடும் – ஆனால் ஒன்றையே நாம் முழுதும் சார்ந்திருக்கத் தேவையில்லை.

உறவுபடுத்தல் சார்ந்த இறையியலை இருபதாம் நூற்றாண்டில் முக்கியமாக முன்வைத்தவர்களுக்குச் சிறந்த எடுத்துக்காட்டு பால் டில்லிச் (1886-1965). அவர் (நாஜிகளால் வெளியேற்றப் படும் வரை) ஜெர்மனியிலும் அமெரிக்காவிலும் பணிபுரிந்தார். பல்வேறு தத்துவங்கள், சமயங்கள், கலைகள், உளவியல் ஆகிய துறைகளோடும் கலாச்சாரம், அரசியல், வரலாறு போன்றவற்றின் விளக்கங்களோடும் விரிவான இறையியல்சார் உரையாடல்களில்

ஈடுபட்டார். கலாச்சாரத்துடன் விசுவாசத்தை தொடர்புறுத்துவது அவரது முக்கிய அக்கறையாக இருந்தது. இதனைச் செய்வதில், மனித வாழ்க்கை, வரலாறு ஆகியவற்றின் அர்த்தங்கள் பற்றிய அடிப்படையான கேள்விகளுக்கு சமயச் சின்னங்கள் (குறியீடுகள்) எப்படி விடையாக அமைகின்றன என்பதைக் காட்டுவது அவரது முக்கியமான வழிமுறையாகும்.

'குறியீடு' என்பதை அவர் மிகப் பரந்த அடிப்படையில் விளக்கினார்: காட்சியுருக்கள் மட்டுமல்ல, சடங்குகள், கதைகள், புனிதர்கள், இன்னும் சொன்னால் சிந்தனைகள்கூட நாம் அர்த்தம் காண்பதற்கான சக்திவாய்ந்த குறியீடுகளாக இயங்கக் கூடும். எடுத்துக்காட்டாக, நமது வாழ்க்கையை அச்சுறுத்தும் அழிவு சக்திகளை நாம் சந்திக்கும்போது 'கடவுள் என்ற படைப்பாளி (ஆக்க சக்தி)' என்ற குறியீட்டை மையமாக்கு கிறோம். 'கிறிஸ்துவாக இயேசு' என்ற குறியீடு நமது அடிப்படை இருத்தலிலிருந்தும், அண்மையில் உள்ளவர்களிடமிருந்தும் நமக்கு நாமே கொள்ளும் அந்நியப்படலையும் விலகலையும் எடுத்துக்காட்டுகிறது. 'கடவுளின் இராச்சியம்' என்ற குறியீடு வரலாறு பற்றிய கேள்விகளுடன் தொடர்புபடுகிறது, வரலாறு பற்றிய பிற புரிந்துகொள்ளல்களுடன் இறையியலின் புரிந்து கொள்ளலைத் தொடர்புறுத்திப் பரவலான விவாதத்திற்கு வழிவகுக்கிறது. எந்த ஒரு 'நடுவழி'யிலும் ஏற்படுகிறமாதிரி, டில்லிச்சின் விமரிசகர்கள் அவர் அதன் மென்மையான சம நிலையிலிருந்து தவறிவிட்டார் என்கிறார்கள். கலாச்சாரம் மத நம்பிக்கை மீது ஆதிக்கம் கொள்ள வைக்கிறார் என்றோ, மத நம்பிக்கை கலாச்சாரத்தின் மீது ஆதிக்கம் கொள்ள வைக்கிறார் என்றோ விமர்சனம் செய்கிறார்கள்.

வகை 4 கிறித்துவச் சுயவிளக்கத்திற்கு முதன்மை தருவதன் வாயிலாக நெருக்கடியைத் தவிர்க்க முயல்கிறது. வகை 5இன் தீவிரநிலைக்கு அது செல்வதில்லை, ஆனால் கிறித்துவ விசுவாசத்தின் முக்கிய உள்ளடக்கத்தைப் புரிந்துகொள்ள வேறு எந்த அறிவுச்சட்டகமும் வழிவகைகளை நிர்ப்பந்திக்க இயலாது என்று சொல்கிறது. அது 'விசுவாசத்தைத் தேடும் புரிந்துகொள்ளல்' அதாவது, கடவுளுக்கும் நற்செய்திக்கும் பழமையான கிறித்துவ சாட்சியத்தின் முக்கிய விஷயங்களை அடிப்படையாக நம்புதல் ஆகும். ஆனால் பரந்துபட்ட வீச்சுடைய

உரையாடல்களில் இது ஈடுபடுகிறது. வகை 3 அடிப்படையிலே உறுதியற்றது என்று இது நோக்குகிறது. ஏனெனில், உரையாடல்களில் ஈடுபடும்போது நடுநிலையான நிலைப்பாடு என ஒன்று இருக்க இயலாது. எனவே கிறித்துவ நம்பிக்கைக்கு உடன் பட்டோ அல்லது எதிராகவோ ஒரு நிலைப்பாட்டினை எடுத்தே தீரவேண்டும். வகை 4 விசுவாசத்தின் அடிப்படையிலான நிலைப்பாடு தேவை என்கிறது. என்றாலும், அதைத் தொடர்ந்து சோதிக்கவும் பிற நிலைப்பாடுகளுடன் தொடர்புபடுத்திப் பார்க்கவுமான ஒரு தேவை இருக்கிறது. இந்நிலைப்பாட்டின் கவர்ச்சிக்கு ஒரு முக்கியக் காரணம், கிறித்துவ சமயம் என்பது ஒரு அறிவார்ந்த நிலைப்பாடு மட்டுமன்று, உலக முழுவதும் பல நூற்றாண்டுகளாகப் பரவியிருக்கும் ஒரு சமூக வாழ்க்கை நெறி என்பதை உணர்ந்திருப்பதாகும். நீங்கள் இச்சமூகத்தைச் சேர்ந்தவராயின் நீங்கள் நடுநிலையாளர் என பாவனை செய்ய இயலாது, இருப்பினும் எங்கு உண்மை கிடைத்தாலும் அதைத் தேடவே நீங்கள் முற்படுவீர்கள். அவ்வாறு தேடுவதில் வகை 4 ஒருவழியாகிறது. கிறித்துவப் புரிந்து கொள்ளல் எப்படிப்பட்ட தொரு அறிவார்ந்த நடவடிக்கை எனத் தெரிந்து கொள்ளவும், அங்கு உடன்பட அல்லது மறுக்க என்ன இருக்கிறது எனத் தெளிவுபெறவும் விரும்புவதால் நீங்கள் கிறித்துவராக இல்லாவிட்டாலும் வகை 4ஐ உயர்வாகவே மதிப்பீர்கள்.

வகை 4 போன்றதொரு அணுகுமுறையைக் கடைப்பிடித்தவர்களில் ஒருவர் ஸ்விஸ் நாட்டு இறையியலாளராகிய கார்ல் பார்த் (1886-1968) என்பார். முதல் உலகப் போரின் (1914-18) தாக்கத்தினாலும், பின்னர் ஹிட்லரையும் நாஜிகளையும் எதிர்த்ததாலும் மேற்கு நாடுகளின் கலாச்சாரம், அரசியல், நாகரிகம் இவற்றுடனான ஒட்டுறவினால் எப்படிப் பல விஷயங்களைக் கிறித்துவ சமயம் சமரசம் செய்துகொள்கிறது எனக் கவலைப் பட்டவர் அவர். பேரரசுகளுக்கும், இராணுவங்களுக்கும், கிறித்துவச் சிந்தனைகளுக்குத் தத்துவக் கட்டமைப்பில் உண்மை யிலே எதிரானதாக இருந்த கருத்தியல் அமைப்புகளுக்கும் பணி யாளர்களாகக் கிறித்துவத் திருச்சபைகள் இயங்கிய விதத்தினை அவர் விமரிசனம் செய்தார். இந்த விமரிசனத்திற்கு ஏற்பட்ட சவால், அந்தக் 'கிறித்துவச் சிந்தனைகள்' என்ன என்பதை விளக்கிச் சொல்ல அவரை இட்டுச்சென்றது. இந்தச் சவாலை

ஏற்றுக்கொண்டு அவர் அறுபது லட்சம் வார்த்தைகளைக் கொண்ட 'திருச்சபைக் கொள்கை விளக்கம்' என்ற நூலை எழுதினார். இயேசு கிறிஸ்துவின் கடவுளை மையமாகக் கொண்டதொரு யதார்த்தப் புரிந்துகொள்ளலை எப்படி உருவாக்குவது என்பதை ஆய்வு செய்தார். கடவுள், படைப்பு, மனிதன், பாவம், இயேசு கிறிஸ்து, மீட்பு (நியாயப்படுத்தல், புனிதப்படுத்தல், திருப்பணி) தூய ஆவி, திருச்சபை, ஒழுக்கவியல், கடவுளின் இராச்சியம் ஆகிய முக்கிய கிறித்துவக் கொள்கைப் பகுதிகளை அவர் விளக்குகிறார். அவற்றை விவரிக்கும்போது கடந்தகால, நிகழ்கால நிலைப்பாடுகள் பலவற்றுடனும், மரபுகளுடனும், சிந்தனையாளர்களுடனும் அவர் டஜன்கணக்கான விவாதங் களில் ஈடுபடுகிறார். ஆனால் அவருடைய முக்கிய ஈடுபாடு, புனிதநூல் மற்றும் கிறித்துவப் பாரம்பரியத்தின் வழியில், மேற்கண்ட முக்கியக் கொள்கைகளின் வளமான, சோதித்தறியப் பட்ட, ஓர் 'ஏற்கத் தக்க' இறையியல் எப்படியிருக்கும் என்று காட்டுவதே ஆகும்.

வகைகளுக்கு அப்பால்: கார்ல் ரானர்

எந்த ஒரு சிக்கலான, நுணுக்கமான சிந்தனையாளரையும் ஒரு தனித்த வகைக்குள் முற்றிலும் அடக்கிவிட முடியாது. இருப்பினும் எடுத்துக்கொண்ட சிந்தனைத் தளத்தைத் துருவி அறிய மேற்கண்ட வகைப்பாடு உதவக் கூடும். மேற்கண்ட ஐந்து வகைகளைப் பற்றிய பொதுவான அம்சங்களைப் பார்த்த பிறகு அவை தமக்குள் சிக்கலான வழிகளில் எப்படிச் செயல் புரிகின்றன என்பதைக் காண வேண்டும். இருபதாம் நூற்றாண்டின் மிகப் பெரிய இறையியலாளர்களுள் ஒருவராகிய கார்ல் ரானர் (1904-84) என்பவரைப் பற்றிய விவரிப்புடன் நான் இந்தப் பகுதியை முடிக்க விழைகிறேன். முதலாம் உலகப் போருக்குப் பிந்தைய ஐரோப்பிய ரோமன் கத்தோலிக்கச் சிந்தனையில் ஏற்பட்ட அறிவார்ந்த விவாதங்களில் மிகவும் ஆழமாக ஈடுபட்ட ஒரு சேசுசபைக் குரு அவர். இருபதாம் நூற்றாண்டின் கிறித்துவ வரலாற்றில் தனிச்சிறப்பானதொரு நிகழ்ச்சியாகக் கருதக் கூடிய இரண்டாவது வாடிகன் சங்கத்திற்கான (1962–5) வழியை ஆயத்தப்படுத்துவதில் முக்கியப் பங்காற்றியவர். பின்னர்

அந்தச் சங்கத்தின் தீர்மானங்களில் செல்வாக்கு மிகுந்த தமது பங்களிப்பைச் செய்தார். இந்நூற்றாண்டில் மிக அதிகமாகப் படிக்கப்படக் கூடிய கத்தோலிக்க இறையியலாளரானார் அவர்.

ரானரின் அறிவார்ந்த வளர்ச்சி, கிறித்துவப் பாரம்பரியத்தில் ஆழமாக மூழ்கி – சிறப்பாக புனித நூல், அகஸ்தீன், திருச்சபையின் ஆரம்ப நூற்றாண்டுகளிலிருந்த கிரேக்க இறையியலாளர்கள், தாமஸ் அக்வினாஸ், அவருடைய சொந்தச் சபை நிறுவனரான இக்னேஷியஸ் லயோலா (1495-1556), வழிபாடு-ஆன்மிகம் தொடர்பான கத்தோலிக்கப் பாரம்பரியங்கள், இவையனைத் திற்கும் மேலாக நவீன சிந்தனையில் – குறிப்பாகத் தத்துவத் துறையில் துணிவான ஈடுபாட்டுடன் இயங்குதல் ஆகியவற்றால் பெறப்பட்டது ஆகும். குறிப்பாகக் காண்ட், ஹெகல் போன்ற தத்துவஞானிகளின் சிந்தனையொளியில் தாமஸ் அக்வினாஸின் தத்துவத்தையும் இறையியலையும் மறுசிந்தனைக்கு உட்படுத்தும் முயற்சிகளின் செல்வாக்கிற்கு அவர் ஆட்பட்டார். மார்ட்டின் ஹைடெக்கருடன் கல்வி பயின்றார். அவருடைய இறையியல் பங்களிப்பினை வகைப்படுத்துவது மிகவும் கடினம். மேற்கண்ட இறையியல் வகைகள் 2, 3, 4 ஆகியவற்றின் தன்மைகளை ஒருங்கிணைப்பது ரானரின் பார்வை என்று சிறப்பாகக் கூறலாம். வகை 2ஐ ஒட்டி, இறையியலுக்கு ஒரு தத்துவச் சட்டகத்தை அளிக்கக் கூடிய 'அனுபவ வரம்பிற்கு அப்பாற்பட்ட (transcendental) இறையியல்' என்ற வகையை உருவாக்கினார். வகை 3ஐ ஒட்டி, அவர் கிறித்துவ விசுவாசத்தையும் நடைமுறைகளையும் அதிக எண்ணிக்கையிலான பிற சமயங்களின் புரிந்துகொள்ளல் களையும் நடைமுறைகளோடு தொடர்புறுத்த முயலுகின்ற எண்ணற்ற உரையாடல்களில் அவர் ஈடுபடுகின்றார். அவர் இறையியல் பற்றிய மாபெரும் தனி நூல் ஒன்றினை உருவாக்க வில்லை. அவருக்கு மிகப் பிடித்தமான வடிவம் கட்டுரை அல்லது ஆய்வு என்பது. எனவே அவரை வகைப்படுத்துவது மிகவும் கடினம்: 'இறையியல் ஆய்வுகள்' (Theological Investigations) என்ற நூலின் இருபது தொகுதிகளுக்கும் மேற்பட்ட வற்றில் அவர் ஆங்காங்கு நம்மை வியப்பிலாழ்த்தும் வண்ணம் எவ்வாறு அனுபவ வரம்பிற்கப்பாற்பட்ட தத்துவமும் இறை யியலும் எப்படி அவரது சிந்தனையின் ஒரு மேம்போக்கான அறிமுகத்தைக்கூட வழங்கவில்லை எனக் காட்டுகிறார்.

இருப்பினும் நான்காவது வகையினர்போல அவர் விசுவாசத்திலும் புரிந்துகொள்ளலைத் தேடுவதிலும் இருக்கிறார். நவீன கிறித்துவர்களுக்கு ஏற்கத்தக்க, ஒரு மையநீரோட்ட இறையியலையும் ஆன்மிகத்துவத்தையும் அளிப்பவராக அவரை நாம் வாசிக்கலாம்.

முடிவுரை

சமயங்கள் சார்பாக எழக்கூடிய அர்த்தம், உண்மை, அழகு, நடைமுறை ஆகிய வினாக்களைப் பற்றிச் சிந்திப்பதாகவும் பல்வேறு கல்வித் துறைகளின் வாயிலாக இவற்றிற்கான விடை தேடுவதாகவும் இருக்கின்ற ஒரு துறை எனக் கல்விசார் இறையியலை இந்த இயல் வரையறுத்துள்ளது. நிறுவனவாயிலாகவும் அறிவுரீதியாகவும் எப்படி இறையியல் வடிவமைக்கப்படுகிறது என்பதையும் இந்த இயல் காட்டியுள்ளது.

முந்தைய காலத்துக்கு இன்னும் நன்கு பொருந்தும் வழிகளில், ஒப்புக்கொடுக்கும் இறையியல், நடுநிலைச் சமய ஆய்வுகள் என்னும் வகைகளைப் பயன்படுத்தி இந்தத் துறை சிறந்த முறையில் நிறுவனரீதியாக விவரிக்கப்படவில்லை. மாறாக நிறுவனங்களை அவற்றின் நோக்கங்கள் பொறுப்புகள் ஆகியவற்றின் வாயிலாக விவரித்தல் நல்லதெனக் கூறியுள்ளேன். அவற்றில் சில சமயச் சமூகங்களுக்கு அதிகம் பொருத்தமானவை. பிற கல்வித் துறைகளுக்குப் பொருத்தமானவை. ஆனால் இரண்டுமே இறையியல், சமய ஆய்வுகள் இரண்டிற்கும் திறந்திருக்க வேண்டும். இம்மாதிரியான 'அறச்சூழலிய'லில் கல்வித் துறைக்கும் விசுவாசச் சமூகத்திற்குமான இரண்டு பொறுப்புகளும், மீதியுள்ள சமூகத்திற்கும் சர்வதேச சமூகங்களின் குழுமத்திற்கும் பொறுப்பாய் இருந்து நிறைவேற்றப்பட வேண்டும். பொறுப்பின் மூன்று பரிமாணங்களையும் நிறுவனங்கள் இலட்சியபூர்வமாக ஏற்றுக்கொள்ள வேண்டும். ஆனால் அவற்றைக் கலக்கும் விகிதத்திலும் வழிமுறைகளிலும் அவை வேறுபடும். அந்த விளக்கம் வெவ்வேறு நாடுகளில் கல்விசார் இறையியலில் காணப்படும் சிறந்த நடைமுறைகள் பற்றிய மதிப்பீட்டினை அடிப்படையாகக் கொண்டது.

பழமைவாத இறையியல், தாராளவாத இறையியல், தீவிர முற்போக்குவாத இறையியல் என்றெல்லாம் அறிவுரீதியாக முத்திரை குத்துவது இத்துறையைச் சிறப்பாக விளக்குவ தில்லை. மாறாக, முக்கியத் தேர்வுகளைக் காட்டக் கிறித்துவ இறையியலின் தளம் வேறுவிதமாக வரைந்துகாட்டப்பட்டது. இந்த வகைகளை வேறுபடுத்துவதற்கான மையநோக்கு எப்படிக் கடந்தகாலமானது நிகழ்காலத்தோடும் எதிர்காலத் தோடும் தொடர்புறுத்தப்படுகிறது என்பதுதான். ஒரு துருவத்தில் (வகை 1) ஏதோ ஒரு நவீன கருத்துச் சட்டகத்துடனோ வேலைத்திட்டத்துடனோ இறையியல் ஒத்துச் செல்கிறதா என்று புறத்திலிருந்து மதிப்பிடப்படுகிறது. மற்றொரு துருவத்தில் (வகை 5) இறையியல் என்பது கிறித்துவ விசுவாசத்தின் பழைய வெளிப்பாட்டினைத் திரும்பச் சொல்லு தலாகிறது. எனவே அது கிறித்துவ நம்பிக்கைக்கு உட்பட்டதாகி விடுகிறது. இவ்விரண்டு முனைகளுக்குமிடையில் உள்ள மூன்று வகைகள்தான் இந்த நூலின் ஆழ்ந்த அக்கறைக்குரியவை. வகை 2 கிறித்துவத்தில் எது தனிச்சிறப்புக்குரியதாக இருக்கிறதோ அதை நியாயப்படுத்த முயல்கிறது. அதன் பொருத்தப்பாட்டை ஆராய்கிறது. வகை 3 ஒட்டுமொத்தமான ஓர் ஒருங்கிணைப்பைத் தேடுவதில்லை. மாறாக, கிறித்துவ சமயத்திற்கும் பல்வேறு பிரச்சினைகளுக்கும் தத்துவங்களுக்கும் குறியீடுகளுக்கும் கல்வித்துறைகளுக்கும் உலகப் பார்வைகளுக்கும் இடையில் தொடர்ந்த தொடர்புறுத் தலைத் தேடுகிறது. வகை 4 கிறித்துவத் தன்னிலை விளக்கத் திற்கு முக்கியத்துவம் அளிக்கிறது. 'விசுவாசம் தேடும் புரிந்து கொள்ளல்' என்ற தொடரால் இதைச் சிறப்பாகச் சுருக்கிக் கூறலாம். ஆனால் நுணுக்கத்தைத் தேடும் செம்மையான எந்த ஒரு சிந்தனையாளனும், கார்ல் ரானர் போன்று செயல்படுவான்; எந்த ஒரு வகையோடும் குறுகி நின்றுவிட மாட்டான்.

இப்போது இறையியல் என்னும் துறையைப் பற்றிச் சிந்திப் பதிலிருந்து நகர்ந்து நாம் நேரடியாகக் கடவுளிலிருந்து தொடங்கி இறையியல் சிந்தனைக்குள் நுழைவோம்.

பகுதி II
இறையியல் ஆய்வுத் தேடல்கள்

இயல் 3
கடவுளைப் பற்றிச் சிந்தித்தல்

கடவுள் உண்டா?

இந்த இயலின் அக்கறை இந்த அடிப்படைக் கேள்விதான். கடவுள் பற்றிய சிந்தித்தலுக்கான இக்கேள்வியை அறிமுகப் படுத்துதல், கடவுள் பற்றிய சில ஆழமான உட்குறிப்புகளைத் திறந்து வெளிக்காட்டும் வண்ணம் அமைகிறது. ஏனென்றால் இக்கேள்வி, கடவுளை மட்டுமல்ல, நம்மை நாம் எப்படிப் புரிந்துகொள்கிறோம், யதார்த்தத்தை எப்படிப் புரிந்துகொள் கிறோம், பொதுவாக மானிடப் புரிந்துகொள்ளல் எப்படி அமைகிறது என்பவற்றைப் பற்றியது.

கடவுளின் மேன்மையைப் பற்றிக் கேள்வி எழுப்பும்போது இரண்டு முக்கியப் பிரச்சினைகள் எழுகின்றன. முதலாவது: கடவுள் என்றால் என்ன? இரண்டாவது: 'மெய்யாக' இருப்பது என்றால் என்ன?

கடவுளின் அர்த்தம்

நாம் பயன்படுத்துகின்ற வார்த்தைகளின் அர்த்தங்களை நன்கு அறிந்தே நாம் அவற்றைப் பயன்படுத்த வேண்டும். கடவுள் என்ற வார்த்தையும் அப்படிப்பட்டதுதான். இச்சொல்லோடு என்னென்ன அர்த்தங்களை நீங்கள் தொடர்புபடுத்துகிறீர்கள் என்று உங்களைச் சோதித்துக் கொள்வது நல்லது. உங்கள் பதில் பெருமளவு பின்னணி, கல்வி, பிற ஈடுபாடுகள் இவற்றைப் பொறுத்ததாக அமையும். மேற்கத்திய கலாச்சாரத்தில்

இச்சொல்லுக்குள் பல உள்ளிழைகள் இருக்கலாம். எந்தவொரு வழிபாட்டுச் சமூகத்தின் உறுப்பினராகவும் நீங்கள் இல்லை என்றாலும், உங்களுக்கு யூத, கிறித்துவ, முஸ்லிம், ஹிந்து, பௌத்தத் தொடர்புகள் இருக்கலாம். மேலும் கடவுள் சர்வ வியாபி (எங்கும் நிறைந்தவர்), சர்வஞானி (எல்லா அறிவும் கொண்டவர்) போன்ற தத்துவச் சிந்தனைகளோடு பழக்கம் இருக்கலாம். மேலும் உலகில் பல்வேறு மரபுகள் பல்வேறு விதமான கடவுள்களைக் கொண்டிருக்கின்றன என்பதும் உங்களுக்குத் தெரியும். கடவுளை வழிபடுவோரின் நடத்தை முறைகள் பற்றியும், அதிகமாக இல்லாவிட்டாலும் ஊடகங்கள், இறப்புச் சடங்குகள் போன்றவை வாயிலாக உங்களுக்குத் தெரிந்திருக்கும். மேலும் இந்தக் கடவுள்கள் எல்லாமே மெய்யான சாத்தியங்களாக இருக்க இயலாது என்ற நம்பிக்கையையும் நீங்களே கொண்டிருக்கலாம், அல்லது கேள்விப்பட்டிருக் கலாம். இம்மாதிரி வெவ்வேறு விதமான கடவுள் நம்பிக்கைகள் இருப்பதற்குச் சிறப்பான விளக்கம் என்னவென்றால், மானிட ஆசைகள், பயங்கள், அதீதக் கற்பனைகள் ஆகியவற்றின் புற வெளிப்பாடுகளாக மனிதர்களால் படைக்கப்பட்டவையே கடவுள்கள் என்பதாகும்.

ஆனால் கடவுள் மெய்யா என்று தீவிரமாகவே நீங்கள் சோதிக்க முற்படுகிறீர்கள் என்றால் என்ன ஆகும்? எந்தக் கடவுளைப் பற்றி நீங்கள் ஆராயப் போகிறீர்கள்? ஒரே நேரத்தில் நீங்கள் எல்லாக் கடவுள்களைப் பற்றியும் ஆராய இயலாது, அப்படியே நீங்கள் எல்லாக் கடவுள்களையும் சோதித்து, தெய்விகம் என்ற சாற்றினை எல்லாவற்றிலிருந்தும் பிழிந்தெடுப் பதாக வைத்துக்கொள்வோம். அப்போதும் அந்த தெய்விகம் என்பது சாராம்சத்தில் என்ன என்பது பற்றிப் பல்வேறு கருத்து மாறுபாடுகள் இருக்கும். உங்கள் ஆராய்ச்சிக்கு நீங்கள் எல்லாக் கடவுள்களையும் நிச்சயமாக எடுத்துக்கொள்ளப் போவதில்லை. பழங்கால இன்கா நாகரிகத்தின் கடவுளை இன்று வழிபடுவதற்கு நல்ல தேர்வு எனப் பலர் கருத வாய்ப்பில்லை. எனவே அந்தக் கடவுளைப் பற்றி ஆராயத் தங்கள் சக்தியை விரயம் செய்ய மாட்டார்கள். பெரும்பாலும் கடவுள் நம்பிக்கை உடையவர்கள், அந்த நம்பிக்கையைப் பிறரைப் பார்த்துத்தான் கற்றுக்கொள் கிறார்கள். எனவே நம் ஆராய்ச்சிக்கு நாம் முதலில் தேர்ந்தெடுக்கக்

46

கூடிய கடவுள், பல நூற்றாண்டுகளாக விவாதிக்கவும், வழிபட பெற்றவராகவும், நம் மதிப்பிற்குரிய பலராலும் தீவிரமாகக் கொள்பவராகவும் இருக்க வேண்டும். இதுதான் அறிவார்த்த மானது – ஏனென்றால் இப்படிப்பட்ட கடவுளின் பிம்பம்தான் நம்மை நேர்முகமாகவோ, எதிர்மறையாகவோ அன்றி நமது நனவுக்கும் அப்பாற்பட்ட நிலையிலோ நம்மை பாதித்திருக்கிறது.

உலகத்தின் முக்கியமான சமயப் பாரம்பரியங்களிலிருந்து நாம் கடவுளாகத் தேர்ந்தெடுக்கும் ஒருவர் ஏற்கெனவே பல கோடி மக்களால் வழிபடப்படுபவராகவும் இருக்க வேண்டும். அச்சமயத்தின் பாரம்பரியங்களும் பல நூற்றாண்டுகளாக அந்தக் கடவுளைப் பற்றி அறிவார்த்தமாக விவாதித்திருக்க வேண்டும். தெய்விகம் பற்றிய நமது சொந்தப் புரிந்துகொள்ளலை வளர்த்துக் கொள்ளவும், மற்றவற்றைப் புரிந்துகொள்ளலோடு விவாதிப் பதற்கும், அறிமுக உரையிலேயே சொன்னதற்கு ஏற்றவாறு இங்கு நான் கிறித்துவர்கள் வழிபடும் கடவுளைப் பற்றித்தான் என் கவனத்தைக் குவிக்கப் போகிறேன். எனினும் இந்த இயலின் இறுதியில் பல்வேறு கடவுள்கள் பற்றிய வினாவுக்குத் திரும்புவோம்.

இப்போது நமது கலாச்சாரத்தில் மக்கள் பெரும்பாலும் பாரம்பரியமான முக்கிய வழிபாட்டு முறைகளிலிருந்து தங்களைத் துண்டித்துக்கொண்டுவிட்டதால், கடவுள் என்ற வார்த்தை ஏதோ ஒரு தெளிவற்ற பிம்பத்தைத்தான் அவர்களுக்குத் தருகிறது. தெளிவற்ற, ஜனரஞ்சகமான, அல்லது ஊடகங்களின் வாயிலாகக் கடவுள் பற்றிச் சொல்லப்படும் கருத்துகளுக்கும், ஒரு குறிப் பிட்ட சமயப்பாரம்பரியத்தின் ஆழத்தில் கடவுள் என்றால் என்ன என்று உணரப்படுவதற்கும் பெருத்த இடைவெளி இருப்பதைக் காணலாம். எனவே கடவுள் பற்றிய சிந்தனைகள் எந்தச் சமூகத்தில் பல நூற்றாண்டுகளாக விவாதிக்கப்பட்டும், சோதிக்கப்பட்டும் நம்பப்படுகின்றனவோ அந்தக் கடவுளை நாம் தேர்ந்தெடுப்பதில் அர்த்தமுண்டு. 'தெய்விகம்' என்பது பற்றி எனது மிகப் பொதுவான, செயல்முறை வரையறை என்ன வென்றால், 'வழிபடப்படுவது' என்பதாகும். இவ்வரையறை, குறிப்பிட்ட சமூகங்களின் வழிபாட்டைக் கவனிப்பதற்கும் அவர்களின் கடவுள் பற்றிய கருத்து எவ்வாறு வடிவமைக்கப் படுகிறது என்பதை கவனிப்பதற்கும் இட்டுச் செல்கிறது. அறிவு

சார்ந்த கடவுள் நம்பிக்கையாளர்கள் எதைத்தான் நிஜமாக நம்பு கிறார்கள் என்பதற்கு நியாயம் வழங்கும் வகையில் கடவுளைப் பற்றிச் சிந்திப்பதும் இறையியலின் கடமைகளில் ஒன்றாகும். நான் இதைத்தான் கிறித்துவர்கள் வழிபடும் கடவுளை வைத்து முயற்சி செய்யப் போகிறேன்.

திரித்துவமாகக் கடவுள்

மைய நீரோட்டக் கிறித்துவம் கடவுளைத் திரித்துவம் என நம்புகிறது. மேலே நாம் பார்த்த தெளிவற்ற சிந்தனைகளி லிருந்து இந்தக் கடவுள் சிந்தனை மிகவும் மாறுபட்டது. தான் கடவுளை நம்பவில்லை என எவரேனும் சொல்வாரானால், அவர் திரித்துவத்தை ஆராய்ந்து அதைப் புறக்கணித்துவிட்டார் என்று பொருள் ஆகாது. திரித்துவக் கடவுள் மீதான நம்பிக்கை எப்படி உருவானது, அதன் பொருள் என்ன என்பதற்கு அடிப்படை விளக்கமாவது தர வேண்டிய அளவுக்கு அது குறிப்பிடத்தகுந்த ஒன்றாக இருக்கிறது. மைய நீரோட்டக் கிறித்துவ நிலைப்பாட்டி லிருந்து திரித்துவம் உருவான கதையை நான் சொல்கிறேன். அதேவேளை அதைப் பற்றி எழும் சில பெரிய வினாக்களையும் சுட்டிக்காட்டுகிறேன்.

இயேசுவும் முதல்முதல் கிறித்துவர்களும் யூதர்கள். எனவே அவர்கள் வணங்கிய கடவுளை அடையாளம் காண யூதப் புனித நூல்களை (அதனைக் கிறித்துவர்கள் பழைய ஏற்பாடு என்பார்கள்) நோக்க வேண்டும். ஒரு முக்கியமான கதை, எரியும் முட்புதரின் அருகில் உள்ள மோசஸைப் (மோஷே) பற்றியது. அது யாத்திராகமம் (விடுதலைப் பயணம்) இயல் மூன்றில் உள்ளது. இது கடவுள் காட்சி (theophany) எனப்படுகின்ற ஒன்று, கடவுளின் வெளிப் பாடாக அமைவது. யூத, கிறித்துவக் கடவுளைப் பற்றிய விவாதங் களில் பயன்படுத்தப்படும் முக்கியமான கதைகளில் இதுவும் ஒன்று. ஓரேப் மலை அருகிலுள்ள பாலைவனத்தில், எரிந்து கொண்டிருக்கின்ற ஆனால் கருகிப் போகாத ஒரு புதர்ச்செடியை மோசஸ் பார்க்கின்றார். அப்போது ஒரு குரல் அவரை அழைத்துச் சொல்கிறது: 'நான் உன் முன்னோரின் கடவுள், ஆபிரகாமின் கடவுள், ஈசாக்கின் கடவுள், யாக்கோபுவின் கடவுள்' (யாத்தி ராகமம் 3:6). மேலும் அந்தக் குரல் சொல்கிறது: 'எகிப்தில் வாழும்

எனது மக்கள் படும் துன்பத்தை நான் கண்டுள்ளேன்... அவர்களது இடர்ப்பாடுகள் எனக்குத் தெரியும். அவர்களை விடுவிக்க நான் இறங்கி வந்துள்ளேன்' *(3:7-8)*. கடவுள் மோசஸை ஃபாரோ அரசனிடம் அனுப்புகிறார். அவருடன் இருப்பதாகவும் வாக்களிக்கிறார். மோசஸ் 'கடவுளின் பெயரென்ன?' என்று வினவும்போது அவர் சொல்கிறார்: 'என்றும் நானாக இருக்கின்றவன் நானே' *(3:14)*. இதற்கு வேறுசில மொழிபெயர்ப்புகளும் உள்ளன. 'எதுவாக இருக்கிறேனோ அதுவே நான்' அல்லது 'நான் எதுவாக இருப்பேனோ அதுவாகவே இருப்பேன்'. இவற்றிலிருந்து கடவுளைப் பற்றி உருவாகும் கருத்து என்ன? இந்த வாதம் எல்லையற்றதாயினும், மூன்று அடிப்படைக் கருத்துகள் முக்கியமானவை.

முதலாவது, கடவுளை வழிபட்ட முக்கிய மனிதர்கள் - ஆபிரகாம், ஈசாக்கு, யாக்கோபு - மூலமே கடவுள் அடையாளப் படுத்தப்படுகிறார். அவர்கள் சொல்லும் கதைகள்தான் இந்தக் கடவுள் யாரென்று அறிய ஒரேவழி. இரண்டாவதாக, மக்களின் துயரங்களில் கடவுள் கருணையோடு ஈடுபடுபவராகவும், நீதியின் பக்கம் இருப்பவராகவும் தெரிகிறார். மூன்றாவது, 'என்றும் நானாக இருக்கின்றவன் நானே' அல்லது 'நான் எதுவாக இருக்கிறேனோ, அதுவாகவே இருப்பேன்' என்ற மர்மமான மொழிகள் குறைந்தபட்சம் ஒன்றைத் தெளிவாக்குகின்றன. அதாவது கடவுள் தாம் விரும்பும் வழிகளில் கடவுளாக இருப்பதற்கு அவருக்குச் சுதந்திரம் இருக்கிறது. அவரை வசப்படுத்தி அடக்க இயலாது. அவரைப் பற்றி எவ்வளவு பேசினாலும் கூடுதலாக விஷயம் இருக்கும். மேலும் வரலாற்றுப் போக்கில் அவர் வியப்புகளை விதைத்துக்கொண்டே செல்ல முடியும்.

இப்போது பலநூறு ஆண்டுகளைக் கடந்து இயேசுவிடம் வருவோம். (வரும் ஆறாம் இயலில் அவரைப் பற்றி இன்னும் அதிக அளவில் சொல்லப்படும்). அவரும் கடவுளை வழிபடும் பாரம்பரியத்தில் வந்தவரே. ஆனால் அவருடைய சீடர்கள் அவர் யார் என்று புரிந்து கொள்ள முயலுகின்றனர். அவருடைய வாழ்க்கை, மரணம், மீட்டுயிர்ப்பு ஆகியவற்றையும் புரிந்து கொள்ள முயன்று, 'கடவுளுடன் அவர் ஒன்றாக இருக்கிறார்' என்ற முடிவுக்கு வருகின்றனர். இந்த அசாதாரண முடிவின் அர்த்தத்தை அறிந்துகொள்ள வழி ஏதேனும் உண்டா? இயேசுவின்

மீட்டுயிர்ப்பு முக்கியமான ஒரு பிரச்சினை. இதைப் பற்றி விரிவாக ஆறாம் இயலில் பார்ப்போம். ஆனால் இப்போது தொடக்ககாலக் கிறித்துவர்கள் இதை எப்படிக் கண்டார்கள் என்பதை ஆராய்வோம்.

முதல்முதல் கிறித்துவர்களுக்கு மீட்டுயிர்ப்பு, கடவுளைப் போன்றே ஓர் அசாதாரண நிகழ்வு. இயேசுவைப் பற்றிய, வரலாற்றைப் பற்றிய, தங்களைப் பற்றிய, கடவுளைப் பற்றிய, எல்லாப் புரிந்துகொள்ளலையும் அது பாதித்தது. எரியும் முட்புதர்க்கதையில் வரும் கடவுள், தீர்மானமாக, ஆபிரகாமின் கடவுள், ஈசாக்கின் கடவுள், யாக்கோபுவின் கடவுள், இயேசுவின் கடவுள். வரலாற்றின் மிக மோசமான கட்டத்தில் கடவுள் இயேசுவின் வாயிலாகக் கருணையோடு ஈடுபடுகின்றார். மீட்டு யிர்ப்பு மிகப் பெரிய ஆச்சரியத்தை உண்டாக்குகிறது. அது கடவுளால் நிகழ்ந்தது என்கிறார்கள். இயேசு உயிர்த்தெழுந் ததைக் கடவுளின் படைப்புச் செயலுக்கு ஒப்பிடுகிறார்கள். இந்த நிகழ்வின் உள்ளடக்கம் இயேசு என்னும் ஆளுமை. இதன் வழியாக அவர் கடவுளால், கடவுளோடு ஐக்கியப்படுத்தப் படுகிறார். கடவுளின் சுயவெளிப்பாடாக (அல்லது வார்த்தையாக) இயேசு நோக்கப்படுகிறார். மேலும் கடவுள் யார் என்பதன் உட்பொருளாகவும் இயேசு இருப்பதால் அவர்களது வழிபாடு இயேசுவையும் உள்ளடக்கியதாகத் தொடங்குகிறது. இயேசுவைக் குறிக்கும் வகையில் பல்வேறு வெளிப்பாடுகள், பெயர்கள், நடத்தை வடிவங்கள் போன்றவை உள்ளன. ஆனால் மையமான போக்கு என்னவென்றால், கடவுளிடமிருந்து பிரிக்க இயலாத வரம்பற்ற முக்கியத்துவம், உயிராற்றல், நன்மை உடையவராக இயேசுவைப் பார்த்தனர் தொடக்ககாலக் கிறித்துவர்கள். அது மட்டுமன்றி, அவரது வாழ்க்கை அளவற்ற வழிகளில் பகிர்ந்து கொள்ளக் கூடியதாக இருந்தது. பெந்தேகோஸ்தில் தூய ஆவியைப் பொழிதல், மீட்டெழுந்த இயேசு தமது சீடர் களுக்குள் தூய ஆவியை வழங்குதல் போன்ற புதிய ஏற்பாட்டுக் கதைகளில் இது நன்கு வெளிப்படுகிறது.

ஆகவே மீட்டுயிர்த்தலின் அடிப்படை இறையியல் அமைப்பு என்பதை இப்படிச் சுருக்கமாக நோக்கலாம்: கடவுள் செயல்படுகிறார்; கடவுளின் செய்கையின் உட்கருத்தாக இயேசு தோன்றுகிறார்; அவர் வாயிலாகச் செயல்படும் தூய ஆவியினால்

மக்கள் மாற்றம் அடைகிறார்கள். இதுவே பின்னர் தோன்றிய திரித்துவக் கோட்பாட்டின் அடிப்படை விதையாகும். ஒரு படைப்புக் கடவுள், 'நான் எதுவாக இருக்கிறேனோ, அதுவாகவே இருப்பேன்' என்கிறார். இந்தக் கடவுளின் சுயவெளிப்பாடும், தன்னை அளித்தலும் இயேசுவிலும் தூய ஆவியிலும் உள்ளன. எரியும் புதர்க் கடவுளின் நேரடித் தொடர்ச்சியாக இது அமைகிறது. அதேவேளை, ஒரு பேரளவிலான ஆச்சரியத்திற்கும் நியாயம் செய்ய முயல்கிறது.

இந்த உட்குறிப்புகளைக் கண்டுபிடிக்கவும், திரித்துவக் கோட்பாடு என்பதை ஏற்கவும் முந்நூறு ஆண்டுகள் ஆயின. இந்தச் செயல்முறையே கிறித்துவ இறையியலின் இயல்பு பற்றிப் பெருமளவு எடுத்துரைப்பதாக உள்ளது. இறையியல் சிந்தனையின் இச்சிக்கலான அமைப்பு, புதிய உறுப்பினர்களுக்கு விசுவாசத்தைக் கற்பித்தல் (இது தந்தை, மகன், தூய ஆவி ஆகியோரின் பெயர்களால் அவர்கள் திருமுழுக்குப் பெறுவதில் நிறைவடைகிறது), இந்தக் கடவுளைத் தொடர்ந்து வழிபடுதல், புதிய ஏற்பாட்டின் உள்ளடக்கங்களைத் தீர்மானித்தல், புனித நூலையும் பாரம்பரியத்தையும் விளக்குதல், மிகவும் திறம்பட வளர்ந்துள்ள சமகாலத் தத்துவங்களோடும் கலாச்சாரத்தோடும் போராடுதல், பிற நம்பிக்கையாளர்கள், யூதர்கள் ஆகியோரின் சவால்களுக்கு எதிர்வினை தருதல், கிறித்துவத்திற்குள் நிகழும் மோதல்களைத் தீர்த்தல், நம்பிக்கை நிறைந்த மனத்தோடு சாதாரண வாழ்க்கையில் ஈடுபடுதல் என்பவற்றை உள்ளடக்கிய தாக அமைந்திருந்தது.

துன்புறுத்தப்படும் ஒரு சமயக்குழு என்ற நிலையிலிருந்து ரோமானிய சாம்ராச்சியத்தின் பெரும் சக்தியாகத் திருச்சபை மாறியபோது, கிறித்துவக் கொள்கைகள் பற்றிய விவாதங்களில் புதிய அரசியல் பரிமாணங்கள் சேர்ந்துகொண்டன. அது ஒரு குழப்பமான, சிக்கலான செயல்முறை. கிறித்துவ இறையியலைக் கற்க வேண்டும் என்றால் கண்டிப்பாகப் படிக்க வேண்டிய ஒரு சுவாரசியமான கதையும்கூட. கிறித்துவர்கள் இறையியலின் இயல்புகளாகப் புரிந்துகொள்கின்ற கீழ்க்கண்ட தன்மைகளை அது முன்வைக்கிறது. இறையியல் முடிவுகள், அதிகாரபூர்வமான கூற்றுகளிலிருந்து வருவிக்கப்பட்டவை மட்டுமல்ல. வழி படுவோர் கடவுளுடனும் தங்களுக்குள்ளும் புனித நூலுடனும்

தங்களைச் சுற்றியுள்ள கலாச்சாரத்துடனும் தங்கள் அன்றாட வாழ்க்கையுடனும் எல்லாவிதச் சிக்கல்களுடனும் வரலாற்று மேடுபள்ளங்களுடனும் ஈடுபட்டு உருவாக்கியவை. இம்மாதிரி ஆழமாகக் கடவுளுடனும் நிஜவாழ்க்கையுடனும் ஈடுபட்டுள்ள சிந்தனைப் போக்கிற்கு நல்ல முன்மாதிரியாக அமைவது விவிலியம். இயேசுவின் வாழ்க்கை, மரணம், மீட்டுயிர்ப்பு ஆகியவை கடவுள் எவ்வளவு தூரம் நம் வாழ்க்கையில் ஈடுபாடுடையவர் என்பதை உணர்த்துகின்றன. மக்கள் தவறான விளக்கங்கள் தரவும், தவறாகப் புரிந்துகொள்ளவும், மிகப் பெரும் தீமைகளில் ஈடுபடவும், இருப்பினும் இவையே இறுதி என்று கருதாமல் திருந்தவும், மக்களுக்குச் சுதந்திரத்தைக் கிறித்துவம் அனுமதிக்கிறது. இந்தக் கடவுளின் முன்னால் மக்கள் ஒருவரோடு ஒருவர் ஒத்து வாழக் கற்றுக்கொள்வது ஓர் எல்லையற்ற பயணம். இதற்கு இறையியல் சிந்தனை மிகவும் தேவையாகிறது.

அந்தக் காலத்தில் மிக ஆழமான தீவிரமான விவாதங்கள் நடந்துகொண்டிருந்தன. ஆனால் நமது இப்போதைய தலைப்பு கடவுள். அந்த ஆரம்ப நூற்றாண்டுகளில் இதுபற்றி எடுக்கப் பட்ட முடிவுகள் சரியானவை என்பதில் மிகப் பெரும்பாலான கிறித்துவர்கள் உடன்படுகின்றனர். கிறித்துவ விவேகம், கடவுள் திரித்துவமாக இருப்பவர் என்பதை நம்புகிறது. இருபதாம் நூற்றாண்டில் திரித்துவ இறையியல்கள் மிகப் பெருகியுள்ளன. இந்தக் கோட்பாட்டைக் கத்தோலிக்கர்கள், சீர்திருத்தக் கிறித்து வர்கள், மரபுக் கிறித்துவர்கள், நற்செய்தியாளர்கள், பெந்தே கோஸ்துகள், பெண்ணியவாதிகள், மிசியலாஜிஸ்டுகள், இயற்கை அறிவியலாளர்கள், உளவியலாளர்கள், சமூகக் கொள்கை யாளர்கள், இசைக் கலைஞர்கள், கவிஞர்கள், தத்துவவாதிகள், ஆப்பிரிக்கர்கள், ஆசியர்கள், ஆஸ்திரேலியர்கள், உலகச் சமயங் களின் இறையியலாளர்கள், இன்னும் பலர் என வேறுபட்ட சிந்தனையாளர்கள் புதிதாக ஆராய்ந்திருக்கிறார்கள்.

ஆகவே கிறித்துவக் கடவுளின் அர்த்தத்தைப் பற்றி இறையியல் கற்பிக்கும் பாடங்களாக நாம் என்ன முடிவுகளுக்கு வர முடியும்? அவற்றையெல்லாம் 'வழிபாட்டின் ஞானம்' என்ற சுருங்கிய வடிவத்தில் சொல்லிவிடலாம்.

முதலில் ஓர் எதிர்மறை விதி: திரித்துவத்தின் எல்லாப் பரிமாணங்களையும் கணக்கில் கொள்ளாமல் கடவுள் பற்றி நினைக்க வேண்டாம். அதாவது கடவுள்தான் எல்லாவற்றையும் படைத்தவர், எனவே அவர் படைப்புகளுக்கு அப்பாற்பட்டவர்; வரலாற்றின் எல்லாக் குழப்பங்களிலும் ஈடுபடச் சுதந்திரமாக உள்ளவர்; கடவுள் அடிப்படையில் தன்னைக் கொடுப்பவர், தன்னைப் பகிர்ந்துகொள்பவர். இந்தப் பரிமாணங்களில் ஒன்றையோ சிலவற்றையோ புறக்கணிக்கும் வழிகளில் கடவுளைத் தொடர்புறுத்திப் பார்க்க வேண்டாம் என்பது இங்கு கூறப்படும் விதி.

இரண்டாவது ஒரு நேர்முக விதி: கடவுள் அன்பே உருவானவர். எனவே கடவுளின் மொத்த இருப்பும் உறவுகொள்ளலைத் தழுவிக்கொள்கிறது. திரித்துவம் என்பது தந்தை, மகன், ஆவி மூன்றையும் இயங்கியல் முறையில் தொடர்புபடுத்தும் ஒரு கருவிதான். கடவுளின் ஒருமைப்பாடு என்பது எல்லாப் படைப்புகளையும் தழுவிக்கொள்ளக் கூடிய ஒரு வளமான, சிக்கலான அன்பு வாழ்க்கை.

மூன்றாவது விதி, இந்தக் கடவுளிடமிருந்து இன்னும் அதிக ஆச்சரியங்களை எதிர்பார்க்கலாம். இன்னும் நிறையக் கற்றுக் கொள்ள எப்போதும் இடமிருக்கிறது. இருபதாம் நூற்றாண்டு இறையியல், திரித்துவப் புரட்சியை இன்னும் விரிவுபடுத்த முனைகிறது. சான்றாக, நவீன இயற்கை அறிவியல்களையும், ஐன்ஸ்டீனின் காலம், வெளி பற்றிய கொள்கையையும், கடவுளோடு தொடர்புபடுத்துதல், அல்லது, இயேசுவின் மரணத்தை ஏதோ ஒருவிதத்தில் கடவுளின் மரணமாக எப்படிக் கருதிப் பார்ப்பது, அல்லது பெந்தெகோஸ்து இயக்கத்தின் ஒளியில் தூய ஆவியை எப்படி நியாயப்படுத்துவது என்பது போன்றவற்றைச் சொல்லலாம்.

நான்காவது இந்தக் கடவுள், பிற சமயத்தவர் தெய்விகம் என்று கருதுவதோடு எப்படி இணக்கமான கருத்தாக அமைகிறார் என்பதைப் புரிந்துகொள்ளும்போது கிறித்துவர்களுக்கு இன்னும் அதிக ஆச்சரியங்கள் கிடைக்கக் கூடும். கிறித்துவர் களுக்கும் பிற சமயத்தவர்க்கும் உள்ள மிகப் பயனுள்ள இறையியல் தொடர்புகள் சிலவற்றிற்குத் திரித்துவம் மையமாக

உள்ளது. தாங்கள் வழிபடும் பொருளை மக்கள் வெவ்வேறு விதமாக அடையாளம் காண முற்படும்போது அவர்களிடையே ஒருமித்த பார்வை என்பது இருக்க இயலாது. ஆனால் திரித்துவம் பற்றிய பல கோட்பாடுகள், பிறரது வழிபாட்டை மதிக்கவும், மற்ற சமயங்கள் தங்கள் கடவுளர்களோடு எப்படித் தொடர்பு கொள்கின்றன என்பதை நம்பிக்கைச் சார்பின்றி நோக்கவும் மிகவும் பயனுள்ளதாக இருக்கிறது.

கடவுளின் அர்த்தம்: ஒரு முடிவுரை

கிறித்துவர்கள் வழிபடும் ஒரு கடவுளின் அர்த்தத்தைக் காண நாம் இதுவரை முயற்சி செய்தோம். வழியில் ஒவ்வொரு புள்ளியிலும் நாம் மேலும் பல இறையியல் பிரச்சினைகளை எழுப்பியிருக்கலாம். வாசகர்களுக்கும் மனத்தில் ஏற்கெனவே பல வினாக்கள் தோன்றியிருக்கலாம். இறையியலில், எந்த முக்கியப் பிரச்சினை பற்றிய கருத்தும் விவாதத்திற்குரிய தாகவும், மாறுபட்ட கருத்துக்கு இடமளிப்பதாகவுமே இருக்கும். இம்மாதிரிப் பிரச்சினைகளில் மிகப் பெரிய பிரச்சினையே 'கடவுள்' என்பதுதான். இந்நிலையில் குறைந்தபட்சம் மூன்று விஷயங்கள் வாசகர்களுக்கு விளங்கியிருக்கும்: அதாவது, கடவுள் என்ற வார்த்தைக்கு அர்த்தம் என்ன என்று நமக்குத் தெரியுமென ஒருக்காலும் திட்டமாக எடுத்துக்கொள்ள இயலாது; இரண்டாவது, ஒரு நல்ல இறையியல் சிந்தனைக்குத் தேவை யான, வளமான, குறித்த அர்த்தத்தைக் கொடுக்க, ஒரு குறிப் பிட்ட பாரம்பரியத்திற்குள் ஆழ்ந்து செல்வது பயன்தரக் கூடியது; மூன்றாவது, பிற உலகப் பார்வைகளையும், சிந்தனைச் சட்டகங்களையும் கிறித்துவம் சவாலுக்கு அழைத்தபோதும், தான் பதிலளிக்கக்கூடியவற்றைவிட அதிகமான வினாக்களை அது எழுப்பியபோதும், கடவுளைத் திரித்துவமாகக் காணும் மரபு ஏதோ கொஞ்சம் அர்த்தமுள்ளதாகத்தான் இருக்கிறது என்பவையே அவை.

ஆனால் இது உண்மையானதா? மீதமுள்ள இந்த இயலில் நாம் காணப் போவது, இந்தக் கேள்விக்கு இறையியல் எப்படி விடையளிக்கத் தொடங்க முடியும் என்பதைத்தான்.

கடவுளின் மெய்ம்மை

ஏதோ ஒன்று மெய்யானது என்று நாம் எப்படி முடிவு செய்கிறோம்? இந்தக் கேள்விக்குப் பதிலளிக்கும்போது, மெய்ம்மை (யதார்த்தம்) என்பது அந்தப் பொருளின் ஒரு பகுதியைப் பொறுத்ததும் ஆகும் என அறிகிறோம்.

இப்போது நான் எழுதிக்கொண்டிருக்கும் அறையிலுள்ள ஏதோ ஒரு மேஜையைப் பற்றியது இக்கேள்வி என்றால் நான் அறையைச் சுற்றிப் பார்த்து, மேஜையைக் கண்டு, அதைத் தொட்டுப் பார்த்துவிட முடியும். ஆனால் ஏதோ ஒரு குறிப்பிட்ட அறையில், முந்நூறு ஆண்டுகளுக்கு முன் ஒரு குறித்த நாளில் ஒரு குறிப்பிட்ட மேஜை இருந்ததை நான் தெரிந்துகொள்ள வேண்டுமானால் என்ன செய்வது? இப்போது உயிருள்ள எவரும் அதைச் சென்று பார்க்க முடியாது. அந்த அறையும் மேஜையும் வெகுகாலத்திற்கு முன்பே அழிந்துபோயிருக்கலாம். அதற்கு மேல், அந்தக் குறிப்பிட்ட மேஜையைச் சுற்றி ஒரு குறிப்பிட்ட உரையாடல் நிகழ்ந்ததா என்பதை எப்படி அறிய முடியும்? இம்மாதிரி வரலாற்று விஷயங்களில் ஒருவேளை சில சான்றுகளைச் சேகரிப்பது (தொல்பொருளாய்வு அல்லது எழுதப்பட்ட ஆவணங்கள் மூலமாக) சாத்தியமாகலாம். ஆனால் அப்போதும் அக்கால மக்களின் கூற்றுகளை நாம் நம்பவோ நம்பாமலிருக்கவோ இயலும். மேலே குறிப்பிட்ட உரையாடல் அல்லது வரலாறு போன்றவற்றை வளமாகவும் ஆழமாகவும் மீட்டுருவாக்க உதவும் வேறுபல விஷயங்களுக்கும் இதுவே பொருந்தும்.

வேறு விஷயங்கள் வேறுவிதப் பிரச்சினைகளை எழுப்பலாம். யாரோ ஒருவருடைய சிந்தனைகள், அல்லது கனவுகள், அல்லது உள்நோக்கங்கள் பற்றிய மெய்ம்மையை நாம் எவ்வாறு நிறுவுவது? அல்லது நம் சொந்தச் சிந்தனைகளின் மெய்ம்மையையே எப்படி நிறுவுவது? ஒரு வரலாற்று ஆவணம், நாவல் அல்லது கவிதையின் மெய்யான அர்த்தம் என்ன? வாழ்க்கை மதிப்புகளின் நன்மை அல்லது தீமை என்பதை எப்படி உணர்வது? கடந்த காலத்திலிருந்த அல்லது இப்போதும் இருக்கின்ற, பலவித மக்களால் பேசப்படுகின்ற ஆங்கில மொழியின் (அல்லது வேறு மொழியின்) எழுத்துப் பிரதிகள், திரைப்படங்கள்,

உரையாடல்கள், கிளைமொழிகள் போன்றவற்றின் மெய்ம்மை எத்தகையது? ஒரு சட்ட ஒழுங்குமுறையின், அல்லது தானாக உருவாக்கிய இசையின், அல்லது அறிவியல் கொள்கையின், அல்லது ஓர் ஒளிஆண்டு என்பதன், அல்லது ஒரு புன்னகையின் மெய்ம்மை என்பது எப்படிப்பட்டது?

இம்மாதிரிப் பல்வேறு விஷயங்களைக் காணும்போது, எது மெய், எது மெய்யல்ல என்பதற்கு எந்த ஓர் எளிய விளக்கமும் கிடையாது என்பது தெளிவாகும். தப்பான அளவுகோல்களைப் பயன்படுத்தும்போது பெரிய குழப்பம்தான் உண்டாகும். இந்தப் புத்தகத்தின் இந்தப் பக்கத்தை நாம் இயற்பியல், வேதியியல் அளவுகோல்களால் ஆராயலாம். அதன் தாள் எப்படிப்பட்டது, மை எப்படிப்பட்டது போன்றவற்றை. ஆனால் இப்பகுப்பாய்வு இந்தப் பக்கத்தில் காணப்படும் வார்த்தைகளின் மெய்ம்மையை முழுமையாக விட்டுவிடுகிறது. அந்த மெய்ம்மையை அறிவதற்கு அது எழுதப்பட்டுள்ள மொழி பற்றிய அறிவு வேண்டும், அதற்கு அடிப்படையாகக் குறிப்பிட்ட அளவு கல்வி வேண்டும்.

ஆகவே கடவுளைப் பற்றி என்ன சொல்வது? கடவுளைப் பற்றிய அறிவு, விவாதங்கள் போன்றவை (குறிப்பாக, கடவுளைப் புறக்கணிக்கக் கூடியவை), இந்தப் பக்கத்தை இயற்பியல், வேதியியல் கண்கொண்டு ஆராய்வதைப்போல இருக்கின்றன. மெய்ம்மை பற்றி ஏற்கெனவே முன்தீர்மானித்த சிந்தனையை வைத்துக்கொண்டு, கடவுள் பற்றியும் ஏற்கெனவே முன் தீர்மானித்த எண்ணங்களை ஆராய்வதால், இறுதியாக அப்படிப் பட்ட கடவுள் இல்லை என்ற முடிவுக்குத்தான் வரலாம்.

இம்மாதிரி கடவுளைப் புறக்கணிப்பது ஏன், இவ்வளவு மக்கள் கடவுளின் மெய்ம்மையை உறுதிப்படுத்துகிறார்களே, அதற்குப் பல்வேறு விளக்கங்களை அளிக்கிறார்களே என்ற பிரச்சினையை விட்டுவிடுவோம். அண்மை நூற்றாண்டுகளில் கடவுள் என்று பெயரிடப்பட்ட ஒரு மெய்ம்மைக்கு விளக்கங்கள் மீது விளக்கங்கள் அளிக்கப்பட்டுள்ளன. இவற்றுள் மிகப் பொதுவான விஷயம் (இது பழங்கிரேக்கர் காலத்திலேயே உண்டானது), கடவுள் என்பது மனிதக் கற்பனையால் உண்டான ஒரு வெளிப்படுத்தல் (projection), ஆனால் அது பல செயல்களுக்கு உதவக்கூடியதாக இருக்கிறது என்பதாகும். இந்த விளக்கத்தி

லுள்ள பிரச்சினை என்னவென்றால், மக்கள், உண்மையான வற்றை, அல்லது பொய்யானவற்றை, அல்லது உண்மையும் பொய்யும் கலந்தவற்றைக் கற்பனை செய்யக்கூடும். ஆனால் குறிப்பிட்டதொரு அறிவுத் துறை, அல்லது பல்வேறு அறிவுத் துறைகள் வாயிலாகக் கற்பனைப்படுத்தல் என்பதை விளக்கினால் நாம் இந்தத் தடைகளைத் தவிர்த்து விடலாம். தத்துவவாதிகள், வரலாற்றாசிரியர்கள், உளவியலாளர்கள், உளப்பகுப்பாய் வாளர்கள், மானிடவியலாளர்கள், சமூகவியலாளர்கள், பொருளா தாரவாதிகள், பரிணாம உயிரியலாளர்கள், உயிர்மரபியலாளர்கள், நரம்பியலாளர்கள், தகவல் தொழில்நுட்பவாதிகள், மற்றும் பிறர் என மானிட அறிவின் பல்வேறு துறைகளைச் சேர்ந்த அறிஞர்கள் பெரும்பாலும் கடவுள் என்பது பற்றிக் குறுக்கல்வாத விளக்கங் களையே அளித்துள்ளனர். அதற்கு மாறாக, அதே துறைகளைச் சேர்ந்த பிற அறிஞர்கள் இம்மாதிரி வினாக்களில் ஓரளவு உண்மை யிருந்தாலும் அவை போதியவையோ முழுமையானவையோ அல்ல என்றும், இதுபோன்ற துறைகளின் விளக்கங்களை யும் கணக்கில்கொண்டு அறிவார்த்தமாகக் கடவுளை உறுதிப் படுத்துவது சாத்தியமே என்றும் சொல்கிறார்கள்.

இவையெல்லாம் மனத்தைக் கவரும் விளக்கங்கள்தான். இவை ஒவ்வொன்றோடும் இறையியல் ஈடுபட வேண்டியிருக் கிறது. இரண்டு விஷயங்களில் சிறப்பான கவனம் செலுத்த வேண்டும்: கடவுள் என்பதற்கு எப்படிப்பட்ட வரையறை பயன்படுத்தப்படுகிறது அல்லது யூகமாகக் கொள்ளப்படுகிறது என்பது ஒன்று; மெய்ம்மைக்கு எந்தவிதமான அளவுகோல் பயன்படுத்தப்படுகிறது அல்லது முன்யூகமாகக் கொள்ளப் படுகிறது என்பது இரண்டு. இந்த இரு பிரச்சினைகளோடும் ஒத்துச்செல்ல இந்த இயல் ஒரு தொடக்கப்புள்ளி. ஆனால் ஒரு பரந்த வீச்சுள்ள பல்வேறு அறிவுத் துறைகளுக்குள் இழுத்துச் செல்லக்கூடிய, குறித்த அளவு சிக்கல்களோடும் கூடிய விவாதங் களுக்கு இது ஒரு மிகச் சிறிய அறிமுகம்தான். திரித்துவமாகக் கடவுளின் வரையறையை நான் ஏற்கெனவே விவாதித்து விட்டேன். இப்போது அந்தக் கடவுளுக்குப் பொருத்தமான மெய்ம்மையை எந்த அளவுகோலால் ஆராய்வது என்பது பற்றிப் பரிசீலிக்கலாம்.

திரித்துவக் கடவுளின் மெய்ம்மை: கடவுள் என்னும் படைப்பாளி

நாம் மேற்கொள்ளும் கடவுள் கிறித்துவ வழிபாட்டிற்கும் இறையியலுக்குமான கடவுளாக இருந்தால் என்ன? இந்தக் கடவுளின் மெய்ம்மையை உறுதிப்படுத்துவதில் என்ன நேரிடும்?

முதலில், கடவுள் எல்லாவற்றையும் படைத்தவராக இருக் கிறார். இதன் அர்த்தத்தை மிக நீளமாக விவாதிக்கலாம். யதார்த்தத்தில் எந்தப் பொருளாகவும் இல்லாத ஒரு கடவுள், எல்லா யதார்த்தங்களுக்கும் மூலமாகவும், அவற்றைக் காப்பவ ராகவும் இருந்து அவற்றோடு மிக நெருக்கமான தொடர்பும் வைத்திருக்கிறார் என நாம் கற்பனை செய்வது போதுமானது. இறையியல் கலைச்சொற்களில் சொன்னால், கடவுள் எல்லா வற்றையும் கடந்தவர் (எல்லா யதார்த்தமும் கடவுளைப் பொறுத் திருக்கிறது, 'ஒன்றுமில்லாததிலிருந்து' அவரால் படைக்கப் பட்டிருக்கிறது); கடவுள் எல்லாவற்றோடும் இருப்பவர் (எல்லா யதார்த்தத்திலும் நிரம்பி அவற்றோடு இருப்பவர் கடவுள்); எனவே பிற உருவாக்கப்பட்ட யதார்த்தங்களைப் போன்றதல்ல கடவுளின் தனி யதார்த்தம். இந்த அடிப்படை வித்தியாசத்தை வெளியிட இறையியலாளர்கள் பல சிந்தனைகளைப் பயன் படுத்துகிறார்கள். இவற்றுள், கடவுளின் சுய இருப்பு (தானே படைப்புக்கு மூலமாகவும் படைப்பாகவும் இருக்கின்ற நிலை), சுதந்திரம், அன்பு, நன்மை, காலமற்ற தன்மை, பேராற்றல், இருப்பு, அழகு, புகழ், எளிமை, சுயதொடர்பு, உற்பத்தியாற்றல் இன்னும் பிறவற்றால் கடவுளின் தனித்தன்மையை விளக்கும் முயற்சிகள் அடங்கும்.

கடவுளின் தனித்தன்மையை மொழியின் வாயிலாக விளக்குவது ஒரு பிரச்சினை. இப்பிரச்சினையின் மையத்தை நோக்கிய ஒரு நகர்வு, காண்டர்பரியைச் சேர்ந்த ஆன்செம் என்பார் கடவுளை வருணித்த முறையாகும். 'எதைப் பற்றி இன்னும் அதிகமாக வேறொன்றைக் கற்பனை செய்ய இயலாதோ அதுதான் கடவுள்'. இதனை பொனவென்தூர் என்பார் இன்னும் கொஞ்சம் விரிவுபடுத்தி, 'எதனையும்விட இன்னும் பெரிய அல்லது நல்ல ஒன்றைக் கற்பனை செய்ய முடியாதது' என்றார். மேலும் எல்லையற்ற பெரும்பொருளாக

இருக்கும் ஒன்றை எல்லைக்கு உட்பட்ட நமது மனங்களால் முழுதுமாய்க் காண இயலாது. ஏதோ ஒரு வரையறைக்குள் கடவுளை நீங்கள் இறுதியாக அடைத்துவிட்டீர்கள் என்றால் கண்டிப்பாக அவ்வாறு அடைபட்ட பொருள் கடவுளல்ல என்பதைப் புரிந்துகொள்ளலாம். ஏனென்றால் கடவுள் எதையும் விடப் பெரியவர். எனவே கடவுளின் இருப்பினை நிரூபிக்கும் எந்த முயற்சியும் தோல்விக்குள்ளாகிறது. கடவுளின் இருப்பினை மதிப்பிடக் கூடிய எந்த ஒரு சட்டகத்தையும்விட அவர் பெரிய வராகவே இருப்பார். கடவுளைத் தேடும் ஒருவனுக்கு எந்த ஒரு நடுநிலையான அளவுகோலோ உறுதியான ஒரு சான்றோ கிடையாது. கடவுளே இறுதியான அளக்கும் சட்டகம். அவர் தான் எல்லாவற்றுக்கும் மேலான பார்வை உடையவர்.

ஆகவே கடவுளைத் தேடுபவன் என்ன செய்வது? இதற்கு விடை யார் அந்தக் கடவுள் என்பதற்கேற்ப அந்தக் கடவுளைத் தேட முயல்வதுதான். ஏற்கெனவே உன்னைக் கண்டுவிட்ட ஒரு கடவுள்; உன்னுடைய வினாக்களுக்கெல்லாம் தூண்டு கோலாக இருப்பவர்; அகஸ்தீன் சொன்னதுபோல, 'உனக்கு உன்னைவிட மிக நெருக்கமாக இருப்பவர்'; உன்னால் கண்டு பிடிக்கப்பட வேட்கை மிக்கவர்; இயற்கையிலுள்ள எல்லா சமிக்ஞைகள், வரலாறு, புனித நூல்கள், உங்கள் சொந்த அனுபவம் யாவற்றின் வாயிலாகவும் அபரிமிதமாகத் தம்மை வெளிப்படுத்திக் கொள்பவர் – இப்படிப்பட்ட ஒரு கடவுளைத் தேடுவதன் அர்த்தம்தான் என்ன?

இந்தக் கடவுளைக் கண்டுபிடிக்கும் இரகசியம், கடவுள் என்பது இப்படிப்பட்ட கடவுள்தான் என்று நம்பத் தொடங்கு வதில்தான் உள்ளது. நம்பிக்கை புரிந்துகொள்வதற்கான வழியைத் திறக்கிறது. இந்த நிலைக்கும் மனித உறவுகளுக்கும் உள்ள ஒப்புமை தெளிவானது: வாழ்க்கையில் எதைப் புரிந்து கொள்வதற்கும் அன்பு செலுத்துவதற்கும் அடிப்படை நம்பிக்கை தான். இதில் உங்களைப் பற்றியோ அல்லது வேறு யாரைப் பற்றியோ பின்னால் என்ன அறிய நேரும் என்பதை அறிந்து கொள்ள எந்த உறுதிப்பாடும் கிடையாது.

இந்த நம்பிக்கைக்குள் புகுவதற்கு வழியென்ன? இதற்குக் குறித்த சூத்திரம் எதுவும் இல்லை. நம்பிக்கைக்குள் புகக்

கிறித்துவர்களும் பிற சமயத்தினரும் பல்வேறு வழிகளைக் கையாளுகிறார்கள். வழக்கமாக நாம் நம்பும் மனிதர்கள் வாயிலாக இது நிகழ்கிறது. அவர்கள் நம்பிக்கை மெய்யானது என நாமும் நம்புகிறோம். நம்பிக்கை ஏற்படக் காரணம் ஒருவேளை ஒரு நூல், சூரிய அஸ்தமனம் அல்லது அசாதாரணமானதோர் அனுபவம், ஒரு கவிதை, ஒரு நல்ல இசைப் பகுதி, ஒரு துயரம், ஒரு நற்செயல், அல்லது ஒரு தீமை அல்லது வேறு எதுவாக வேண்டுமானாலும் இருக்கலாம். பொதுவாக ஆழ்மனத்தில் இவ்வாறான பல விஷயங்களின் சேர்க்கையால்தான் நம்பிக்கை நிகழ்கிறது. கடவுளை வினவுவது, அர்த்தத்தைத் தேடுவது, அறிவுபூர்வமாக ஆராய்வது என்பது நமது நம்பிக்கையை விழிக்கச் செய்வதற்கும், ஒரு தீர்மானத்திற்கு வருவதற்கும் ஒரு சாத்தியமாக அமையலாம். மிகப் பெரியதாக நாம் நினைக்கக் கூடியதொரு உண்மையை நாம் இயன்றளவு சக்தியைக் கொண்டு ஆராய்வது என்பது அர்த்தபூர்வமானதுதான்.

இந்த இடத்தில்தான் கடவுளின் இருப்பும் இயற்கையும் பற்றிய தத்துவார்த்த அல்லது இறையியல் சார்ந்த விவாதங்கள் நிகழ்கின்றன. அவை ஒரு மேஜை அல்லது வரலாற்று மெய்ம்மை யின் இருப்பை நிறுவுவதுபோலக் கடவுளின் இருப்பையும் கண்டுபிடித்துவிட முடியும் என்று பாசாங்கு செய்யவில்லை. மாறாக, கடவுள் என்ற கருத்து அறிவார்த்தமாக அர்த்தமுள்ளது (அல்லது அர்த்தமில்லாதது) என்று காட்ட முயல்கின்றன. இதனைப் பிற வகை அறிதல்களோடு தொடர்புபடுத்த முடியும் (அல்லது தொடர்புபடுத்த முடியாது) என்று காட்டுகின்றன. கிறித்துவர்களுக்குள்ளாகவும், கிறித்துவர்களுக்கு மாறான கடவுள் குறித்த சிந்தனை உள்ளவர்களின் மத்தியிலும் முற்றுப் பெறாத பெரும் விவாதங்கள் உள்ளன. முன்பு நாம் குறிப்பிட்ட பல்வேறு அறிவுத் துறைகள், அவற்றில் செயல்படுபவர்கள் ஆகியோர்க்கிடையிலும் கடவுளின் மேன்மையை ஏற்போரும் விவாதிப்போரும் இம்மாதிரி விவாதங்களில் ஈடுபட்டிருக் கிறார்கள். இந்தச் செயல்முறையில் கிறித்துவப் படைப்பாளி யான ஒரு கடவுள் மீதான விசுவாசம் தொடர்ந்து கேள்விக் குள்ளாகிறது; மறு சிந்திப்பிற்குள்ளாகிறது; மறு கற்பனைக் குள்ளாகிறது; விரிவுபடுத்தப்படுகிறது. மேலும் வளப்படுத்தப் படுகிறது. ஆனால் இது தனது யூகங்களுக்கும், கடவுள் எப்படி

வரையறுக்கப்படுகிறார் என்பதற்கும், கடவுளின் இயல்பை ஆராயும்போது எப்படிப்பட்ட இயல்பைப் பொருத்திப் பார்ப்பது என்பதற்கும் நாம் விழிப்போடும் பிடிமானத்தோடும் இருக்கும் போதுதான் சரியானது என்பது இந்த இயலின் பாடம்.

மகனாகக் கடவுள்

குறித்த வரலாற்று மக்களோடும் சமூகங்களோடும் கடவுள் ஈடுபாடு காட்டுபவர், குறித்த வழிகளில் கடவுள் தன்னை வெளிப் படுத்திக்கொள்ளும் சுதந்திரம் உடையவர், (ஒரு மையமான வரலாற்று மனிதர்-இயேசு உட்பட) என்ற கிறித்துவக் கருத்து முன் பிரிவில் கடவுளைப் படைப்பவராக நோக்கியபோது விடு பட்டுவிட்ட ஒரு பரிமாணம் ஆகும், இக்கருத்து, இக்கடவுளின் மெய்ம்மையை அளப்பதற்கான மேலும் ஒரு முழு அளவு கோல் தொகுப்பினை அளிக்கிறது. வரலாற்று நிகழ்வுகளுக்கும் மனிதர்களுக்கும் ஏற்ற அளவுகோல்கள் இருக்கத்தானே வேண்டும்? கடவுளின் மகனான இயேசு கிறிஸ்துவின் கதை கடவுள் யாரென்பதைக் குறித்துக் காட்டக்கூடியதென்றால், இயேசு கிறிஸ்து குறித்து அளிக்கப்படும் சாட்சியங்கள் நம்பக மானவையாக இருக்க வேண்டும்.

நம்பகமானது என்று எதைக் கருதுவது என்று ஆரம்ப காலத்திலிருந்தே மோதல்கள் நிகழ்ந்து வந்துள்ளன. மைய நீரோட்டக் கருத்து என்னவென்றால் விவிலியத்தில் பதிவு செய்யப்பட்டிருப்பவை யாவும் மிக நுட்பமாக, துல்லியமாக இருக்க வேண்டும் என்பதல்ல – அந்த அளவு துல்லியத்தை நோக்கினால் பல்வேறு இடங்களில் வேறுபட்டும் முரண்பட்டும் காணப்படும் பதிவுகளைக் கொண்ட புதிய ஏற்பாட்டினை ஒரு ஆதார நூல் எனக் கொள்ள முடியாது. மாறாக இயேசுவை அறிந்து கொள்ளவும், அவர் என்ன செய்தார், எப்படித் துன்பப்பட்டார் என்பதைப் புரிந்துகொள்ளவும் போதிய சாட்சியங்களைத் தரும் கதைகளை நம்புவதற்கே அழுத்தம் அளிக்கப்பட்டுவருகிறது.

இயேசுவின் யதார்த்தம் பற்றிய மையப் பிரச்சினைக்கு அடிப் படை சாட்சியங்களின் மீதான நம்பிக்கைதான். அவருடைய வாழ்க்கையை மீண்டும் நடத்திப் பார்ப்பது என்பது இயலாது. அதற்கு ஒரே வழி பலவித சாட்சியங்கள்தான். எந்த ஒரு

சாட்சியத்தையும் குறுக்கு விசாரணை செய்யவும், பிறகு முழுவது மாக நம்பவும் அல்லது ஒரு பகுதியை மட்டும் நம்பவும், அல்லது நம்பாமல் புறக்கணிக்கவும் கூடும். சில குறித்த சாட்சியங்களின் அடிப்படை நம்பகத்தன்மையை விசுவாசிக் கின்ற ஒரு சமயமாகக் கிறித்துவம் உள்ளது. அந்தச் சாட்சியங்கள் வேறுபட்டிருந்தால் கடவுள் பற்றிய கிறித்துவத்தின் புரிதலும் மாறிப் போயிருக்கும். எனவே கிறித்துவப் புனித நூல்கள், பாரம்பரியங்கள் ஆகியவையும், தவறாகப் புரிந்துகொள்ளப் பட்ட, சதிகளுக்குள்ளாக்கப்பட்ட, சித்திரவதை செய்யப்பட்ட, கொல்லப்பட்ட, அதன் மையக் கதாபாத்திரத்தின் (இயேசுவின்) இயல்பையே தாங்களும் கொண்டுள்ளன. இதைவிட இன்னும் பாதுகாப்பான உறுதியான, சந்தேகத்திற்கும் வினவலுக்கும் குறைவாக ஆட்படுகின்ற ஒன்றை ஏற்றுக்கொள்ளவோ எதிர்த்துப் பிடிக்கவோ செய்யலாம் என்ற நோக்கு பல்வேறு காலங்களில் எழுந்தது. இருந்தாலும் இந்தக் கடவுளுக்குப் பொருத்தமான உறுதிப்பாட்டின் வகை பிற மக்களின் வார்த்தையை நம்புவது தான் என்பதை அழுத்திக் கூறுகின்ற ஒரு வலுவான பாரம்பரியம் இருந்துவருகிறது. இதைப் பற்றிக் கருத்து மாறுபாடிருக்கலாம். அப்படியானால் சாட்சியங்களின் முக்கியச் செய்தியை நம்பு வதற்கான தேவையைக் குறுக்கு விசாரணை செய்ய வேண்டும் என்பதைக் கிறித்துவ இறையியல் ஏற்பது ஒன்றுதான் வழி.

தூய ஆவியாகக் கடவுள்

தூய ஆவியின் மெய்ம்மையை எப்படிச் சொல்வது? எந்த ஒரு தனித்த வழியிலும் தூய ஆவியை அறிய முடியாது என்பது தான் மரபுவழி நிலைப்பாடு. தூய ஆவியை அவரது/அவளது/ அதனது (தூய ஆவியின் 'பால்' எது என்பது பற்றி ஆர்வ மூட்டும் கேள்விகள் உள்ளன) விளைவுகள் (நம்புதல், அன்பு செலுத்துதல், விசுவாசித்தல் அல்லது முன்னுணர்த்தல், கற்பித்தல், குணப்படுத்தல் போன்ற கொடைகள்) வாயிலாக அறியலாம். இன்னும் பொதுவாக விளக்கினால், மொத்தப் படைப்பிலும் தூய ஆவியின் செயல் காணப்படுகிறது. படைப்பு நாசப்படுத்தப்படும்போது அல்லது அழிக்கப்படும்போது அது மீண்டும் படைக்கப்படும் அல்லது உருமாற்றம் செய்யப்படும் என்பதிலும் தூய ஆவியின் செயல் உள்ளது. மனமாற்றங்கள்,

1. பெந்தெகோஸ்துவைக் குறிக்கும் ஒரு ரஷியச் சின்னம். தூய ஆவி இறங்கி வருதல்.

அகத் தூண்டல்கள் போன்ற நாடகப்பாங்கான அனுபவங் களோடும், விவேகத்தைக் கற்றல், பல தலைமுறைகளாக ஒரு சமூகத்தைக் கட்டி எழுப்புதல் போன்ற நீண்ட மெதுவான செயல்முறைகளோடும் சமூகச் செயல்முறைகளான ஞானஸ் நானம், குருத்துவம் அடைதல் போன்றவற்றோடும் பிரார்த்தனை வழிபாடு, விரதம், கொடை போன்ற பழக்கங்களோடும் தூய ஆவி தொடர்புபடுத்தப்படுகிறது.

இம்மாதிரியான யதார்த்தம் பல்வேறு விதமான வழிகளில் அறியப்படும் என்பது தெளிவு. அவ்வழிகளும் மறைமுகமான வையே. ஏனெனில் எவரும் தூய ஆவியை நேராகச் சந்திக்க இயலாது. எந்த ஒரு தகுதிவாய்ந்த கற்றல் முறைக்கும், நம்பிக்கை, ஒழுக்கம், (மனம், கற்பனை, உணர்ச்சி விருப்புறுதி யாவற்றிலும் பல வழிகளிலும் மாற்றமுறுகின்ற நிலை வரைக்கும்) நீண்டகாலத் தன்னார்வ ஈடுபாடு ஆகியவை தேவைப்படுவது போலவே, இந்தச் சிக்கலான கற்றல் முறைக்கும் தேவைப்படுகின்றன. இதனைத் தொடங்குவதற்கே மறுப்பு இருக்கலாம். எந்த நிலை யிலும் திரும்பிவந்துவிடலாம். அல்லது இச்செயல்முறையைத் தவிர்க்கும் சந்தேகம் எழலாம். ஆனால் இந்தச் செயல்முறையில் முழு ஈடுபாட்டுடன் செல்லாமல் மெய்ம்மையை உணரும் வாய்ப்பு இல்லை. தூய ஆவியின் மெய்ம்மையைப் புறவய மாகக் காண்பதற்கு நடுநிலையான எவ்வித முன்ஈடுபாடும் அற்ற ஆராய்தல் முறை என ஒன்று கிடையாது.

எந்தக் கடவுள்?

கடவுள் என்பதற்கான வெவ்வேறு தேர்வுகளை ஒப்பிட்டுப் பார்ப்பதிலுள்ள அளவற்ற கஷ்டத்தை முன்பத்தி தெளிவுபடுத்தி யிருக்கும். தானே ஈடுபட்டுப் புரிந்துகொள்ளுதல் என்பதற்கு மற்ற சமயங்களிலும் ஒப்புமைகள் உள்ளன. இங்குள்ள தர்ம சங்கடம் வெளிப்படையானது: கடவுளை உடன்படும் எந்தப் பாரம்பரியத்திற்கும் வெளியில் நீங்கள் இருந்தால் அதனை மேம்போக்காகவே புரிந்துகொள்ளும் இடர்ப்பாட்டில் சிக்கு கிறீர்கள். மாறாக ஏதேனும் ஒன்றில் ஆழமாக ஈடுபட்டு விட்டாலோ பிறவற்றோடு ஒப்பிட்டுப் புரிந்து கொள்ளும் சாத்தியத்தை இழந்துவிடுகிறீர்கள்.

ஒவ்வொரு முக்கிய சமயப் பாரம்பரியமும் ஒரு தீவிரமான வாழ்க்கை முழுவதையும் தழுவிக்கொள்ளக் கூடிய ஈடுபாடாக இருப்பதுதான் இதற்குக் காரணம். வெறும் நம்பிக்கைகளையோ, அல்லது உண்மை பற்றிய கூற்றுகளையோ சார்ந்தது மட்டு மல்ல, முழு வாழ்க்கையையும் பற்றியது சமயம். தன் வாழ்நாள் முழுவதும் ஒரு நம்பிக்கையுள்ள யூதராக இருந்த ஒருவர், அதேசமயம், வாழ்நாள் முழுவதும் ஓர் ஈடுபாடுள்ள முஸ்லிம் நடைமுறைக்கோ, அல்லது இன்றைய புதுயுகத்தின் கலப்பு நடைமுறைக்கோ ஏற்றவராக முடியாது.

ஆயினும் ஒருங்கிணைந்த ஆராய்ச்சி, விருந்து உபசரிப்பு, சமயங்கள்/உலகப் பார்வைகள் இவற்றைப் பிரிக்கும் எல்லை களுக்கு அப்பாற்பட்ட நட்பு ஆகியவற்றின் வாயிலாக இரு சமயங்களிலோ அல்லது சிலமுறை பல சமயங்களிலோ ஒருவர் வல்லுநராகக் கூடும். இறையியலும் அதனோடு தொடர்புடைய சமயக் கல்வியும் இதன் ஒரு முக்கியப் பகுதியாகும். கடவுள் அல்லது தெய்விகம் பற்றிய கேள்வியில் ஈடுபடும்போது கோடிக் கணக்கான மக்களுக்குரிய மிக முக்கிய மெய்ம்மையோடு அறிவார்த்தமாகப் போராடுவது என்ற முயற்சி நிகழ்கிறது. வாழ்க்கையை வடிவமைக்கும் மிகப் பெரிய கேள்விகள், உண்மை, அழகு, நடைமுறை போன்றவற்றை நடுநிலை யாகக் கையாளுவது இயலாது என்பது தெளிவு. அல்லது இவற்றிற்கு மேற்பட்ட கடவுளின் பார்வையை அறிந்தவர் எவருமில்லை. கடவுளின் மெய்ம்மையை நிறுவிக்காட்டும் முடிவான நிரூபணம் கிடைக்காது என்பது இறையியலுக்கு ஒரு தடையன்று. அதைவிட மேலான அறிவார்ந்த இலக்குகள் பல உள்ளன. சிறந்த இறையியல் விவாதங்கள் என்பவை எங்கிருந்து நாம் வருகிறோம் என்பதை ஏற்றுக்கொண்டு பிறகு பிறரோடு (நமது நம்பிக்கை சார்ந்தவரோ, அல்லாதவரோ) பொறுமையாக ஆராய்ச்சி செய்து தொடர்புகொண்டு முக்கியமான விஷயங்களை விவாதிப்பவர்களுக்கு இடையிலேயே உள்ளன. கடவுளைப் பற்றிய ஒருவரது சிந்திக்கும் வழிகள் மட்டுமல்ல, பிரிக்க முடியாமல் தன்னைப் பற்றியும் பிறரைப் பற்றியும் படைக்கப் பட்ட இவ்வுலகத்தைப் பற்றியும் மாற்றுவது மட்டுமன்றி, ஒருவனது முழுப்பார்வை வீச்சையே மாற்றிக் கற்பனைக்கு எட்டாத ஆச்சரியங்களை அளிப்பதில் முறையாக நடத்திச் செல்லக்கூடிய பயிற்சி இதுவாகும்.

இயல் 4

கடவுளின் முன்னால் வாழ்தல்: வழிபாடும் ஒழுக்கமும்

மனிதராக இருப்பது என்பதன் அர்த்தத்தை இறையியல் பூர்வ மாகச் சிந்திப்பதற்கு ஓர் அறிமுகமாக அமைகிறது இவ்வியல். மனித இருப்பின் முக்கிய இயக்கமாக வழிபாடு என்னும் நிகழ்விலிருந்து இது தொடங்குகிறது. பிறகு வழிபாட்டைப் பற்றிய இறையியல் விவாதத்திற்குள் நுழைகிறது. பிறகு எப்படிக் கடவுளும் வழிபாடும் ஒழுக்கவியலுடன் தொடர்புபடுகின்றன என்ற சிந்தனைக்குள் செல்கிறது. இறுதியாக மனிதனைப் புரிந்து கொள்வதற்கான சில குறிப்புகளை அது வகுத்துத் தருகிறது.

வழிபாடு என்னும் நிகழ்வு

எல்லா மக்களும் அவர்களது சமூகங்களும் வழிபாட்டில் ஈடுபடுவதைப் பார்க்க, வழிபாடு என்பதை வரையறுப்பது சாத்தியமானதே. எல்லோருக்கும் இது பொருந்துகின்ற மாதிரி யாக, பால் டில்லிச், 'இறுதியான அக்கறை' என்பதாகப் பேசினார். எமில் டர்க்ஹீம், 'சமூகத்தை ஒழுங்குபடுத்தும் கட்டுப்படுத்தல்கள்' என்று கூறினார். முழு மக்கள் சமூகங் களையும் பிடிக்குள் வைத்திருக்கும் இறுதி அக்கறையின் ஒரு சமூக வடிவமாக இந்தக் கட்டுப்படுத்தல்களை நோக்க முடியும். அவர்களது இறுதி அக்கறைகளை நிறைவேற்ற உதவுவதற்கான தனிநபர்களின் அல்லது குழுக்களின் நடத்தை என்று வழிபாட்டை வரையறுக்க முடியும். ஒரு பேரிணைப்பாகக் கட்டுப்படுத்தக் கூடிய அக்கறையாக அல்லது பெருவிருப்பமாக ஒன்றால் பற்றப் படுவது என்பது ஒன்றைக் கடவுள் வழிபாடு-ஒரு தெய்வத்தை வழிபடுவது போன்றது. உங்கள் இறுதி அக்கறை பல்வேறு

திசைகளில் பரந்து செல்லுமாறு செய்வது பல கடவுள் வழிபாடு போன்றது.

இம்மாதிரி அக்கறைகள், கட்டுப்பாடுகள், கடப்பாடுகள் ஆகியவற்றின் வாயிலாக உங்களையோ உங்கள் சமூகத்தையோ விவரிப்பது கடினமன்று. வாழ்க்கையின் ஒவ்வொரு முக்கியக் களத்திலும் நீங்களாகத் தேர்வுசெய்யாதது என்று உணர்கின்ற பரிமாணம் ஏதேனும் ஒன்று இருக்கும் (அதன் தொடர்பாக உங்களுக்குப் பல தேர்வுகள் செய்ய வாய்ப்பிருந்தும்கூட); அது உங்கள் நடத்தையை வடிவமைப்பதாகவும் இருக்கும்.

பணத்தைப் பற்றியும் உலகில் நிகழும் முழுப் பொருளாதார மதிப்புகளின் பரப்பு மற்றும் பொருளாதாரச் செயல்பாடுகள் இவற்றையும் நினைத்துப் பாருங்கள். இவற்றிலிருந்து தப்பிக்க முடியாது. ஆனால் இவை தனிமனிதர்கள், குழுக்கள் மற்றும் முழு தேசங்கள், உலகளாவிய வலைப்பின்னல் அமைப்புகள் ஆகியவை மீது ஆதிக்கம் செலுத்த வல்லவை. பல்வேறு வடிவங்களில் பொருளாதாரத்திற்குத் தொண்டு புரிவதற்கே மிதமிஞ்சிய ஆற்றலும் அறிவுக்கூர்மையும் குவிக்கப்படுகின்றன. இம்மாதிரி ஒன்று உங்கள் வாழ்க்கையில் பிறவற்றைவிட அதிகம் நடைமுறை முக்கியத்துவம் பெறுகிறது என்றால், நம்முடைய பரந்த வரையறையின்படி, அது ஒரு வழிபாடு அல்லது மக்கள் வழக்கிலுள்ளபடி – அதுதான் உன்னுடைய மதம் அல்லது முதல் இயலில் நான் பயன்படுத்தியபடி உன்னுடைய முழு வாழ்க்கைக்கும் இறுதியான யதார்த்தமாக அமையும் பிரமிப்பு ஆகிறது.

வாழ்க்கையின் மற்ற அடிப்படைக் கூறுகளை வைத்து இதேபோன்ற கருத்துகளையும் நாம் சொல்ல முடியும். உங்கள் குடும்பம், உங்கள் இனம், பால், அல்லது உங்கள் தேசம், இவற்றை இறுதிப் பொருளாக்குகின்ற வகையிலே நீங்கள் அவ்விஷயங்களின் ஈடுபாடுகள், கடப்பாடுகள் ஆகியவற்றால் ஆளப்படலாம். அல்லது சட்ட அமைப்புகள், சமூகங்கள், பன்னாட்டுச் சமூகங்கள் ஆகியவற்றில் நீதியின் தேவைக்காக நீங்கள் போராடலாம். அல்லது இன்பம், சுய பூர்த்தி ஆகிய வற்றிலேயே மிதமிஞ்சிய எல்லை அல்லது அதுவே போதையாகும் முறையில் ஈடுபடுவது உங்கள் ஆதிக்க ஆசையாக இருக்கலாம்.

67

முன் இயலில் கூறியமாதிரி, நீங்கள் உங்கள் கடவுளை வழிபடுகிறீர்கள் என்றால், வழிபாடு பற்றிய இந்தப் பரந்த வரையறையை உங்களுக்குப் பல கடவுள்கள், பல்வேறு இறுதி அக்கறைகளுக்கும் ஆசைகளுக்கும் உரிய பொருள்கள் ஆகிய வற்றைச் சுட்டிக்காட்டுகிறது. ஆனால் அவற்றில் எல்லாமே மரபான அர்த்தத்தில் சமயம் சார்ந்தவை அல்ல. நிகோலஸ் லாஷ் விவரிப்பதுபோல, இவ்வழிபாடுகளின் வேலை பற்றாக்குறை யான இறுதிகள், கடவுள்கள், சிலைகள் போன்றவற்றிலிருந்து உங்களை விலக்குவதுதான். இவை மக்களின் வாழ்க்கைகளை ஆதிக்கம் செலுத்தித் தங்களுக்கு இரையாக்கி, திசைதிருப்பிக் கெடுக்கின்றன. சமயங்கள் என்பன இப்படிப்பட்ட வழிபாட்டு மரபுகளின் தொடர்ச்சிதான். இவை மக்களுக்குப் புதிய திசையைக் காட்டி அவர்களுடைய மரபின் வழிப்பட்ட உறுப்பினர்கள் நிறுவனங்கள், பழக்கவழக்கங்கள், நம்பிக்கைகள் ஆகியவற்றில் ஈடுபட வைத்து அவர்களின் ஆசைகளுக்குப் புதிய சக்தி தருபவை.

அவ்வாறாயின் நம்மையெல்லாம் வியப்பில் ஈர்க்கின்ற வழிபாடு என்னும் நிகழ்வு சமயம் சார்ந்த அல்லது சமயம் சாராத பல வடிவங்களை எடுப்பதைப் பார்க்கலாம். இது ஃபாசிஸத்தோடும் முதலாளியத்தோடும் இடையான நிகழ்வு மற்றும் கிரேக்க சமயத்தோடும் விலங்கு வழிபாட்டோடும் கிறித்துவத்தோடும் இஸ்லாமியத்தோடும் தொடர்பு கொண் டுள்ளது. ஆனால் இப்படிப் பொதுவான நிலையில் வழிபாட்டை நோக்குவதில் இடர்ப்பாடுகள் உண்டு. முக்கியப் பிரச்சினை என்னவென்றால் ஏதாவது ஒரு உலகப் பொதுவான மாறாத கூறாக இறுதி அக்கறை அல்லது இறுதி ஆசை ஒன்றின் வாயிலாக மனித இனத்தைப் புரிந்துகொள்ள முடியும் என்ற மனப்பதிவை அது ஏற்படுத்தியுள்ளது. தெய்விகத்திற்கும் இணையாக மனித இனத்தை வரம்புக்கு உட்படுத்தும் இம்மாதிரியான முயற்சிகள் முன் இயலில் கடிந்துரைக்கப்பட்டன. வழிபாடு, தொடக்கத்தில் உதவிபுரியக் கூடியதுதான். என்றாலும் இறையியல் சிந்தனை இன்னும் ஆழ்ந்து செல்லும்போது எவ்விதக் கடவுளை நாம் வழிபடுகிறோம் என்பது முக்கியமாகிறது. தெய்விகம் பற்றிய குறித்த வகையிலான ஏதோ ஒரு கருத்தாக்கம் தொடர்பாகச் சிந்திப்பதற்கு முனையாத இறையியல் உண்மை, நடைமுறை ஆகிய பிரச்சினைகளுக்குள் ஒருபோதும் நுழையாமலிருக்கும்

பல்வேறு தேர்வுகளை வரிசைப்படுத்திச் சொல்லும் இழப்புக்கு ஆளாகின்றன. எத்தனை விதமான முக்கியமான தேர்வுகள் நம் முன்னால் உள்ளன என்பதை அறிவது நல்லதுதான். ஆனால் ஒவ்வொரு தேர்வுக்குப் பின்னும் பல நூற்றாண்டு வழிபாட்டின் விளைவாகக் கிடைத்த அர்த்தம், விவாதம், எளிய வாழ்க்கை போன்றவற்றின் ஒரு பேருலகமே அடங்கிக் கிடக்கிறது. இவற்றிற்கு இடையிலே உரையாடல் தேவையானது. அதனால் இம்மாதிரி மிகச் சிறிய அறிமுகத்தை எழுதும்போது ஏதோ ஒன்றிலேனும் ஆழமாக ஈடுபடுவதற்கு முதன்மை தர வேண்டும். எனவே திரித்துவமான கடவுளைப் பற்றிய விவாதத்திற்குப் பிறகு நாம் அந்தக் கடவுளை வழிபடுவது பற்றி இறையியல்பூர்வமாகச் சிந்திப்போம்.

இறையியலும் வழிபாடும்

இறையியலின் ஆழ்ந்த நாடி நரம்புகளை அறிய வழிபாட்டை ஆழ்ந்து ஆராய்வது அவசியம். முன் இயல் கூறியமாதிரியே பல நூற்றாண்டுகள் வழிபாட்டின் விளைவாகத்தான் திரித்துவம் என்ற கருத்தாக்கம் கிடைத்தது. அந்த நூற்றாண்டுகளின் வழிபாடு எப்படி யதார்த்தத்தின் அடிப்படைப் பரிணாமங்களுடன் சம்பந்தப்பட்டுள்ளது, இவை எப்படி ஆழ்ந்த வினாக்களுக்கும், இறுதியாக முரண்பாட்டுக்கும் இடமளிக்கின்றன என்பதைக் காட்டுகின்றன.

வழிபாட்டின் ஐந்து அடிப்படை வடிவங்கள் பற்றிய இறை யியல் உட்பொருளைச் சான்றாகக் காண்போம்.

மனங்கள், கற்பனைகள், உணர்ச்சிகள், விருப்புறுதிகள், உடல்கள் ஆகியவற்றையும் விரிக்கும் ஓர் இயக்கம் சார்ந்த உறவுதான் கடவுளைப் புகழ்தல் என்பது. கடவுள் எந்தக் கருத்தாக்கத்தையும் கடந்தவர் என்பதால் கடவுளைப் புகழும் போது கடவுளுக்கு ஏற்ற வகையில் கருத்தினை உருவாக்கத் தொடர்ந்து சிந்தனை தூண்டப்படுகிறது. வழிபடுவோர்க்கு அறிவார்த்தமான படைப்பாற்றலை வளர்த்துக்கொள்ள இது ஓர் அழைப்பு. ஏனெனில் கடவுள் யார் என்பதற்கு இன்னும் ஏற்றவராகத் தங்களை ஆக்கிக்கொள்ளும் முறைகளில் அவர்கள் சிந்தனைகள் விரிவடைகின்றன. தகுதிசால் புகழ்ச்சி என்பது

மொழி, இசை, உடற்குறிப்புகள் மற்ற வெளிப்பாட்டு வகைகள் ஆகியவை வாயிலாக இறங்கி விவிலியத்திற்கும், பாரம்பரியத் திற்கும் சகவழிபடுவோர்க்கும் அச்சமயத்திற்கும் ஏற்ற வகையில் உணர்வுபூர்வமாக அமைய முயற்சி செய்கிறது. அதிகபட்சம் இது தீவிர ஆழ்ந்த சிந்தனையை உள்ளடக்கியுள்ளது. அதனால் அது கல்விசார் இறையியலாக இருக்கவேண்டும் என்ற கட்டாயம் எதுவுமில்லை. பெரும்பாலும் அப்படியில்லை. ஆனால் கல்வி சார் இறையியல் ஆழ்ந்து பணி செய்ய வேண்டுமானால் இங்கு எழுப்பப்படும் வினாக்களில் அது ஈடுபாடு கொள்ள வேண்டும்.

கடவுளை அவருடைய பண்புகள் அல்லது முழுமைகள் என்பனவற்றுக்காகப் புகழ்வோமானால், கடவுள் நல்லவர், அன்பானவர், நீதியானவர், சுதந்திரமானவர், தமக்குத் தாமே இருப்பவர், அழியாதவர், சர்வவலிமையுடையவர், எங்கும் நிறைந்திருப்பவர், கருணை மிக்கவர், பொறுமையுடையவர் என்பதற்கெல்லாம் என்ன அர்த்தம்? மனிதர்களைப் பற்றி நமக்குத் தெரிந்தனவற்றை வைத்து அவற்றை நாம் இன்னும் விரித்துக் கடவுளாக்குகி.றோமா அல்லது முற்றிலும் வேறான வழியில் கடவுளுக்கு இந்த அடைமொழிகள் பொருந்துமா? அப்படியானால், அவை எவ்விதம் அர்த்தம் தர முடியும்? நாம் வெறும் புதிய புத்தாக்கங்களை நமது மனத்தின் புறவெளிப்பாடு களாக வெளிப்படுத்துவது ஆகாதா? கடவுள் முப்பொருளாக இருப்பதனால் அவருக்குக் கொடுக்கும் அடைமொழிகளில் என்னவித நிச்சயமான தனித்த உள்ளடக்கம் இடம்பெறும்? இறையியல் நூல்கள் முற்றிலும் இம்மாதிரி விஷயங்களைப் பற்றிய விவாதங்களால் நிரம்பியுள்ளன.

கடவுளைப் புகழ்தலிலுள்ள இயக்க உறவின் இன்னொரு வெளிப்பாட்டுக்கூறு கடவுளுக்கு நன்றி செலுத்துவது. நம்முடைய மொத்த இருப்பும் கடவுளுக்கு உரியதானால் கடவுள் உயிர் களுக்கு எல்லா நன்மை, உண்மை, அழகு ஆகியவற்றையும் அளிப்பவரானால் செய்நன்றி ஒன்றுதானே ஏற்ற வழி? இந்த நன்றியுரைத்தலின் அடிப்படைக்கூறு கடவுள் என்ன செய்த தாக நம்பப்படுகிறதோ அதற்குத்தான் – ஆனால் கடவுளின் செய்கையை நாம் எவ்விதம் கற்பனை செய்து பார்க்க முடியும்? பிற நிகழ்வுகள் மற்றும் செயல்களிலிருந்து இதனைப் பிரிக்க முடியுமா? அல்லது கடவுள் இவற்றில் ஈடுபடும்பொழுதே

கவனிக்க வேண்டுமா? கடவுள்தான் செயல்படுகிறார் என்று ஒருவன் புரிந்துகொள்வது எப்படி? கடவுள் செயலுக்கான ஒரு புறச்சட்டகம், வாழ்வு, மரணம், இயேசுவின் மீட்டுயிர்ப்பு என்றால், அந்த அளவுகோல்களை இன்று எப்படி அவர்கள் பயன்படுத்தப் போகிறார்கள்?

கடவுளின் செயல் பற்றிய இந்த உயிரான கேள்வி மீண்டும் மூன்றாவது வடிவத்தில் – அதாவது பிற மக்களுக்காகப் பிரார்த்தனை செய்தல் என்பதில் எழுகிறது. இது மரபுரீதியான தூய ஆவியின் வாயிலாக இயேசுவுக்குள் நிகழும் பங்கேற்பின் ஒரு வடிவம் என நோக்கப்படுகிறது. கிறிஸ்துவில் கடவுளும் உலகமும் ஒன்றுசேர்கின்றன. வழிபாட்டில் தேவைகளும் பிற மக்களின் துயரங்களும் பதிவாகின்றன. கடவுளையும் கடவுளின் செயல்படு வழிகளையும் நாம் புரிந்துகொள்ளுமாறு இது எவ்விதம் காட்டுகிறது? கடவுள் செய்த ஒரு மாயாஜாலச் செய்கை என்பதாக இதை நோக்குவதா? அல்லது கடவுள் மனத்தை மாற்றிக்கொண்டதாக நோக்குவதா?

வழிபாட்டின் நான்காவது வகை பற்றிச் சிந்திக்கும்போதும் இதே கேள்விகள் எழுகின்றன. இது தனக்குத்தானாகவோ அல்லது தனது சமூகத்திற்காகவோ ஒருவன் வேண்டுவது. விவிலியத்தில் நம்பிக்கையாளர்கள் கடவுளை நோக்கித் தங்கள் ஆசை எது என்று கேட்கலாம் என நேரடித் தூண்டுதல்கள், கட்டளைகள் ஆகியவை உள்ளன. வேண்டுகோள்களுக்கு விடைகள் கிடைக்கும். அப்படியானால் ஒரு பிரார்த்தனைக்குப் பதில் கிடைக்கவில்லை என்றால் அதன் நிலை என்ன? பிரார்த்திக் கின்றவரைக் கடவுள் வேறுபடுத்திப் பார்க்கிறாரா? ஒரு தனிமனித வாழ்க்கையின் எல்லா விவரங்களைப் பற்றியும் கடவுள் அக்கறை கொண்டிருப்பார் என்று நாம் கற்பனை செய்ய முடியுமா?

இறுதியாக ஒப்புக்கொடுத்தல். பிரார்த்தனையில் ஒருவன் தான் தவறு செய்ததை ஒப்புக்கொண்டு கடவுளின் மன்னிப்பைக் கேட்கும் முறை இது. இயேசுவில் தங்கியுள்ள கடவுள் வெளிச்சத்தின் முன்னிலையில் ஒருவன் தன்னைப் பரிசோதித்துக் கொள்வது. நாம் எவ்வளவு குறையுடையவர்களாக இருக் கிறோம் என்பதை மட்டுமல்ல, எல்லாவிதமான பாவங்களையும் மன்னிக்கக்கூடிய ஒருவர் முன்னால் நின்றுகொண்டிருக்கிறோம்

என்ற உண்மையையும் உணர்த்துகிறது. ஆனால் பாவம் என்றால் என்ன? இயேசுவின் மரணத்தின் முக்கியத்துவம்தான் யாது? தாம் பிறரை மன்னிப்பதுடன் மன்னிப்புக் கேட்பது எவ்வாறு தொடர்பு கொண்டுள்ளது? பின்வரும் இயல்களில் இக்கேள்விகளுக்கான விடையைத் தேடலாம். ஆனால் இங்கு வழிபாடு முழுதுமே தவறாகப் போகும் பிரச்சினை பற்றிப் பார்க்கலாம்.

'மிகச் சிறந்ததன் சீர்கேடுதான் மிகமோசமானது'. எனவே வழிபாட்டின் இயக்கம் கெட்டுப்போகும்போது அல்லது திசை மாற்றப்படும்போது அது தன் விளைவுகளில் பேரழிவு தருவதாக இருக்கும். மிக வெளிப்படையாகத் தெரியும் நிலையில் இதைத் தான் 'விக்கிரக ஆராதனை' என்கிறோம். கடவுளுக்கு மட்டுமே பொருத்தமான ஒன்றைக் கடவுளைவிடக் குறைந்த ஒன்றிற்குப் பொருத்தி நோக்கும்போது இது நிகழ்கிறது. இங்கு எல்லா விதமான கொடைகள், ஆற்றல்கள், மனிதர்களின் உற்சாகங்கள், அனைத்தும் கடவுளற்ற நன்றிக்கு அர்ப்பணிக்கப்படுகின்றன. வாழ்க்கையின் சூழலே சிதைந்து, மாசு நிறைந்துபோகிறது. நாம் வணங்கும் சில முக்கிய விக்கிரகங்கள் தேசத்தின் ஆற்றலும் புகழும், பணமும், செல்வ வளமும், அந்தஸ்தும் கௌரவமும் கருத்தியல்களும் பல்வேறு வகை இலட்சியங்களும் இன்பமும் சுய இன்பப் பூர்த்தியும் வசதியும் பாதுகாப்பும் கதாநாயகர்களும் நாயகிகளும் போன்றவை. ஆனால் பல சமயங்களில் வழிபாட்டின் சிதைவுகள் அவ்வளவு வெளிப்படையாகத் தெரிவதில்லை. அவற்றில் ஏதோ ஒருவித மாசு புகுந்ததைத் தவிர உண்மை வழிபாட்டின் எல்லா வடிவங்களும் இசைந்திருக்கலாம். யாராவது ஒருவரை விலக்கியிருப்பது, ஏதாவது ஒரு கட்சிச் சார்பு, ஏதோ ஒரு தேவைக்கு எதிர்வினை செய்யாத தோல்வி, ஒழுக்கத் தரங்களை அல்லது அற உண்மைகளை மீறுதல், இறையியல் ஒரு முக்கியமான விமரிசனப் பண்பைக் கொண்டுள்ளது. வழிபாட்டில் வருபவை எல்லாவற்றையும் கற்பித்தல், போதித்தல் உட்பட சோதிக்கிறது.

குறிப்பிட்ட சில கலாச்சாரங்களில் வழிபாட்டுக்கு ஏற்படும் இடையூறுகளை நன்கு ஆராய்ந்து அவற்றுக்கு இறையியல் பரிகாரம் தருகிறது. இன்றைய மேற்கத்திய நாகரிகத்தின் முதல் இயலில் சொல்லப்பட்ட பிரமிப்புகளின் மத்தியில் தமது நேர்மை, உயிர்த்தன்மை, முக்கியத்துவம் இவற்றைக் காப்பாற்றிக்கொள்ள

வழிபாடு மிகவும் போராடவேண்டியிருக்கிறது. ஒரு பொதுவான எதிர்வினை, பிற வழிபடுவோர்க்குத் திரித்துவக் கடவுளின் அன்பு, ஞானம், அழகு இவற்றில் பங்கேற்றலின் இயக்கம் கிடைக்கா வண்ணமும் உலகில் இதைப் பகிர்ந்துகொள்ளாவண்ணமும் சில வழிபடுவோர் தங்கள் மீதும் தங்கள் சமூகத்தின் மீதும் மட்டுமே கவனத்தைக் குவித்து ஒரு சில வழிபாட்டுக் கருவிகள் மீது (விவிலியத்தின் கூற்றுகள், குருமார்களின் முதன்மை, சில கோட்பாடுகள் அல்லது சமய அனுபவங்களை வலியுறுத்தல்) அதிக கவனம் செலுத்துகின்றன. இங்கு இறையியலில் வழி படுவோருக்கு வழிபாட்டின் மூலம், பண்பு, திசைப்படுத்தல் ஆகியவற்றை முழுதாக அறிவதற்கு நினைவூட்டுகிறது. இதுதான் முழு அர்த்தத்தில் ஒப்புக்கொடுத்தலாகும். அதாவது கடவுள் தொடர்பாக ஒருவன் அல்லது சமூகம் தனது முழு வாழ்க்கை யையும் மதிப்பிட்டுக் கொள்கிறது அல்லது எடைபோட்டுக் கொள்கிறது. இது அறிவுசார்பாக மிகப் பெரும் முயற்சி தேவைப் படுவதாகவும் தவிர்க்க இயலாது முரண்பாடாகவும் உள்ளது. திரித்துவக் கடவுளின் ஒளியில் செய்யப்பட்ட உடன்படிக்கைக்கு ஒத்துச்செல்லும் அல்லது மறுக்கும் வழிபாடு பற்றிய மதிப்பீடு களுக்குச் சென்றுவிட்ட பிறரோடு இது ஆழமான விவாதங்களை ஏற்படுத்தலாம்.

வழிபாட்டின் ஐந்து வடிவங்கள்-புகழ்ச்சி, நன்றி, பிறருக்காக வேண்டுதல், தனக்காக வேண்டுதல், ஒப்புக்கொடுப்பது - ஆகியவை வழிபாட்டின் இறையியலிலும் கடவுளோடும் வழி படுபவரோடும் பிற மக்களோடும் தொடர்பாக அது எழுப்பும் வினாக்களிலும் ஒரு வகை மட்டுமே. இதில் திரும்பத்திரும்ப வரும் பிரச்சினை, கடவுளின் செயலை எப்படி நாம் புரிந்து கொள்வது? அடுத்த பிரிவு, மனிதச்செயலோடு தொடர்புபடுத்தி இவ்வினாவை ஆராய்வதற்கு எடுத்துக்கொள்ளும்.

அறவியலும் கடவுளும்

மக்கள் எப்படி நடந்துகொள்ள வேண்டும் என்பது பற்றியது அறவியல் அல்லது ஒழுக்கச் சிந்தனை. ஒழுக்கம் என்பதைப் புரிந்துகொள்ளப் பல்வேறு வழிகள் உள்ளன. மிகவும் ஜனரஞ்சகமாக இருக்கும் முக்கியச் சிந்தனைகள் சில: உன்

மனச்சாட்சியைப் பின்பற்று; உன் கடமையைச் செய்; குறித்த நற்பண்புகளையும் பழக்கங்களையும் ஏற்படுத்திக்கொள்; நல்லது என்பதற்கான சில அடிப்படைப் பண்புகள் அல்லது சிந்தனைகள் அடிப்படையில் உன்னுடைய செயல்களைச் செய்; சில குறிக்கோள்களை விடாமல் பின்பற்று; ஒரு குறித்த பாரம்பரியத்தில் ஏற்றுக்கொள்ளப்பட்ட விதிமுறைகளை ஒப்புக் கொள்; நல்ல எடுத்துக்காட்டுகளைப் பின்பற்று; உன்னுடைய ஆழ்ந்த விருப்பங்களைத் தேடு; உன்னுடைய செயல்கள் என்ன விளைவுகளை உண்டாக்கும் என்பதை நன்கு அறிந்து தேர்ந்தெடு – இவற்றில் ஒவ்வொன்றும் இன்னும் பல கேள்விகளை எழுப்பக் கூடியவை. இவற்றின் விடைகளோ மேற்கத்திய சிந்தனைக் குழுக்கள் பல-பிளேட்டோனியர்கள், அரிஸ்டாடிலியர்கள், ஸ்டாயிக்குகள், தோமிஸ்டுகள், காண்ட்டியர்கள், பயன் நோக்குவாதிகள், இருத்தலியல்வாதிகள், பரிணாமவாதிகள் போன்றோரால் காணப்பட்ட அறவியல் கொள்கைகளின் வடிவத்திலே உள்ளன.

இறையியல்சார் அறவியல் என்பது கடவுளைத் தீவிரமாக எடுத்துக்கொள்வது. முன்பத்தியில் சொல்லப்பட்ட பல்வேறு சிந்தனைக் குழுக்களின் கொள்கைகளும் இதில் முக்கியப் பங்கு வகிக்கலாம். ஆனால் கடவுள் எப்போதும் உடனிருக்கிறார் என்பது அடிப்படைக் கூறு. நமது சமகால உலகில் சமயக் குழுக்களுக்கு உள்ளும் வெளியிலும் உள்ள யாவரும் இறையியல் சார் அறவியலைப் புரிந்துகொள்வது மிக முக்கியமானது. சமயப் பாரம்பரியங்கள் எல்லாவற்றிலும் அறவியல் அடிப்படையாக உள்ளது. நம்முடைய சொந்த, குடும்பம் சார்ந்த, அரசியல், கல்வி, பொருளாதார, மருத்துவ இன்னும் மற்றப் பிரச்சினைகளிலும் எது சரி, எது மிகவும் சரி, எது தவறு, எது மிகவும் தவறு என்ற ஒப்புதலை மேற்கொண்டே முடிவுகளைத் தீர்மானிக்கிறோம். இந்த விவாதங்களில் பங்கேற்கும் மனிதர்கள் அனைவரும் இந்தப் பிரச்சினைகள் பிறருக்கு எப்படித் தோற்றமளிக்கின்றன என்பதையும் புரிந்துகொள்ள வேண்டும். இக்காலச் சூழலில் சமயங்களின் நிலைப்பாடுகள், நம்புவோராலும், நம்பாதோராலும் பல நேரங்களில் தவறான விளக்கத்திற்கு ஆளாகின்றன. சில நேரங்களில் அவை அதிகாரம் செலுத்துபவையாகவும் உணரப் படுகின்றன. ஏதோ எல்லாச் சமயவாதிகளும் தெய்விகக்

கட்டளைப்படி அறம் நிர்ணயிக்கப்பட்டது போலவோ அல்லது அறத்தின்மீது கடவுளுக்கு எவ்வித விளைவோ ஆதிக்கமோ இல்லாதது போலவோ.

மீண்டும் மிக முக்கியமான வினா, எந்தக் கடவுள்? கடவுள் மனிதர்களை எல்லாம் மனச்சாட்சியோடும் அறத்தைச் சீர்தூக்கிப் பார்க்கும் ஆற்றலோடும் படைத்து அப்படியே விட்டுவிட்டாரா? அல்லது கடவுள் கட்டளைகளையும் பிற வழிமுறைகளையும் மக்களுக்குக் கொடுத்து அவற்றின்படி அவர்கள் நடக்கிறார்களா என்று எடை போடுகின்றாரா? அல்லது மக்கள் நல்லவர்களாக வாழ்வதற்கு உதவிசெய்யும் வகையிலே மக்கள் வாழ்க்கையில் அவர் பங்கெடுக்கிறாரா? இந்த ஒவ்வொரு கேள்விக்கும் விடையாக ஒரு வித்தியாசமான கடவுளைக் கற்பனை செய்யலாம். நான் இங்கு கடவுளைத் திரித்துவமாகக் கற்பனை செய்து அதற்கான கிறித்துவ இறையியல்-அறவியலை ஆராயப் போகிறேன். அடிப்படையான கேள்வி இது. எல்லாவற்றையும் படைத்துக் காக்கின்ற ஒரு கடவுளின் முன், மனித வரலாற்றில் முழுவதும் ஈடுபட்டுள்ள ஒருவர் முன்னிலையில், குறிப்பாக இயேசு கிறிஸ்துவில் பார்ப்பதுபோல தூய ஆவியின் மூலமாக எல்லாப் படைப்புகளுக்குப் பிரசன்னமாக இருக்கின்றவர் முன் வாழ்வதன் அறவியல் குறிப்புகள் என்ன? இந்தக் கேள்வியை நான் இச்சை, பொறுப்பு என்னும் தலைப்புகளில் ஆராய்கிறேன்.

கிறித்துவ அறவியல் – இச்சை

இந்த இயலின் தொடக்கத்தில் இறுதி அக்கறை, தீவிர கடப்பாடு, இன்னும் சொல்லப்போனால் கட்டுப்பாடு ஆகியவற்றின் வாயிலாக வழிபாடு என்பதைப் பொதுவாக விவரிக்கும்போது விருப்பம் பற்றிக் குறிப்பிட்டேன். அவைபோல நமது வலுவான விருப்பங்களும் நமது சுதந்திரத் தேர்விற்கு உட்படாத சில பொருள்களால் பற்றப்படுவது பற்றியதுதான். வாழ்க்கையின் எந்தப் பகுதியும் நம்மீது ஆதிக்கம் செலுத்தும் ஆசைகளை உருவாக்கிவிடலாம். மனித உறவுகள்தான் இவற்றில் முக்கியமானவை. ஆனால் விருப்பங்கள் உண்ணல், குடித்தல், போதைப் பொருள், வேலை, பணம், அதிகாரம், அந்தஸ்து, அழகு, போன்ற எதனாலும் ஏற்படலாம். நமது பொருளாதாரமும் கலாச்சாரமும்

2. ஜார்ஜ் ரூவோவினுடைய 'புனிதமான முகம்', 1933

நுகர்பொருட்கள், பொழுதுபோக்கு அல்லது இலாபத்தைத் தரும் எந்தச் செயல் மீதும் ஆசையை ஏற்படுத்துவதில் தீவிரமாக முனைந்துள்ளன. வாழ்க்கையின் எந்தப் பகுதியிலும் நடத்தைக்கு இச்சை அடிப்படையாக இருப்பதால் ஒழுக்கத்திற்கும் அடிப்படை ஆகிறது. மனித இருப்பின் மையத்திலேயே அவற்றை உருவாக்குவதிலும் திசைப்படுத்துவதிலும் அமைந்துள்ளன.

விருப்பமும் ஒழுக்கமும் வாழ்க்கையின் முக்கியப் பகுதிகளுடன் எல்லாமே பின்னிப் பிணைந்திருப்பதால் வாழ்க்கையின் பிற பகுதிகளிலிருந்தோ அல்லது நமது மனம் சார்ந்த, உணர்வு சார்ந்த அல்லது உடல்சார்ந்த பழக்கங்களிலிருந்து பிரிப்பதோ இயலாது. முக்கியச் சமயங்கள் யாவுமே இதை உணர்ந்துள்ளன. அவை யாவுமே ஆசைகளைக் கட்டுப்படுத்துவது பற்றி அக்கறை காட்டி அதற்குப் பல வழிகளும் வகுத்துள்ளன. வழக்கமான ஆசைப்படல் மிகவும் திருப்தியும் தகுதியுமான ஒருபொருளை - அதாவது கடவுளை நோக்கித் திசைப்படுத்தப்பட்ட ஒரு மையமான வழியாக வழிபாடு உள்ளது. கல்வி பற்றிய பேரமைப்புகள், சமூக ஏற்பாடுகள், பழக்கங்கள், விதிமுறைகள், பல கலாச்சாரத் தொடர்பு, இவை யாவும் வழிபாட்டை மையமாகக் கொண்ட இச்சைக்கு ஆதரவளிக்கின்றன. இதில் பிரச்சினைக்குரிய தீர்மானங்களிலும் தேர்வுகளிலும் அறவியல் மட்டுமே ஈடுபட்டிருப்பதாகக் கருத முடியாது: அடிப்படையில் நல்ல விருப்பத்தை உருவாக்குதல், அதை நீடிக்கச் செய்தல் என்பது பற்றியது அது. எனவே தெய்விகம் பற்றியது. விருப்பத்திற்கும் திரித்துவ ரூபமான கடவுளுக்குமான உறவு என்ன?

விருப்பம் பற்றிய கிறித்துவ இறையியலின் மிக முக்கியமான கூற்று 'கடவுளால் மக்கள் விரும்பப்படுகிறார்கள்' என்பது. இதன் மையத்தில் மக்கள் மீது அன்பு செலுத்துகின்ற ஒரு கடவுளால், நாம் பெருவிருப்பத்திற்குள்ளாக வேண்டும் என்ற நம்பிக்கை உள்ளது. இவர்கள் கடவுளால் படைக்கப்பட்டவர்கள், ஆசீர்வதிக்கப்பட்டவர்கள், பேசப்பட்டவர்கள், தேர்வு செய்து அழைப்பு விடுக்கப்பட்டவர்கள், மன்னிக்கப்பட்டவர்கள், போதிக்கப்பட்டவர்கள், கடவுளின் மகனும் தூய ஆவியும் அளிக்கப்பட்டவர்கள். வேறு சொற்களில், அவர்களுடைய செயலாற்றுதல் என்பது ஒரு தீவிர செயலின்மையில் வேரூன்றி யுள்ளது. இந்தச் செயலற்ற தன்மை எப்படி மனிதச் செயலோடு

77

தொடர்புறுகிறது என்பதுதான் எல்லாக் கிறித்துவ அறவியலின் அடிப்படைப் பிரச்சினையுமாகும் (மற்ற சமயப் பாரம்பரியங் களும் அவற்றில் இதற்கு ஒத்த தன்மைகளைக் கொண்டுள்ளன). இந்த விவாதத்திலே ஒருபுறம், கடவுளால் விரும்பப்படுவது என்பதையும் மறுபுறம் தான் கடவுளை விரும்புவது, கடவுள் என்னை விரும்புகிறார் என்பது பற்றியும் எப்படி இறையியல் பூர்வமாகப் புரிந்துகொள்வது?

இந்தப் பிரச்சினை இறையியலில் பல தலைப்புகளின் கீழ் வருகிறது-தெய்விக, மற்றும் மானிட சுதந்திரம், இறைவனின் கொடை, இயற்கை, நியாயப்படுத்துதல்-தூய்மைப்படுத்துதல், விசுவாசம்-வேலை, தூயஆவி-மனிதனின் ஆற்றல்கள், கடவுளின் தொடக்கவினை-மனிதனின் எதிர்வினை ஆகியவற்றின் தொடர்புகளில் இது வருகிறது. அண்மைக்காலத்தில் மேற்கத்திய சிந்தனையில் மனித மேன்மை, சுதந்திரம், இயலும் தன்மை, தன்னிச்சையான தன்மை ஆகியவற்றிற்கு மிகுந்த அழுத்தம் அளிக்கப்படுவதால் இது மிகவும் கூர்மையான பிரச்சினை ஆகியிருக்கிறது. தெய்விக சுதந்திரம் என்பது மானிடனின் உண்மைச் சுதந்திரத்தோடு போட்டியிடுவதுபோலப் பிரச்சினை ஏற்பட்டுள்ளது. கடவுள்தான் எல்லாவற்றிற்கும் காரணமாகிறார் என்றால் மனிதன் எவ்வாறு சுதந்திரமானவனாக இருக்க முடியும்? நாம் முழுமையான முதிர்ச்சிபெற்ற மனிதர்களாக இருக்கவேண்டுமேயானால், நம்முடைய சொந்த முடிவுகளை நாமே எடுக்க இயல வேண்டுமேயன்றி, இன்னொருவருடைய விருப்புறுதிக்கும் விருப்பத்திற்கும் கட்டுப்படக் கூடாதல்லவா? பெருமளவு நாத்திகத்தின் அடிவேரில் மனித சுதந்திரத்தில் கடவுள் குறுக்கிடுபவர் என்ற கருத்தாக்கம் உள்ளது. நாம் முழுமையாக வளர்ந்த மனிதர்கள் என்ற நிலையில் நமது காரியங்களைக் கவனித்துக்கொள்ள வேண்டுமேயானால், கடவுள் மேலான குழந்தைத்தனமான சார்பினை விட்டுவிட்டு முழு மனிதர்களாக-நாத்திகர்களாக இருக்க வேண்டாமா?

இக்கேள்விக்கு பலவிதமான இறையியல் பதில்கள் உள்ளன. சிலர் தெய்வத்திற்கும் மானிட சுதந்திரத்திற்கும் குறித்த அளவு போட்டியிருப்பதை ஏற்றுக்கொண்டு மானிட எல்லையையும் கடவுள் எல்லையையும் வரையறுக்க முயன்றிருக்கிறார்கள். அதில் ஒரு கருத்து என்னவென்றால், கடவுள் உலகத்தைப்

படைத்து, பிறகு எந்தவித தெய்விகக் குறுக்கீடுமின்றி, முழுமை யான தன்னாட்சிக்கு விட்டுவிடுகிறார் என்பது. இன்னும் சில கருத்துகள் சில குறித்த வழிகளில் பிறரை உற்சாகப்படுத்துதல்- பிறரோடு தொடர்பு, பிறரைத் தூண்டுதல் ஆகியவற்றில் தெய்விகச் செயலை உடன்படுகிறார்கள். ஆனால் இவையும் மானிட சுதந்திரம் அல்லது முனைப்பு ஆகியவற்றிற்குள் குறுக்கிடும் வகையிலல்ல, ஆயினும் மைய நீரோட்ட எதிர்வினைகள், எடுத்துக்காட்டாக இயல் 2இல் கூறப்பட்டவர்களில் பார்த், ரானர் போன்றோர் தெய்விக சுதந்திரமும் மனிதச் சுதந்திரமும் போட்டியற்றவை என்று உறுதிப்படுத்தியுள்ளனர். இதனை எப்படிச் சிந்திப்பது?

அடிப்படை ஒப்புமை, மனிதர்களுக்கிடையிலான நேசந் தான். நீங்கள் என்னை நேசித்தால் எனது சுதந்திரத்தைப் பாதுகாக்கவும் மிகுதிப்படுத்தவும்கூட உங்கள் சுதந்திரத்தைப் பயன்படுத்தலாம். உங்கள் செயல்கள் முழுமையாகவும் எனது மேன்மை, நன்மை, இவற்றை நோக்கியே இருக்கும். இன்னும் ஆழமாகப் பார்த்தால், ஒரு தனிமனிதனாக, 'என்னுடையது' என்பதை வேறாகக் கொண்டிருக்க வாய்ப்பில்லை. மாறாக, அது உறவுகளால் முழுதும் வளர்வதாக, குறிப்பாக நேசம் சார்ந்த உறவுகளால் வளர்வதாக இருக்கலாம். எனவே கௌரவம், அன்பு இவற்றில் உங்கள் பங்களிப்பு இன்றி நான் முழு மனிதனாக இருக்க இயலாது. பிறருக்கான எனது எதிர்வினையில்தான் நான் சுதந்திரமாகிறேன். உலகில் மக்களிடையே சுதந்திரத்தின் எல்லாவிதச் சிதைவுகளும் காணப்படுகின்றன. பிறரை வசப் படுத்தும் விதமாகவும், கட்டாயப்படுத்தும் விதமாகவும் சுய நலத்தோடும், வஞ்சகத்தோடும், அறியாமையோடும் அது பயன் படுத்தப்படுகிறது. ஆனால் கடவுளைப் பற்றிச் சிந்திக்கும் போது நாம் கற்பனை செய்யக்கூடிய சுதந்திரம் பிற எல்லாச் சுதந்திரங்களையும் உருவாக்கிக் காப்பாற்றுவதாகவும், அவற்றைச் சிதைக்காததாகவும், அவற்றை மேம்படுத்துவதாகவும் அமை கின்றது. மனிதர்களே ஒருவருக்கொருவர் சில வழிகளில் பிறரது சுதந்திரத்தை மேம்படுத்த முடியுமானால், கடவுளால் ஏன் இன்னும் சிறப்பாகச் செய்ய முடியாது?

ஆனால் கடவுளை இன்னொரு மனிதன் போல ஆக்கு வதிலும் பிரச்சினை இருக்கிறது. மனிதனைவிடச் சிறப்பாக

என்று எண்ணுவதும், கடவுளுக்கும் மனிதனுக்குமான தீவிர வித்தியாசத்தை அல்லது கடவுளின் அதீதத் தன்மையைப் புலனாக்கவில்லை. மனிதர்களுக்கிடையிலான ஊடாட்டம், பிறரால் கட்டாயப்படுத்தப்படாத, பிறரோடு போட்டியிடாத சுதந்திரத்தைக் காணலாம் எனக் கற்பனை செய்ய உதவுகிறது. ஆனால் கடவுளின் சுதந்திரத்தை மனித சுதந்திரத்தோடு எப்படி ஒப்பிட முடியும்? அது பிரமிக்கத்தக்க வித்தியாசமான, மறை சக்தி வாய்ந்த ஒன்றாக இருக்கலாம் இல்லையா?

இதற்கு ஓர் இறையியல் அணுகுமுறை என்னவென்றால், இருவருக்கும் முற்றிலும் வேறுபட்ட தொடர்புள்ள சுதந்திரங்களை ஆராய்ந்து பார்ப்பதாகும்-படைக்கப்படாத, மற்றும் படைக்கப்பட்ட சுதந்திரம், முதன்மையான மற்றும் இரண்டாம் நிலையிலான சுதந்திரம், தன்னிச்சையான மற்றும் சார்புள்ள சுதந்திரம். இதன்படி சார்புள்ள அல்லது இரண்டாம் தரமான சுதந்திரம் என்பதைப் பற்றிப் பேசுவதில் எந்த முரண்பாடும் இல்லை. மானிடப் பிறவிகள் படைக்கப்பட்டவையே. தெய்விக சக்தியுள்ளவை அல்ல என்று கூறும் வழிதான் இது. நமது சுதந்திரத்திற்கும் பிற யாவற்றிற்கும் நாம் கடவுளுக்குக் கடமைப் பட்டிருக்கிறோம் என்னும்போது முற்றிலும் தன்னிச்சையாக இருக்க விரும்பும் ஆசை, தானே கடவுளாக விரும்பும் ஒரு தவறான ஆசைதான். நமது உண்மையான சுதந்திரம் நமக்கு அளவற்ற பரந்த எல்லையைக் கொடுத்துள்ள கடவுளின் செயலுக்கு எதிர்வினையாற்றுவதுதான். இந்தச் சுதந்திரம் கடவுளோடு நமது சுதந்திரத்தை நமக்குத் தந்ததற்காக நாம் தாராளமாக நன்றிகாட்டுவதாக அமையும். கடவுள் நம்மீது வைத்துள்ள விருப்பத்திற்கு நாம் பதிலன்பு செலுத்தும் போது, கடவுளின் ஆசைகளோடு நம்முடைய ஆசைகளையும் ஒத்திசைக்கும்போது, நமது விருப்பங்கள், நமது முழு வளர்ச்சிக்குக் காரணமாக அமைகின்றன. இவை கடவுளை நேசித்தல், பிறரை நேசித்தல், படைப்பை நேசித்தல் ஆகியவை. எனவே மானிடனின் முழு வளர்ச்சியின்போதே கடவுளின் தனித்தன்மையும் ஈடுபாடும் உறுதி செய்யப்படுகின்றன.

ஆயினும் இறையியலின் ஆழங்களுக்குள் நாம் செல்லவில்லை. கிறித்துவ இறையியலையும் அதன் மேல் நாத்திகர்களும் பிறரும் வைக்கும் விமரிசனங்களையும் நாம் ஆராயும்

போது அடிப்படையிலுள்ள பிரச்சினையானது, கடவுளின் இயல்பு மற்றும் மனித இயல்பு பற்றியது எனத் தெளிவாகிறது. கிறித்துவ இறையியல் மீது பலர் கூறும் குற்றச்சாட்டு என்னவெனில், மனிதத் தன்மையைக் கடவுளுக்கு அந்நியப்பட்டதாகவோ அல்லது கடவுளுக்கு எதிரான இழுவிசை கொண்டிருப்பதாகவோ பார்க்கவில்லை என்பதே. மாறாக, இயேசு கிறிஸ்து என்னும் மனிதனாக வரக் கடவுள் சுதந்திரமாக முடிவெடுத்தார் என நம்புவதால் கடவுளுக்கும் மனிதனுக்கும் கிறித்துவம் ஓர் இழுவிசையைக் காணவில்லை, ஆனால் தெய்விகம் மனிதத்துவம் ஒருமித்துப் புகழோடு இணைவதைக் காண்கிறது. கடவுளைப் பற்றிய வரையறை (பிற பல சமயங்களின் வரையறையைப் போல மனிதனுடனான கடவுளின் இணைப்பை மறுக்கவில்லை). இதன் விளைவாகக் கடவுள் பற்றிய கருத்தாக்கம் மட்டுமல்ல (அதனால்தான் திரித்துவக் கோட்பாடு உருவாயிற்று) மனித இனம் பற்றிய கருத்தாக்கமும் பாதிப்புக்குள்ளாயிற்று. மானிடன் தெய்விகத்தோடு சர்வ சமநிலையில் படைக்கப்படவில்லை, ஆனால் இயேசு கிறிஸ்துவுடனான உறவின் வாயிலாக, அது கடவுளுடன் வேறுபடுத்தப்பட்ட இணைப்பு என்னும் உறவுக்கு அழைக்கப்படுகிறது. இதைப் பற்றி மேலும் ஆறாம் இயலில் காணலாம். இதன் குறிப்புப் பொருள், எல்லா திசைகளிலும் விரியக் கூடியது. ஆனால் இப்போது திரித்துவ இறையியலில் மானிட, தெய்விக சுதந்திரத்தையும் செயல்முனைப்பையும் இயேசு கிறிஸ்துவைப் பற்றிச் சிந்திப்பதன் வாயிலாகவே புரிந்துகொள்ள முடிகிறது.

கடவுள் முன்னால் மனித வாழ்க்கை வடிவு பெறுவதற்கும் இறையியல் பற்றிய கிறித்துவ அணுகுமுறைக்கும் வேறாக விருப்பப்படுவதும், ஆசைப்படுவதும் ஆகியவை உள்ளன என்று நற்செய்தியின் தொடக்கத்திலுள்ள மத்தேயூ, மார்க், லூாக் ஆகியோரின் கதைகள் காட்டுகின்றன. இயேசுவின் பணி, அவருடைய ஞானஸ்நானத்தோடு தொடங்குகின்றது. அப்போது தூய ஆவி அவர் மீது இறங்குகிறது. அவருடைய தந்தை அவருக்கு உறுதியளிக்கிறார்: ‘இவர் என்னுடைய மகன், எனது அன்பிற்குரியவர்; இவரோடு நான் மகிழ்ச்சியாயிருக்கின்றேன்’ (மத்தேயூ 3:17). கடவுளால் விரும்பப்பட்டுக் கடவுளில் திளைத்திருக்கும் இயேசுவின் சித்திரத்தை இது

காட்டுகிறது. பிறகு ஆவியால் நடத்தப்பெறும் இயேசு, வெறுங் காட்டில் நாற்பது நாள் உபவாசம் இருக்கும்போது சோதித்துப் பார்க்கப்படுகிறார். பிற மாற்றுகளின் முன்னிலையில் உணவு மீதான ஆசை, புகழுக்கான ஆசை, வருத்தமின்றி வெற்றி பெறும் ஆசை, ஆதிக்க ஆசை-கடவுள் மீது அவருடைய ஆசை மற்றும் கடவுளின் ஆசை ஆகியவற்றைச் சோதித்துப் பார்ப்பதற்காக இந்தத் தூண்டுதல்கள் அமைகின்றன.

இயேசுவின் வாழ்க்கை, பணி ஆகியவற்றின் வடிவம் கடவுள் என்ன விரும்புகின்றார் என்பதைப் பற்றிக்கொள்வது, கடவுளின் வழியை நம்புவது (இது பின்னால் சிலுவையில் அறையப்படும் வழியாகிறது), மற்றும் சோதனைக்குப் பெரும் ஆர்வத்தோடு அவர் ஆட்பட்ட விதம்; 'உனக்கு இறைமையான கடவுளை நீ வணங்கு, அவருக்கே பணி செய்' (மத்தேயூ: 410) அவருடைய வாழ்க்கை, மரணம், மீட்டுயிர்ப்பு, தியாகத்திலும் தமது தந்தையால் அனுப்பப்பட்டு, வேண்டப்பட்டு, உறுதிப் படுத்தப்பட்ட இந்த இணைப்பைக் காப்பாற்றுபவராகவும் அதேவேளை, கடவுள் என்ன விரும்புகிறார், ஆசைப்படுகிறார் என்பதை சுதந்திரமாகப் பூர்த்தி செய்பவராகவும் இயேசு காணப் படுகிறார். கிறித்துவ இறையியலில் இந்தக் கதையில் காணப் படும் விவரிப்பு, விதியாகவே மாறிவிட்டது. இதிலுள்ள இறையியல் பிரச்சினைகள் ஆறாம் இயலில் மேலும் வளர்க்கப் படும். இப்போது சொல்லப்படும் கருத்து என்னவென்றால், கடவுளால் விரும்பப்படுகிறவராகவும், கடவுளை விரும்பு பவராகவும், கடவுள் விரும்புபவராகவும் ஒரு சங்கமிப்பை உட்கொண்டிருக்க இயேசு சித்திரிக்கப்படுகிறார் என்பதும், அவருடைய வாழ்க்கை, மரணம், மீட்டுயிர்ப்பு இவற்றைப் புரிந்துகொள்ளும் மையம் இதுவே என்பதும் ஆகும்.

கிறித்துவ அறவியல்–பொறுப்பு

கடவுள் விருப்பப்படுவதைச் செய்ய நாம் விருப்பப்படுவது பொறுப்புகளை ஏற்க வைக்கின்றது. இயேசு கிறிஸ்து மற்ற மக்களுக்காகத் தீவிர பொறுப்பைக் கடவுள் முன்னால் எடுத்துக் கொள்வது, (சிலுவையில் அறையப்படும் நிலை வரை) இயேசு கிறிஸ்துவின் வாழ்க்கையின் விளக்கமாக பழமைவாத

கிறித்துவர்களால் சொல்லப்படுகிறது. எனவே கிறித்துவத்தின் அன்புசார்ந்த அறவியல் மையமாகப் பிறருக்காகவும் கடவுளுக் காகவும் இருத்தல் என்பது வாழ்க்கைப் பணியாகிறது.

கடவுள் முன்னால் பொறுப்பை ஏற்க வேண்டுமானால் அதற்குத் தக்க சூழலமைப்பு வேண்டும். அந்தச் சூழல் வர வேண்டுமேயானால், பல சம்பிரதாயங்கள் வேண்டும் - வழிபடும் ஒரு சமூகம், கடவுள் மீது விசுவாசம், பிரார்த்தனை, வாழ்க்கையை உருவாக்கும் ஆசைகள். வேறுபல சம்பிரதாயங் களுக்குள் கிறித்துவ அறவியல் தானே விசாரணை செய்கிறது. சான்றாக, நற்பண்புகள் பற்றிய வினா-அடிப்படையான ஏழு நற்பண்புகள், விசுவாசம், நம்பிக்கை, அன்பு, கவனத்தோடு இருத்தல், நீதி, தைரியம், சுயகட்டுப்பாடு இவற்றுள் ஒவ்வொன்றும் அல்லது இவை சம்பந்தப்பட்ட குணங்கள் ஒவ்வொன்றும் ஓர் இறையியல் இலக்கியத்திற்கு வழிவகுத்துள்ளன. இதேபோல முக்கியத் தீங்குகள், அடிப்படையிலுள்ள ஏழு மகாபாவங்கள், கர்வம், கோபம், பொறாமை, பேராசை, சோம்பல், காமம், மீதூண் விரும்பல்.

ஓர் அடிப்படையான (சிலபேர் பார்வையில் ஒரே சாராம்ச மான, பொறுப்புள்ள நடத்தைக்கான) இறையியல் ஆய்வு என்பது விவிலியத்தை ஆழ்ந்து சிந்தித்தல் மூலமாகக் கிடைப்பது. கடவுள் என்ன கட்டளையிடுகிறார்? கிறித்துவர்கள் பழைய ஏற்பாட்டைத் தங்களுக்குப் பொருத்தமான சட்டத்தொகுப்பு என ஏற்றுக்கொள்ளலாமா? இல்லையென்றால் அதற்கான அந்தஸ்து யாது? சில குறிப்பிட்ட பகுதிகளை - சான்றாக, மலைப்பிரசங்கம் போன்றவற்றை - (மத்தேயூ 5:7) முக்கிய அதிகாரம் பெற்றவையாகக் கருத வேண்டுமா? பல நூற்றாண்டு களாக யூத விளக்கத்தைப் படித்தும், சட்டங்களை நடைமுறைப் படுத்துவதைப் பார்த்தும், கிறித்துவர்கள் என்ன கற்றுக்கொள்ள முடியும்? புதிய ஏற்பாட்டில் கொடுக்கப்பட்டுள்ள நடத்தைக்கான வழிகாட்டலை ஏற்றுக்கொள்ள வேண்டுமா – அதைச் சட்டமாகப் பின்பற்ற வேண்டுமா? இல்லையென்றால் அதன் அந்தஸ்து என்ன? மலைப்பொழிவு, மத்தேயூ (5-7) போன்ற சில குறிப் பிட்ட பகுதிகளுக்குச் சிறப்பு முக்கியத்துவம் தர வேண்டுமா? அடிமைகள் பற்றியோ பெண்களின் கீழ்ப்படிதல் பற்றியோ வரும் பகுதிகள் பல்வேறு கலாச்சாரங்களுக்குப் பொருந்தாதவை

என்று சொல்ல வேண்டுமா? திருமணம் மற்றும் மணவிலக்கு, சட்ட ஒழுங்கு முறையின் அளவுகோல்கள், ஏழைகளுக்கு நீதி, பணம், வேலை, வரிசெலுத்துதல், யுத்தம், சமாதானம் செய்தல், பகைமை, நல்ல நிர்வாகம், நாக்கைப் பயன்படுத்துவது, இரக்கம், ஒருபாலுறவு, விருந்தோம்பல் போன்ற பல்வேறு தலைப்புகள் பற்றி விவிலியம் என்ன போதிக்கிறது? ஒரு காலத்திய சூழல்களுக்கு ஏற்றவையாக விவிலிய போதனைகள் அமைந்தன என்றால், இன்றைக்கிருக்கும் வித்தியாசமான சூழல்களுக்கு எப்படி விளக்கம் தருவது? விவிலியத்தில் இணையே காணப்படாத வித்தியாசமான இன்றைய சூழல்களுக்கும் (நவீன மருத்துவத்தில் காணப்படுபவை போன்ற) அறவியல் தர்ம சங்கடங்களுக்கும், எப்படி விவிலியத்தைத் தொடர்புபடுத்துவது? இவற்றுள், சில பெரிய பிரச்சினைகள் புனித நூல்களின் விளக்கம் பற்றிய எட்டாம் இயலில் விவாதிக்கப்பட இருக்கின்றன.

பெரும்பாலான கிறித்துவர்களுக்கு (கொள்கையில் சில வேளைகளில் இல்லாவிட்டாலும், நடைமுறையில்) விவிலியத்தின் விளக்கத்தோடு பழங்காலத்திலிருந்து கிறித்துவர்கள் என்ன போதித்திருக்கிறார்கள் என்பதையும், இன்று உலக அளவில் திருச்சபைகளில் என்ன கற்பிக்கப்படுகிறது என்பதையும் இணைத்துப் பார்க்கவேண்டும் என்ற நோக்கு உள்ளது. அறவியல் போதனை பல வகையான பிற மூலங்களை முன்பு குறிப்பிட்டதுபோலப் பலவகைத் தத்துவச் சிந்தனைக் குழுக்களையும், வரலாறு, சமூகவியல், மானிடவியல், உளவியல், உயிரியல், இலக்கியப் படிப்புகள், அல்லது பிற சமயங்களின் வாயிலாகப் பெறப்பட்ட ஞானம் ஆகியவற்றின் மீது கவனம் செலுத்துவதையும் சார்ந்தது. அறவியல் ஞானம், முடிவுகள் ஆகியவற்றை அடைய இம்மாதிரி மூலங்கள் எப்படிப் பயன்படுத்தப்படுகின்றன என்பதில் முரண்பாடுகள் உள்ளன.

தொடர்ந்து பொறுப்புமிக்க தீர்மானங்கள், முடிவுகள், செயல்கள் ஆகியவற்றில் ஈடுபடும் தனிமனிதர்கள் மற்றும் சமுதாயக் குழுக்களின் மனம், இதயம், விருப்புறுதி ஆகியவற்றை வடிவமைப்பதில் கிறித்துவ இறையியல் அறம் முக்கியப் பங்கு வகிக்கிறது. அவர்களது அற, அரசியல் வாழ்வு பல கோணங்களிலிருந்து விளக்கப்படலாம்; சில நேரங்களில் கிறித்துவ சமயத்தோடு அவ்வளவாகத் தொடர்பற்ற அல்லது அதற்கு மாறாக

இருக்கின்ற மனிதர்களின் வாழ்க்கையோடும் இணைவுகளும் குவிதல்களும் காணப்படலாம். இருப்பினும் கிறித்துவர்களுக்கு (பிற அறக்கடப்பாடுகள் கொண்டவர்கள் போலவே) இம்மாதிரித் தொடர்புகள் எவ்வளவு தூரம் செல்ல வேண்டும் என்பதில் அக்கறை இருக்கிறது. எடுத்துக்காட்டாக, குடும்ப வாழ்க்கையின் வளத்தினைப் பற்றி நோக்கும்போது, எப்போது இந்தத் தொடர்புகள், விவாகரத்து, ஒருபால் திருமணம், ஊடகங் களின் தரங்கள், அல்லது ஒழுக்க போதனைகள் போன்ற கேள்வி களுடன் வேறுவழியற்ற சமரசங்களில் முடிவடைகின்றன? ஊழலுக்கு இரையாகக் கூடிய மக்களைத் தமக்குச் சாதகமாகப் பயன்படுத்திக்கொள்ள 'சுதந்திரம்' என்பது பயன்படுத்தப் படுவதாகத் தோன்றும்போது எவ்வளவு தூரம் பொறுமை நமக்கிருக்க வேண்டும்?

கிறித்துவத்திற்குள் பல்வேறு திருச்சபைகளும் (திருச்சபை களுக்குள் உள்ள குழுக்களும்) இம்மாதிரிக் கேள்விகளுக்கு விடையளிக்க வெவ்வேறு முறைகளை முன்மாதிரிகளாகத் தருகின்றன. எல்லாத் தளங்களிலும் ஆழமான விவாதம் நடக் கிறது. இந்த விவாதங்களை இறையியல் நோக்கில் பார்க்கும் போது, மூன்று அடிப்படை விஷயங்களில் நமக்கு ஆர்வம் ஏற்படுகிறது.

முதலில், இந்த விவாதங்களில் கடவுள் எப்படி அடையாளப் படுத்தப்படுகிறார் என்பது வெளிப்படையான பங்கு எதுவும் வகிப்பதில்லை என்றாலும், எவ்விதம் கடவுளின் சிறப்பியல்புகள் அல்லது 'அடைமொழிகள்' உணர்ந்துகொள்ளப்படுகின்றன என்பது மிக முக்கியமானது. கடவுளின் நீதியும் தீர்ப்பும் அவரது கருணை, இரக்கம் ஆகியவற்றோடு எப்படித் தொடர்புபடு கின்றன? கடவுள் பொறுமையும் கருணையுமானவர் என்பதோடு ஒரே மாதிரியானவர், நீதியை வேண்டுபவர் என்பது எப்படி ஒத்துப்போகிறது? கடவுளிடம் எல்லாச் சக்தியும் இருக்கிறது, இறுதியான மீட்பு அவரிடமிருந்து வருகிறது என்னும்போது ஒரு குறித்த சூழலில் மனிதர்களின் பொறுப்பு என்பதன் அர்த்தம் யாது?

இரண்டாவதாக, எப்படி ஒரு குறித்த அறவழிநோக்கு கடவுளைத் திரித்துவமாகக் காண்பதோடு தொடர்புபடுகிறது

என்பது நமக்கு ஆர்வமூட்டக் கூடியது. சில நிலைப்பாடுகள் எல்லாப் படைப்புகள், எல்லா மனிதர்கள் இவற்றின் அறவியல், சமய வாழ்க்கையில் (மற்ற வழிகளைப் போல) ஈடுபட்ட ஒரு படைப்பாளியாகக் கடவுளை நோக்குவதில் முழுமூச்சாக உள்ளன. இப்போக்கு அம்மாதிரி நிலைப்பாடு களைப் பிறவற்றோடு ஒத்துச் செல்வதாகவும், குவிதல்களுக்கும் இணைப்புகளுக்கும் வாய்ப்புள்ளதாகவும், ஆக்குகிறது. பிற நிலைப்பாடுகள், இயேசு கிறிஸ்து, கடவுளின் வார்த்தை என்ற முறையில், தமது தனித்த போதனையையும் எடுத்துக் காட்டையும் தருபவர் என்ற முறையில், மையப்படுத்து கின்றன – பிற அக்காலச் சூழல்களிலிருந்து மிகவும் வேறு பட்ட விதத்திலும் நோக்குகின்றன. மிக அடிப்படையில், பிறருக்காக மரணமுறும் தீவிரப் பொறுப்பை அவர் மேற்கொள் கிறார். எனவே எல்லாச் சமரசங்களுக்கும் எதிராகச் சிலுவை நிற்கிறது – சுயமாக அன்பை அடிப்படையாகக் கொள்ளாத எந்த அறத்தையும் அது சவாலுக்கு அழைக்கிறது. பிற நிலைப் பாடுகள் இயேசுவின் மீட்டுயிர்ப்பு, தூய ஆவியைத் தருதல் என்பதை மையப்படுத்துகின்றன. தீவிர தெய்விகத் தேவை களுக்கான ஆற்றலையும், மகிழ்ச்சியையும், புதிய சமுதாயத் தையும், எல்லா நுணுக்கங்களையும், கொடைகளையும், அருளையும் கடவுள் அளிக்க வல்லவராயிருக்கிறார். இங்கு அழுத்தம், ஆவியின் வாயிலாகச் சமூகங்களையும் தனிமனிதர் களையும் மாற்றுவதன் முக்கியத்துவத்தின்மீது அமைகிறது. அறம் என்பது தூய ஆவியில் வாழ்தலின் பொங்கி வழிதலாக அமைகிறது. பல்வேறு புதிய ஏற்பாட்டுக் கடிதங்கள் சுற்றிச் சுழலும் 'ஆகவே...' என்பதன் வழியால் எடுத்துக்காட்டப்படும் அணுகுமுறை ஆகும் அது. முதல் பகுதி இயேசு கிறிஸ்துவில் என்ன நடந்தது என்பதையும், தூய ஆவியை அளித்தலையும் சொல்கிறது, அதன் பொங்கி வழிதலே ஆவியோ, கடவுளின் அருளோ இயலச் செய்யும் அறம் ஆகிறது: ஆகவே நீங்கள் எப்படி நடந்து கொள்ளவேண்டும் என்ற வழிகாட்டல் இருக் கிறது (எடுத்துக்காட்டாக, ரோமர் *12:1*; எபேசியர் *4:1*). மூன்று திரித்துவப் பரிமாணங்களையும் இணைத்தலே இலட்சிய நிலைப்பாடு. பல கிறித்துவ அறநிலைப்பாடுகள் இவ்வாறு செய்ய முயலுகின்றன, ஆனால் இவற்றில் ஏதோ ஒன்றையோ

3. பெர்லின்-டெகல், 1944 கோடை - தனது விசாரணையை எதிர்நோக்கியிருக்கும் சிறைக் கைதி டியட்ரிச் பான்ஹோஃபர் (1906-45).

இரண்டையோ மட்டும் அழுத்தப்படுத்துவதில் கவர்ச்சியிருப் பதையும் எளிதில் காண முடியும். எனவே எந்த ஒரு தனித்த அறவியல் அல்லது அரசியல் பிரச்சினையிலும் இம்மூன்றையும் நியாயப்படுத்துவதற்கான மிகப்பெரிய இறையியல் கடமை இருக்கிறது.

மூன்றாவது அடிப்படை விஷயம், ஒருவர், தனித்த தீர்ப்புகள், முடிவுகள், செயல்கள் ஆகியவற்றின் பொறுப்பை ஏற்பதைத் தவிர்க்க முடியாது என்பது. தெய்விக மற்றும் மானிட சுதந்திரத்தின் போட்டியற்ற உறவினைப் பற்றி, மேற்கூறிய வற்றின் அடிப்படையில், கடவுளிடம் மிக ஆழமாக ஈடுபட்ட ஒருவருக்கு ஒவ்வொரு சந்தர்ப்பத்திலும் உள்ள சுதந்திரமான பொறுப்பு என்பது தீவிரமாகிறது என்பதை எதிர்நோக்கலாம். ஒவ்வொரு சந்தர்ப்பத்திற்கும் ஏதோ ஒரு விதியை நேரடியாக எளியமுறையில் பயன்படுத்துவதற்கு மாறாக, கடவுளிடம் விழிப்போடிருத்தல் என்பது இடர்களை ஏற்பதிலும் பிறகு அதன் விளைவுகளை ஏற்பதிலும் ஒருவர் மிக புத்திசாலித் தனமாகவும் பொறுப்போடும் இருக்க வேண்டும் என்பதையே அர்த்தப்படுத்தும். இருபதாம் நூற்றாண்டு இறையியலில் இதற்கு ஒரு செவ்விய எடுத்துக்காட்டு டியட்ரிச் பான்ஹோஃபர் (1906-45). அவர் இறையியல் பற்றி மிக விரிவாக எழுதியவர்; விவிலியத்தின் முக்கியத்துவத்தையும், விதிகளின், கோட்பாடு களின் முக்கியத்துவத்தையும், கடவுளோடு தொடர்புடைய அறம் என்பது பற்றி மேலே விளக்கப்பட்டது அனைத்தையும் பாராட்டியவர். ஆனால் அவை யாவற்றிலும், அவரது அறவியல் என்பது பொறுப்புடன் கூடிய ஓர் அறவியல். 1943இல் எழுதும் போது, ஹிட்லருக்கு எதிரான ஒரு சதியில் அவர் ஈடுபட்டிருந்தார். அச்சதி அவருடைய உயிருக்கே எமனாக வந்தது மட்டுமல்ல, அவரது முந்தைய சமாதான, அஹிம்சை வழியிலிருந்து அவர் மாறியதையும் குறித்தது. அந்த பிரமிப்பான சந்தர்ப்பத்தில் அவர் 'யார் நிலையாக நிற்பவன்' என்று கேட்கிறார். அவரது பதில், 'கடவுளுக்கு முன்பாக ஒரு பொறுப்புள்ள வாழ்க்கை வாழும் உள்ளார்ந்த விடுதலை கொண்ட மனிதன்' என்பதாக அமைகிறது (டியட்ரிச் பான்ஹோஃபர், சிறையிலிருந்து எழுதிய கடிதங்களும் கட்டுரைகளும், ப.9). இந்த விடை, எந்தக் குறித்த ஓர் அறவியல் திட்டத்தையும் அல்லது அமைப்பையும் சாராமல்

அவற்றிற்கப்பால் செல்கிறது. கடவுளைத் தவிர, இறையியல் அறவியலில் முக்கியமாக இருக்கின்ற அடிப்படை விஷயம் ஒன்றை இது குறிப்பாக உணர்த்துகிறது: மனிதன் பற்றிய கருத்து. முன் பகுதிகளிலேயே எல்லா இடங்களிலும் இது குறிப்பாக உணர்த்தப்பட்டிருந்தாலும், இறுதிப்பகுதியில் இவ்விஷயம் பற்றிச் சிறிது நோக்கப்படும்.

கடவுளின் முன்னால் மனிதனாக இருத்தல்

அறவியல், அரசியல் விவாதங்களில் திரும்பத் திரும்ப நாம் காணும் வேறுபாடுகளைப் பின்னிழுத்துச் சென்றால் அவை மனிதம் பற்றிய கருத்தாக்கங்களில் சென்று முடியும். எப்படி மனிதனாக இருப்பது என்பது பற்றிக் கருத்து மாறுபடும் மனிதர்களுக்கிடையில் இணைவுகளோ குவிதல்களோ இருக்க இயலாது என்பது இதன் கருத்தன்று. ஆனால் இந்த ஈடுபாடு எந்த அளவுக்கு ஆழமாகவும் பரந்தும் செல்கிறதோ அந்த அளவுக்கு இந்த அடிப்படைக் கருத்தாக்கத்தை நேருக்குநேர் சந்திப்பது அவசியமாகிறது. இந்தத் தலைப்பு பற்றிய பல்வேறு கேள்விகளை எழுப்புவதோடு இந்தப் பகுதி முடிவடையும்.

கிறித்துவப் புரிந்துகொள்ளலில் மனிதம் பற்றிய முக்கிய உண்மை என்னவென்றால், அது கடவுளோடு தொடர்பு கொண்டுள்ளது என்பது. அதனால் மனிதம் பற்றிய கருத்திற்கு கடவுள் பற்றிய கருத்தாக்கம் மையமானது. இதை நோக்கும் ஒரு செவ்விய முறை ஆதியாகமம் (தொடக்க நூல்) நூலில் கடவுள் மனிதனைக் 'கடவுளின் சாய'லாகப் படைக்கும் சந்தர்ப்பத்தில் அகத் தெழுச்சியாக வருகிறது (ஆதியாகமம் 1: 27), இந்தச் சாயல் என்பதை எப்படிக் குறிப்பிடுவது என்பது பற்றி எல்லை யற்ற விவாதம் இருக்கிறது-அறிவுத்திறமா? சுதந்திரமா? சுய தொடர்பா? அன்பா? படைப்பாற்றலா? ஆதிக்கமா? உறவுமுறை கொள்ளலா? ஆண்-பெண் உறவா? உடல் தோற்றமா? அல்லது மேற்கண்ட பண்புகளில் திரித்துவ இயல்போடு பொருந்தக் கூடிய ஏதேனும் ஒரு சேர்க்கையா? மிக முக்கியமான கிறித்துவ நோக்கு என்பது இயேசு கிறிஸ்துவின் ஆளுமையோடு தொடர் புடையது. ஆனால் அதுவும் கிளைத்துச் செல்லும் விவாதங் களுக்கு இட்டுச் செல்கிறது-அப்படிப்பட்ட மனிதம் எது? முதல்

நூற்றாண்டில் ஒரு தச்சனின் மகனாகப் பிறந்த ஒருவர் எந்த விதத்தில் மற்ற யாவருக்கும் முன்மாதிரியாக அமையக் கூடும்? அவருடைய ஆண்தன்மை, பெண்தன்மையை உள்ளடக் கியதா? பரிணாம, மற்றும் மரபணு அறிவியலின் நோக்கில் எப்படி இயேசு கிறிஸ்துவைப் புரிந்துகொள்வது? இயேசு கிறிஸ்து பற்றிய வரலாற்றுச் சான்றுகளின் அந்தஸ்து எவ்வாறானது?

மனிதத்திற்கும் கடவுளுக்குமான உறவுமுறையில் தோன்று கின்ற இந்த 'மாதிரி' வினாக்கள் ஏற்கெனவே பல்வேறு பிரச்சினை களைத் தொடங்கி வைக்கின்றன. இவை இறையியல் மானிட வியலை (மனிதனின் இயல்பு பற்றி விவாதிக்கும் மானிட வியலின் பிரிவு) மானிட மற்றும் இயற்கை அறிவியல்களோடும், தத்துவ அமைப்புகளோடும், மனிதம் பற்றிப் பல்வேறு கருத்து களை உடைய பிற உலகப் பார்வைகளோடும் சமயங்களோடும் விவாதத்திற்கு இழுக்கின்றன. ஆகவே வினாக்கள் பெருமளவு உருவாதல் தொடர்கிறது. அறிவியல்களுக்கு அப்பாலுள்ள எதுவும் மனிதத்தைப் பற்றி வரையறுக்கின்ற ஆதிக்கத்தை ஏன் பெற வேண்டும்? இன்னொரு பக்கம், ஒருபோதும் விதிமுறைகள், மதிப்புகள், அறங்கள் உதவியில்லாமல் விளக்குதல், பகுத் தாராய்தல், விவரித்தல் ஆகியவற்றுக்கு அப்பால் அறிவியல்கள் என்ன செய்ய முடியும்? பொதுவான 'மனிதம்' என்ற ஒன்று இருக்கிறதா? அறவியல் பன்முகத்தன்மை என்பது ஒரு பொது அற யதார்த்தத்தினை மறுக்கும் அறவியல் சார்புத் தன்மைக்கு இட்டுச் செல்கிறதா? அப்படியானால், ஏதேனும் ஓர் இனம், நாடு, அல்லது வகுப்பு பிறவற்றைவிட கௌரவமும் பாதுகாப்பும் அளிக்கப்படவேண்டிய அளவிற்கு முழு மனிதத்தன்மையுடையது என்று ஏன் கருதக் கூடாது? அல்லது ஆண்களைப் பெண்களை விட உயர்ந்தவர்களாகவோ, பெண்களை ஆண்களைவிட உயர்ந்தவர்களாகவோ ஏன் கருதமுடியாது? மிகவும் உடல் ஊனமுற்றவர்கள் கதி என்ன? அவர்களுக்காக கவனிப்பையும் செல்வங்களையும் செலவிட ஏதேனும் நல்ல காரணம் உண்டா? கருத்தரித்த முட்டையின் மனிதத்தன்மை எத்தகையது? அல்லது 'தொடர்ந்த தாவர நிலையில்' இருக்கும் மனிதனைக் காப்பாற்றும் விதம் எத்தகையது? கடவுள் முன்னிலையில் வாழ்தல், சிந்தித்தல், விவாதித்தல், வழிபடுதல் ஆகியவற்றின் நீண்ட காலப் பாரம்பரியங்களின் விவேகத்தை (அல்லது முட்டாள்

தனங்களின் ஒப்புக்கொடுத்தலை) பயன்படுத்தி மேற்கண்ட மாதிரியான கேள்விகளோடு போராடுவதுதான் இறையியல் அறவியலின் நோக்கு.

இயல் 5

தீமையை எதிர்கொள்ளல்

முந்தைய இரண்டு இயல்களின் மையமாக அமைந்த கடவுளைப் பற்றிய விவாதத்தில் மிக நெருக்கடியான ஒரு பிரச்சினை தீமை என்பதாகும். பல நூற்றாண்டுகளாக எண்ணற்ற மக்கள் கடவுளை நம்புவதற்கும் விசுவாசிப்பதற்கும் நடைமுறை யிலும், அறிவார்ந்த நிலையிலும் மிகப் பெரிய தடையாக இருப்பது தீமை என்பதே. உலகில் இவ்வளவு துன்பங்கள், மாசுபாடு, கொடுமைகள் நிகழும்போது, உலகின் வரலாற்றில் எல்லாப் படைப்புகளின் நன்மைகளுக்குமாக இயங்குகின்ற, உலகினைப் படைத்துக் காக்கின்ற ஓர் அன்புமிக்க கடவுள் இருக்கிறார் என்பது அறநோக்கில் நம்ப முடியாததாக மட்டு மல்ல, கேலிக்குரியதாகவும் தோன்றக்கூடும்.

கடவுளை நம்புவோர்க்கு மட்டும்தான் தீமை ஒரு பிரச்சினை என்பதல்ல: எந்த ஒரு தத்துவத்திற்கும் உலகப் பார்வைக்கும் தீமை ஓர் அடிப்படையான பிரச்சினையே. ஒரு 'நல்ல' கடவுளை ஒதுக்கி வைத்துவிட்டுத் 'தீமை' என்பதற்குத் தீர்வு காண முற்படுவது வேறு பிரச்சினைகளில் கொண்டுவிடும். எடுத்துக் காட்டாக, கடவுளற்ற ஒரு பிரபஞ்சத்தில் ஒரு குழப்பமான, தற்செயல் வாய்ப்புகளாலான பரிணாமத்தின்போது தன்னிச்சை யாகத் தோன்றிய இயற்கையான ஒன்றுதான் தீமை என்று அதற்கான தீர்வை நோக்கலாம். ஆனால் அப்போதும் எப்படி ஒருவர் அதற்கு எதிர்வினை புரிய முடியும் அல்லது புரிய வேண்டும் என்ற குழப்பமும், உலக நிகழ்வுகளின் அர்த்தமற்ற

போக்கினைப் பற்றிய குழப்பமும் இருக்கத்தான் செய்யும். தீமையை எதிர்கொள்ளச் சிக்கலற்ற தீர்வுகள் எதுவும் கிடையாது. ஏதோ ஓர் அறிவார்ந்த தீர்வைக் கொள்ளக்கூடிய ஒரு பிரச்சினையாக அதனைப் பார்க்க முடியுமா என்பதும்கூட கேள்விக்குரியதுதான். அதைத் தீர்க்க வேண்டும் என்று சொல்வதே அதைக் கொச்சைப்படுத்துவது இல்லையா? நடைமுறையில் எதிர்வினைகளை நோக்கும் நடைமுறைப் பிரச்சினைகள் யாவினும் அது மேம்பட்டது இல்லையா? இருப்பினும் நடைமுறை எதிர்வினைகள் யாவற்றிற்கும் சிந்தனையும் அறிவுத் திறனும் வேண்டும் என்ற முறையில், தீமையைப் பற்றிச் சிந்திக்காமல் இருந்துவிடுவதும் ஒரு தீர்வாகாது. இந்த மிக அவசர விஷயத்தைப் பற்றிப் பொருத்தமில்லாமல் சிந்திப்பதன் பயங்கர அபாயங்களை ஏற்றுக்கொண்டே, இந்த இயல் தீமையைப் பற்றிச் சிந்திக்கும் வழிகளை ஆராயும்.

தனிப்பட்ட, அமைப்புசார்ந்த, இயற்கையான தீமைகள்

வாழ்க்கையின் பெரும்பாலான தளங்களில் தவிர்க்கவியலாத வாறு தீமையின் பிரச்சினைகள் இருக்கின்றன. 'அற அடிப்படையிலான தீமை', 'மானிடத்தீமை' அல்லது 'பாவம்' எனப்படுவது மனிதச் செயல்பாட்டின் எல்லாப் பகுதிகளையும் தொட்டுச் செல்கிறது. மனிதர்கள் நியாயமற்றும், கடும் வெறுப்போடும், கொடுமையோடும், நடக்கிறார்கள்; அவர்கள் பொய் பேசுகிறார்கள், ஏமாற்றுகிறார்கள், கொலை செய்கிறார்கள், காட்டிக் கொடுக்கிறார்கள், இப்படிப் பல தீமைகளைச் செய்கிறார்கள். எந்த ஒரு செயலும், உறவும் திரிக்கப்படவோ நாசமாக்கப் படவோ செய்யலாம். இயற்கை உலகும் மாசுபடுத்தப்படலாம், கெடுக்கப்படலாம், அழிக்கப்படலாம். நமது ஆழ்ந்த நட்பு களின், திருமணங்களின், குடும்ப வாழ்க்கையின் அடியாழத்தில் தீமை ஒளிந்திருக்கலாம். காலத்திற்குக் காலம் அதன் விளைவுகள் கூடிக்கொண்டே வரலாம். தெளிவாகப் புலப்படாமலும் அது இருக்கலாம். நயவஞ்சகமாகவும் நுணுக்கமாகவும் அது வேலை செய்யலாம்.

மானிடத் தீமையினால் இடைவிடாது ஏற்படும் தர்மசங்கட நிலைகளை நமது நியாய ஸ்தலங்கள் எடுத்துக்காட்டுகின்றன.

ஒரு சமூகம் அறநோக்கில் தவறென்று கருதுவன எல்லாம் சட்டத்திற்குப் புறம்பானவை அல்ல (பொய் சொல்லுதலின் பல்வேறு வடிவங்கள், குரோதம், கொடுமைசெய்தல், காட்டிக் கொடுத்தல் போன்றவை சட்டத்திற்கு எதிரானவை அல்ல) என்பதையும், எல்லாச் சட்டங்களுமே அறநோக்கில் எது சரியானது அல்லது தவறானது என்பது பற்றியவை அல்ல (போக்குவரத்து அல்லது வர்த்தகச் சட்டங்கள் எடுத்துக்காட்டு) என்பதையும் நாம் அறிவோம். ஆனால் தீமை எப்படிப் புரிந்து கொள்ளப்பட வேண்டும் என்பதை ஆராயுமுகமான பழம் பிரச்சினைகள் இன்றைய வழக்குகளிலும் திரும்பத்திரும்ப எழுப்பப்படுவதை நாள்தோறும் நாம் காண்கிறோம். எதற்கும் மேலாக, சுதந்திரம், பொறுப்பு பற்றிய பிரச்சினைகளும் உள்ளன. குற்றம் சாட்டப்பட்டவர், தமது செயல்களுக்குத் தாமே பொறுப்பானவர்தானா? அவரது குற்றப் பொறுப்பைக் குறைக் கின்ற வகையில் அவருக்கு மனநோய், குறிப்பிட்ட செயலுக்குத் தூண்டுதல், பொறுப்பற்ற பெற்றோரின் எடுத்துக்காட்டும் மோசமான வளர்ப்பும் போன்ற காரணிகள் பின்புலமாக இருக்கின்றனவா? அல்லது 'குற்றவாளி ஆனால் மனநிலை பிறழ்ந்தவர்' என்பதுபோன்ற தீர்ப்பு தேவையா?

நமது நாகரிகத்திலுள்ள மிகச் சக்திவாய்ந்த விசைகளின் போராட்டக்களமாக இம்மாதிரிக் கேள்விகள் அமைகின்றன. சுதந்திரம்-பொறுப்பு பற்றிய பிரச்சினையில் நவீன மேற்கத்திய உலகு ஆழமாகப் பிளவுபட்டிருக்கிறது. ஒருபுறம், அது மானிட சுதந்திரத்தைப் பல வடிவங்களில் (மனித உரிமைகள், பாலியல் சுதந்திரம், அரசியல் விடுதலை, பல்வேறு இடங்களில் தேர்ந் தெடுப்பதற்கான உரிமைகள்) உயர்த்திப் பிடிக்கிறது. அதே வேளை, அதன் மிகச் சிறந்த அறிவாளிகள் பலர் மனிதர்கள் தன்னிச்சையானவர்கள் அல்லர், நமது ஜீன்கள் (மரபணுக்கள்) நம்மை உருவாக்கியுள்ளன, அல்லது நாம் நமது ஆழ்மன உந்துதல்களின், அல்லது நமது கல்வியின், பொருளாதாரச் சுமைகளின், அல்லது பிற நிர்ப்பந்தங்களின் விளைவுகளே என நிரூபிக்கப் போராடியிருக்கிறார்கள். அதாவது மானிட சுதந்திரம், மேன்மை, உரிமைகள், தர்க்க அறிவு, பொறுப்பு ஆகியவற்றை வலியுறுத்துபவர்களுக்கும் இயற்கை மற்றும் மனித அறிவியல் களின் வாயிலாக மனிதன் குறையுள்ளவன் என்று நிரூபிக்க

விழைபவர்களுக்கும் இடையில் ஒரு பிளவும் போராட்டமும் இருந்துகொண்டே இருக்கிறது.

இந்த வேறுபாடுகளுக்கு இறையியலில் ஆழமான வேர் இருக்கிறது. ரோமானிய சாம்ராஜ்யத்தின் சட்டங்களும் கிறித்துவமும் இணைந்ததன் வாயிலாகவே சட்டத்திற்குக் கட்டுப்பட்ட பொறுப்புள்ள மனிதன் என்ற கோட்பாடு உருவாகியது. குறிப்பாக அகஸ்தீன் இதில் மிக செல்வாக்குச் செலுத்தியவர் – சுதந்திரம் பற்றிய அவரது சிந்தனைகளில் முரண்பாடுகளைக் காண முடியும். ஒருபுறம், கடவுளை அவர் தீமைகளுக்குப் பொறுப்பாக்க விரும்பவில்லை. ஆகவே மானிடப் பாவம் (அல்லது அதிலிருந்து பிறக்கும் பல்வேறு தீமைகள்) என்பது (ஆதியாகமம் இயல் மூன்றில் மனிதன் வீழ்ச்சியைப் பற்றிக் கூறும் கதையை அவர் வாசித்த முறைப்படி) ஆதாம் தனது சுதந்திரத்தைத் தவறாகப் பயன்படுத்தியதன் விளைவு என்று அவர் கூறினார். மறுபுறம், தனது இயங்கியல் தவறாகப் போன மனித இனத்தின் ஒரு பகுதியாக நாம் இருப்பதன் விளைவாக அதன் செல்வாக்கிற்கு உட்பட்டிருப்பதால், நாம் பாவம், தீமை இவற்றிலிருந்து விடுபட இயலாத நிலையில் இருப்பதையும் அவர் உணர்ந்திருந்தார். இவை எல்லாவற்றின் ஊடாகவும் கடவுள் எல்லாவற்றையும் கட்டுப்பாட்டிற்குள் வைத்திருப்பவர் என்று கூறி, அவரது அருளுக்கு மக்கள் நன்றி செலுத்த வேண்டும் என்று கடவுளுக்கு அவர் நியாயம் கற்பிக்கவும் முனைந்தார். மனிதர்கள் எவ்வளவு சுதந்திரமானவர்கள், அவர்களது சுதந்திரம் எப்படிக் கடவுளின் சுதந்திரத்தோடு தொடர்புறுகிறது என்பது பற்றிய மாபெரும் பிரச்சினையை இது உருவாக்குகிறது. பாவம் என்பது எப்படிப் புரிந்துகொள்ளப்படுகிறது, சட்ட அமைப்புகளும் பிற நிறுவனங்களும் மனிதப் பொறுப்பையும் காரண ஏற்பையும் எப்படிக் கையாளுகின்றன என்பனவற்றின் மீது மேற்கண்ட பிரச்சினைகள் எப்படித் தீர்க்கப்படுகின்றன என்பது மிகப் பெரிய விளைவை ஏற்படுத்துகின்றது என்பதைச் சொல்லத் தேவையில்லை.

ஆனால் சட்ட அமைப்பே ஊழல்மயமானதாக இருந்தால் என்ன செய்வது? நாஜிச் சட்டங்கள் யூதர்களுக்கு எதிராகச் செயல்பட்டதுபோல பெரும் எண்ணிக்கையிலான மக்களின் சுதந்திரத்தைப் பறித்து மனிதத்தன்மை அற்றவர்களாக ஆக்குவது

போலச் சட்டங்களே இயற்றப்பட்டிருந்தால் என்ன கதி? ஒரு பெரிய ஒழுங்கமைப்பு இயக்கத்தின் விளைவாக, பெண்களுக்கு எதிராக, அல்லது கருப்பர்களுக்கு எதிராக அல்லது கணவர்களுக்கு எதிராகச் சட்டங்கள் இயற்றப்பட்டால் என்ன ஆகும்? இந்தத் தீமைக்கு என்ன பெயர்? சிலவிதமான பார்வைகளை, மதிப்புகளை, விதிகளை, யதார்த்தம் பற்றிய தீர்ப்புகளை உள்ளடக்கிய மனிதர்களைக் கொண்ட ஒவ்வொரு சமூகமும் நிறுவனமும் தனக்கெனத் தனியொரு கலாச்சாரத்தைப் பெற்றிருக்கிறது என்று விளக்குவது சமூக அறிவியல்களின் பணி. இவை பெரும்பாலும் வெளிப்படையாகச் சொல்லப்படுவதில்லை – அவற்றில் அடிப்படையானவற்றை இயல்பானவை எனக் கருதி அப்படியே ஒப்புக்கொள்வோரே உண்டு. இயற்கை அறிவியலாளர்கள் தங்கள் உலக வலைப்பின்னலின் ஊடே இருக்கும் வலுவான அறவியல் விதிகளையும் வெளிப்படையாகச் சொல்வதில்லை. அவர்கள் தங்களை ஓர் அறச் சமுதாயத்தின் உறுப்பினர்களாக எண்ணிப் பார்ப்பதேயில்லை எனலாம். அரசியல் கட்சிகளும் மனித உயிர்கள் ஏன் மதிப்புள்ளவை என்பது பற்றிப் பேசுவதில்லை. சட்டவல்லுநர்களும் பிரச்சினைகளைத் தீர்ப்பதற்குச் சட்டப்புத்தகங்களை நாடுவது ஒன்றே வழியா என்றும் சிந்திப்பதில்லை.

எனினும் முழுச் சமூகங்களும் நிறுவனங்களும் அமைப்புற்றிருக்கும் முறைகளைப் பற்றி நாம் அடிப்படையான வினாக்களை எழுப்ப முடியும். இந்த அமைப்புகள் செயல்படும் முறைகளிலேயே தீமைகளை அடையாளம் காணவும் முடியும். முழுப் பொருளாதார அமைப்பே தீவிர மாற்றத்திற்குள்ளாக்கப்பட வேண்டும் என்கிற அளவிற்கு முதலாளித்துவத்தின் இயங்கியல் மனித நலத்தினை சிதைத்தும் அழித்தும் செயல்படுகிறதா? அறிவியல் சமூகத்தின் இயல்பான இயக்க முறைகளில் குறைபட்ட அறவியல் அரசியல் பொறுப்புகளை யேனும் உள்ளடக்குவதன் மூலம் குறைந்தபட்சம், எந்த அளவுக்குச் சுற்றுச்சூழலின் அழிவுக்கு அவர்கள் காரணமாயிருக்கிறார்கள், அல்லது நவீனப் போர்முறைகளினால் எந்த அளவுக்குச் சாவும் துன்பமும் ஏற்படுகின்றன என்பதற்கு அவர்களைப் பொறுப்பாக்க முடியுமா? அல்லது இன்று உலகத்தையே அழிக்கும் அபாயத்தை ஏற்படுத்தும் அளவிற்கு

எப்படி மதச் சமூகங்கள் மனித வாழ்க்கையை நாசமாக்கி, மக்களைத் தேவையற்ற உணர்வெழுச்சிகளுக்கும் வெறுப்பு களுக்கும் ஆளாக்குகிறார்கள்?

இப்படிச் சிந்திக்கும்போது இறையியலில் நாம் 'அமைப்புப் பாவம்' என்பதற்குள் வந்துவிட்டோம். மனித வளத்திற்கு எதிராக இயங்குகின்ற அமைப்புகளில் மனிதர்கள் தாங்கள் இருப்பதைக் காண்கிறார்கள். இவற்றால் விளையும் தீமை களுக்குத் தனிமனிதர்களைக் காரணமாக்க முடியாது. இருப் பினும் சிக்கலான வழிகளில் அவர்கள் அதில் சம்பந்தப் பட்டிருக்கிறார்கள். குறிப்பாக நவீன சமூகங்களில், எவராலும் கட்டுப்படுத்த இயலாத விசைகளைத் தூண்டிவிடும் செயலில் கூட்டாக இயங்கும் மனிதர்கள் ஈடுபட்டிருக்கிறார்கள்: அரசியல் அமைப்புகளும் புரட்சிகளும், இராணுவ நிறுவனங்களும் போர்களும், பங்குச் சந்தைகளும் அவற்றின் வீழ்ச்சிகளும், தங்களுக்கே உரிய உந்து சக்தியால் வேறெவராலும் தடுக்க இயலாதபடி தாங்களே இயங்குகின்ற தொழில்நுட்பங்கள், எவராலும் எதிர்நோக்கவோ தடுக்கவோ இயலாத வழிகளில் கலாச்சாரத்தை வடிவமைக்கின்ற ஊடகங்களும் தகவல் தொடர்பு அமைப்புகளும் போன்றவை.

இந்தக் காரணிகளும் இதுபோன்ற பலவும் ஒன்று சேர்ந்து உருவாக்குகின்ற இயக்கவியலுக்குத் தனிமனிதர்களையும் முழுச் சமூகங்களையும் பலவிதங்களில் அழித்துவிடுகின்ற சக்தி இருக்கிறது. ஆனால் தனிப்பட எவரையாவது பொறுப்பாக்க முடியுமா? 'ஒழுங்கமைவு' என்பதைக் குற்றம் சொல்லுதல் என்றால் என்ன? குற்றம் சொல்கின்ற மொழியே பொருத்த மற்றதாகத் தோன்றுகிறது. ஆனாலும் இந்த அளவுக்கு நன்மை யையும் அழிவையும் அளிக்கும் விதத்தில் மனிதர்கள் கூட்டாக உருவாக்கிய விஷயங்களுக்கு நாம் அறவியல் மொழியைப் பயன்படுத்துவதில் தயக்கம் காட்டுவதில்லை. சில நேரங்களில் இறையியலில் பயன்படுத்தப்படும் மொழியின் ஒரு வடிவம் தீயசக்திகள் அல்லது 'ஆட்சிகளும் அதிகாரங்களும்' என்பது. இச்சொல் கிறித்துவப் பாரம்பரியத்திலிருந்தும், பிறவற்றி லிருந்தும் பெறப்பட்டது. தனிமனிதர்களுக்கு அப்பாற்பட்ட தீய சக்திகளைக் குறிக்க இச்சொல் பயன்படுத்தப்படுகிறது. இது தனிமனிதர்களையும், முழுச் சமூகங்களையும் தேசங்களையும்

கையிலெடுத்துக் கொண்டு மனிதக் கட்டுப்பாட்டிற்கோ அல்லது தர்க்க அறிவுக்கோகூட எதிர்வினை செய்யாத முறையில் தனக்கென ஓர் உந்து விசையையும் விருப்புறுதியையும் பெற்று இயங்குகிறது. இம்மாதிரி பயங்கரச் சக்திகளின் இயக்கம் பெருகிவருகின்ற ஓர் உலகத்திற்குப் பொறுப்பானவர் கடவுள் என்றால், இவ்வாறான எல்லாத் தீமைகளுக்கும் பொறுப்பு கடவுளே அல்லவா?

மனித உள்நோக்கங்கள், மனிதனால் படைக்கப்பட்ட ஒழுங்கமைவுகள், அமைப்புகள் ஆகியவற்றிலிருந்து எழும் தீமைகள் ஒருபக்கம் இருக்க, சிலநேரங்களில் 'இயற்கைத் தீமை' எனப்படுவதும் இருக்கிறது. நோய்கள், இயற்கைப் பேரழிவுகள், பிற அழிவுச் சக்திகள் ஆகியவற்றால் ஏற்படு கின்ற வலிகள், துன்பங்கள், சாவுகள் போன்றவற்றை இது குறிக்கிறது. இம்மாதிரிச் செயல்கள் நிகழ வேண்டும் என்ப தற்காகக் கடவுள் இந்த உலகத்தைப் படைத்தாரா? இவற்றினி டையே கடவுள் உலகத்தோடு கொண்டுள்ள எந்தவித உறவின் வடிவமும், படைத்துக் காக்கும் ஒரு கடவுள் மிக நல்லவர், சக்திவாய்ந்தவர் என்பதை உறுதிப்படுத்தப் பயன்படுமா?

கடவுள்மீதான குற்றச்சாட்டுகளைப் பெருக்கிக்கொண்டே போகலாம். ஆனால் அவை யாவும் ஒரு பெரிய எதிர்ப்புக் குரலாய் உருப்பெறும். இந்த உலகில் பயங்கரமான தீமைகள் இருப்பதற்கு இறுதிப் பொறுப்பாளியாக அவரைச் சுட்டிக் காட்டும்.

இருப்பவற்றுள் சிறந்த அறநோக்கு-இறைமைவாதம்?

அறநோக்கு இறைமைவாதம் (Theodicy - கடவுள், நீதி என்ப வற்றைக் குறிக்கும் கிரேக்கச் சொற்களிலிருந்து வருவிக்கப் பட்டது) என்பது இம்மாதிரிக் குற்றச்சாட்டுகளுக்கு எதிராகக் கடவுளின் செயல்களை நியாயப்படுத்தும் ஒருவகை இறை யியலுக்கும் தத்துவத்திற்கும் பெயர். மனிதர்கள் கடவுளைத் தீர்ப்பிட ஏற்றவர்கள் அல்ல என்பதால் சில இறையிய லாளர்கள் இந்த விவாதத்திற்குள் இறங்குவதில்லை. ஆனால் இத்துறைக்குள் நிகழ்வது இதுவாக இருக்கவேண்டிய அவசிய மில்லை. உலகில் மன வேதனைகளும் முரண்பாடுகளும்

காணப்படும் நிலையில் இது கடவுளைக் கேள்வி கேட்கும் முயற்சியாகவும் இருக்கலாம்.

இது நியாயமானதாகவும் தவிர்க்கவியலாததாகவும் இருந்தாலும், அறநோக்கு இறைமைவாதம் திருப்திகரமாக இயலக் கூடிய ஒன்று என நிறுவ முடியாது. என்னால் இயன்ற ஆகச் சிறந்த அறநோக்கு இறைமைவாதத்தை முன்வைக்க நான் முயல்கிறேன்-பிறகு அதனால் தக்க அளவு விடையிறுக்க இயலாத கேள்விகளால் அதை ஆராய்கின்றேன்.

ஒரு நல்ல, சர்வசக்திவாய்ந்த கடவுள், தனிப்பட்ட, அல்லது அமைப்புசார்ந்த, அல்லது இயற்கைத் தீமைகளை ஒருபோதும் அனுமதிக்கமாட்டார் என்ற குற்றச்சாட்டிற்கு எதிராக நம்பிக்கை தரும் பல அறநோக்கு-இறைமைவாத இழைகள் உள்ளன. நாம் எப்படிப்பட்ட கடவுளை முன்யூகமாய் வைத்திருக்கிறோம் என்பதைக் கேட்டுக்கொள்ள வேண்டும். ஒரு கடவுள் உண்மையான சுதந்திரத்துடன் ஓர் உலகத்தினைப் படைத்திருப்பதாகக் கற்பனை செய்வோம். அந்தச் சுதந்திரத்தில் அவர் குறுக்கிட்டு எப்போதுமே நன்மை விளைவிக்க விரும்பவில்லை என்றும் கொள்வோம். அப்படி அவர் குறுக்கிட்டால், இந்த உலகம் மனித ரோபோட்டுகளை வைத்து அவர் இயக்கும் ஓர் எந்திரமாக மாறிவிடாதா? இப்படிப்பட்ட நிலையை ஏற்கும் போது, கடவுளின் சிலவகையான குறுக்கீடுகள் விலக்கப்பட்டு விடுகின்றன; ஆகவே சில நிகழ்வுகள் தவறாகப் போகலாம். சுதந்திரத்தைத் தவறாகப் பயன்படுத்தும்போது, பொறுமை, தடுப்பு, குணப்படுத்தல், மன்னிப்பு, சமாதானம் ஆகியவற்றின் வாயிலாக விளைவுகளைச் சமாளிக்க வழிகளைக் காட்டலாம். தீமைகளைச் சகிப்பவர்கள், அதை விளைவிப்பவர்கள் ஆகிய இருவரோடும் தன்னை ஐக்கியப்படுத்திக்கொண்டு தீமைக்கான பொறுப்பையும் விளைவுகளையும் ஓரளவு ஏற்றுக்கொண்டு அதன்காரணமாகத் தாமே துன்பப்படலாம். மற்றவர்களும் இந்தப் பொறுப்பிற்குள் கொண்டுவரப்பட்டு, தீமையைத் துணிந்து ஏற்கக்கூடிய, அதேவேளை ஒரு புதிய வாழ்க்கையைத் திறக்கக்கூடிய வாய்ப்பினைப் பெறலாம். கடவுள் சுதந்திரமான ஓர் உலகத்தைப் படைத்தார், அதன் துன்பம், தீமை, மரணம் இவற்றில் பங்கேற்கின்ற அளவு அதற்கான பொறுப்பை ஏற்றுக் கொள்கிறார், மற்றும் அவரது ஆவி இதில் உள்ள யாவரையும்

விசுவாசம், நம்பிக்கை, அன்பு ஆகியவற்றில் மூழ்கவைத்துத் தீமை என்பதே இறுதி என்று சொல்லவிடாத கற்பனையை முன்வைக்கும் மேற்கண்ட கொள்கை உண்மையிலேயே ஒரு திரித்துவக்கடவுளின் அறநோக்கு-இறைமைவாதம்தான்.

இந்த அணுகுமுறையின் இன்னொரு பரிமாணம், கடவுள் மீது வைத்த நம்பிக்கை நோக்கிலிருந்து தீமையின் பல்வேறு தன்மைகளைக் காண்பது. இப்போது நமது கற்பனைக்கு எட்டாததாக இது தோன்றலாம். ஆயினும் பயங்கரத் தீமையிலிருந்தும் கடவுள் நன்மையையே விளைவிப்பார் என நாம் நம்பலாம். ஒரு கதையின் முடிவுப் பகுதியிலிருந்து பார்க்கும்போது இடையில் நிகழ்ந்த பயங்கரமான அல்லது சோகமான சம்பவங்களும் அர்த்தமுள்ளதாகத் தோன்றுவதுபோலத்தான் இது. ஒரு முழுமையான சித்திரம் நமக்குக் கிடைக்கும்போது எது நன்மை, எது தீமை என்பது பற்றி இடையில் நாம் சிந்தித்தவை மாறக்கூடிய வாய்ப்பிருக்கிறது அல்லவா? சித்திரவதை என்று தோன்றியது மருத்துவ சிகிச்சையாக மாறுகிறது. இப்படிப் பட்ட வாதத்தால் எல்லாத் தீமைகளையும் நாம் ஏற்க நியாயப் படுத்துவது சரியல்ல என்றாலும், நம்மால் வேறுவிதமாகக் கற்பனை செய்யமுடியாத அளவு நன்மையை (எடுத்துக்காட்டாக இரக்கத்தை) ஏதோ ஒரு தீமை விளைவிக்கச் சாத்தியமாகலாம் இல்லையா? இறுதிநோக்கில், அறநோக்கு-இறைமைவாதத்தின் விவாதப் பொருள் கடவுள் படைத்தது சரியா என்பதுதான். ஆனால் இக்கேள்விக்கு விடையளிக்க நம்மால் இயலாது என்றும் சொல்லப்படுகிறது: ஒன்று கடவுளை நம்பி ஏற்று தான் விவேகமான ஒரு முடிவு எடுத்திருப்பதாகச் சொல்லலாம், அல்லது, இயலாத ஒன்று, இதைவிட இந்த விஷயத்தில் ஒரு உயர்வான நோக்கினை வைத்திருக்கிறேன் என்று உரிமை கொண்டாடலாம்.

இயற்கைத் தீமையின் பல கூறுகள் சிலவேளை தவிர்க்க வியலாதபடி நன்மைகளை உண்டாக்கக் கூடியவை என்று காணலாம். உடல்சார்ந்த வலி என்பது இவ்விதத்தில் முக்கிய மானது. இதுவும் மரணமும் மரணத்திற்கு அப்பாற்பட்ட அழிவற்ற வாழ்க்கையின் நோக்கிலிருந்து முற்றிலும் மாறு படலாம். ஒரு நிலையற்ற பிரபஞ்சத்தின் பகுதிகளாக விபத்து களையும், இயற்கை அழிவுகளையும் காண இயலும். நம்பத்தக்க

4. ஒரு தாய் தன் இறந்த குழந்தையைக் கையில் ஏந்தியிருக்கும் சிற்பம். இலானா கை செய்தது. 1974இல் ஜெருசலேம் யாட் வாஷேமில் உள்ள பெருங்கொலை நினைவகத்தில் அர்ப்பணிக்கப்பட்டது.

ஓர் இயற்கை ஒழுங்குமுறையும், மானிட சுதந்திரமும் தேவை யெனில் இது தேவைதான்.

பிறகு, நாம் தீமையை மனித நோக்கிலிருந்து காணும் நோக்கு உள்ளது. விசித்திரமாக இருக்கலாம், நாம் பங்கேற் பாளர்களாக அல்லாமல் வெறும் பார்வையாளர்களாக இருந்து கடவுளோடு தொடர்புபடுத்திப் பார்ப்பது மோசமாக இருப்பது போலத் தோன்றுகிறது. எப்போதுமே இது இப்படி இருப்ப தில்லை என்றாலும் இதற்குப் பல சான்றுகள் உள்ளன. சிலர் சித்திரவதை, நம்பிக்கைத் துரோகம், துன்பம் மிகுந்த ஊனம், அல்லது அவமானப்படல் போன்ற பெரிய தீமைகளை அனுபவிக் கிறார்கள்-எப்படியோ இதனால் சிலருக்குக் கடவுள் மீதான நம்பிக்கை இன்னும் ஆழப்படுகிறது, ஆனால் தாங்கள் தேவை யின்றித் துன்பப்படுவதாக உணரும் மற்றவர்களின் நம்பிக்கை சிதைந்தோ முறிந்தோ போய்விடுகிறது. ஆஷ்விட்சுக்குப் பின்னும் கடவுள் மீது ஏன் நம்பிக்கை வைக்க முடியவில்லை என்றால், ஆஷ்விட்சில் வதைபட்டு இறந்த பலர் கடவுள் மீது நம்பிக்கை கொண்டிருந்தவர்கள். இதில் ஓர் எச்சரிக்கை இருக்கிறது-எந்த ஒரு சூழலிலும் கடவுளுக்கும் அதில் பங்குகொள்பவர்களுக்கும் இடையில் என்ன நிகழ்கிறது என நம்மால் அறிய முடியும் என நினைக்கலாகாது. கடவுளைக் குற்றம் சொல்லும் பல வாதங்கள் உண்மையில் பார்வையாளர்கள் அச்சூழலில் எது முக்கியம் என்பதை உணர்ந்தவர்கள் என நினைத்து முன்வைப்பதுதான். அப்படியே துன்பப்படுபவர் ஒருவர் கடவுள் நம்பிக்கையை இழந்தாலும், கடவுளுக்கும் அவருக்குமான தொடர்பில் அதனை இறுதி விஷயமாகக் கருத வேண்டியதில்லை.

குறுகிய நோக்கு, பொறுமையின்மை, தவறான மதிப் பீடுகள், குறுகிய மனப்பான்மை, நம்பிக்கையின்மை போன்றவை எவ்வளவு தூரம் நம்மிடம் உள்ளன என்று சிந்தித்துப்பார்க்கும் போது கடவுள் எப்படி நிகழ்ச்சிகளிலும் வாழ்க்கைகளிலும் சம்பந்தப்படுகிறார் என்பதை ஆராய்ந்து மதிப்பிட நாம் சரியான நிலையில் இருக்கிறோம் என்னும் மானிடத் தன்னம்பிக்கை இன்னும் பலவீனப்படுகிறது. அடிக்கடி குறிப்பிடப்படும் இன்னொரு பிரச்சினை, துன்பப்படுவதை அளவுபடுத்தி நோக்குவது. துன்பப்படும் சந்தர்ப்பங்களைக் கூட்டிப்பார்த்துக் கொண்டே செல்வதால் நாம் அர்த்தபூர்வமாகச் செய்வது என்ன?

கூட்டிப் பார்த்தால் மிக அதிகமாகத் துன்பப்பட்ட நிலைதான் ஒருவர் மிக அதிகமாகத் துன்பத்தை ஏற்றுக்கொள்ளக் கூடிய நிலையா? அப்படியானால், 'துன்பங்களின் கூட்டுத்தொகை' என்பதற்கு எந்த அர்த்தமும் கிடையாது. பிரச்சினை இருக்கிறது, ஆனால் பொருத்தமற்ற கணக்கிலிருந்து அது விடுபட்டுவிட்டது.

எண்ணற்ற மனிதர்கள் நேர்மையாக பிரச்சினையை எதிர் கொண்டு போராடி, அதேநேரம் கடவுள் மீதான நம்பிக்கையை இழக்காமலிருக்கிறார்கள் என்ற நிலை, நமக்குள்ளும் மற்றவர் களுக்குள்ளும் காணும் தீமைகள் ஒருபுறமிருப்பினும், கடவுள் மீது நம்பிக்கையை, அதிகப்படுத்தலாம். ஒரு பிரச்சினையை நாம்தான் முதன்முதலாகச் சந்திப்பதில்லை. கேள்வி கேட்பது, விவாதம் செய்வது, துன்பப்படுவது, ஆயினும் நம்பிக்கையில் மாறாமலிருப்பது என்னும் நீண்ட பாரம்பரியம் இருக்கவே இருக்கிறது. தாங்களாகவே இவ்வனுபவங்களுக்குள் செல்வதி லிருந்து எவரையும் இது விடுவிப்பதில்லை, ஆனால் செல்பவர் களுக்குத் துணை இருக்கிறது என்பதை இது காட்டுகிறது. துணையாக வருவோரில், எப்படிச் சிந்திப்பது என்பதற்கான குறிப்புகளை வழங்குவோர் மட்டுமல்ல, மிகக் கடுமையான சோதனைகள், துன்பங்கள், தீமை ஆகியவற்றின் ஊடே நடந்து இன்னும் வளமான நிஜமான நம்பிக்கையோடு வெளிவந்தவர் களும் இருக்கிறார்கள்.

கிறித்துவ அறநோக்கு இறையியலின் அடிப்படைப் பண்புக்குள் இது நம்மைக் கொண்டு செல்கிறது. ஒரு விவாதத்தில் வெற்றி பெறுவது அல்லது தோல்வியடைவது என்பது இதன் முக்கியமான விஷயமல்ல. உலகத்தில் தீமையை விவாதத் தினால் வெற்றிகொள்வது கிடையாது, பதிலாகக் குறிப்பிட்ட சிலவகை வாழ்க்கைகளை வாழ்பவர்களும், சிலவகை மரணங் களை ஏற்பவர்களும்தான் அதை ஏற்ற முறையில் சந்திக் கிறார்கள். இம்மாதிரி வாழ்க்கை, மரணம் இவற்றின் ஆழத்திலும், தீவிரத்திலும் என்ன நிகழ்கிறது என்று ஒருவரும் மேற்கருத்துச் சொல்ல முடியாது, ஆனால் எல்லையற்ற கொடுமையைச் சகித்து, அதிலிருந்து கடவுளின் நன்மைக்குச் சான்று வழங்கிய வர்கள் எண்ணற்றோர் இருக்கிறார்கள். உண்மையான அறநோக்கு இறையியலின் இதயமாக அவர்களது கதைகள் இருக்கின்றன.

இருப்பினும் இச்சிந்தனைகளால் நான் திருப்தியடைந்து விடவில்லை. இவற்றில் பொருளில்லை என்பதல்ல, மாறாகத் தீமையின் பயங்கரமான யதார்த்தம், தொடர்ந்து அவற்றின் போதுமான தன்மையைக் கேள்விக்குள்ளாக்கிக்கொண்டே இருக்கிறது. ஒரு நல்ல முடிவுக்கு வழியாகத் தீமை அமையக் கூடும் என்ற வாதம் அறநோக்கில் மறுப்புகளுக்கு உள்ளாகும் என்பது மட்டுமல்ல, பிற வாதங்களும் பலவிதத் தாக்குதல் களுக்கு இடமளிக்கக் கூடியவை. யாவற்றிற்கும் மேலாக, நமது வாழ்க்கையிலேயே நாம் காணக்கூடிய, தீமைகளின், அல்லது தீயவற்றின் அனுபவங்கள் பற்றிய உயிர்த்துடிப்புள்ள ஆனால் நோய்க்கூறான வருணனைகள் எல்லாவித நியாயப்படுத்தல் களையும் உள்ளீடற்றவையாகச் செய்து விடுகின்றன. தீமையின் முன்னிலையில் பேசக்கூடியவர்தான் யார்? எவ்விதத் திருப்தி கரமான புரிதலோ விளக்கமோ வருணனையோ தர இயலாத இம்மாதிரி அனுபவத்தைத்தான் கிறித்துவமும் பிற பாரம் பரியங்களும், 'இருளடர்ந்த இரகசியம்' என முடிவு செய்திருக் கின்றன இல்லையா?

மேலே கூறப்பட்ட வாதங்களில் குறைந்தபட்ச நிறைவற்ற தன்மை கொண்ட விஷயங்கள் ஒரு கடவுள் அவதாரத்தைப் பற்றியவை என்பதை முன்னிறுத்தி நான் தொடங்கினேன். அதோடு தொடர்புடைய விஷயமாக நான் முடித்தது, புனிதர் களுடைய விவாதங்கள். ஆனால் இரண்டுமே விசித்திரமான விவாதங்கள். அடிப்படையிலே நம்பிக்கையையும் தெளிவை யும் வேண்டுபவை. தீமையின் யதார்த்தம் ஒருவர் மனத்தின் கற்பனையில் நிறைந்துள்ளபோது கடவுளை வேறுவிதமாக விளக்குவது (முற்றிலுமாகப் புறக்கணிக்கக் கூடிய அளவுகூட) எளியதுதான். அல்லது கடைத்தேற்றமற்ற, கடைத்தேற்ற இயலாத தீமையையும் துன்பத்தையும் சித்திரிக்கின்ற வித்தியாசமான தனிநபர் அல்லது குழு சார்ந்த கதைகளை ஏற்க வேண்டியதுதான்.

இந்த மரபின் அடிப்படையான கூற்று என்பது இருவித இரகசியங்கள் இருக்கின்றன என்பதே. ஒன்று தீமையின் இருளடர்ந்த இரகசியம், இன்னொன்று நன்மையின் ஒளிமய இரகசியம். இருளடர்ந்த இரகசியம் இறுதியான புரிந்து கொள்ளலைத் தடைசெய்யக் கூடியது, ஒளிமய இரகசியம் எல்லையற்ற புரிந்துகொள்ளலையும் வளத்தையும் அனுமதிக்கக்

கூடியது என்றாலும், இரகசியத்தை ஏற்றுக்கொள்வது மேலும் நாம் சிந்திப்பதைத் தடை செய்யத் தேவையில்லை. இவ்விரு வித இரகசியங்களும் குவியக்கூடிய இயேசு கிறிஸ்துவும் மீட்பும் போன்ற விஷயங்களுக்குள் செல்வதுதான் கிறித்துவ இறையியலில் இன்னும் மேற்சென்று ஆராயும் வழி. இந்தக் குவியத்தில்தான் பல கிறித்துவர்களுக்கு இறைநோக்கு அற வியல் ஞானம் சித்திக்கிறது. ஒரு மனிதரின் வரலாற்றிலிருந்து நன்மையும் தீமையும் சேர்ந்த நாடகம் குவியப்படுத்தப்படுகிறது. ஆகவே இது ஒரு புதிய வாதமோ (ஆனால் எல்லையற்ற வாதங்களுக்கு இடமளிக்கக்கூடியது) தீர்வோ அல்ல. ஒரு புதிய நபரை நாம் விசுவாசிக்க, நம்ப வேண்டும் என்பதே வழி. தீமையின் எல்லையைச் சந்தித்தவராக இயேசு கிறிஸ்து கருதப் படுகிறார், எனவே எவ்வளவு பயங்கரமான, எந்தச் சூழலிலும் அவர் மீது நம்பிக்கை வைக்கலாம். வரும் இரண்டு இயல்களில் இந்தத் தனித்துவமான கிறித்துவ எதிர்வினை பற்றி இன்னும் ஆராயப்படும். அதற்கு முன், முன்னிரு இயல்களிலும் சொல்லப் பட்ட கடவுள் கருத்தின் பின்னணியில் தீமையை விளக்கி இந்த இயல் முடிவுபெறும்.

தீமையின் ஆராதனை

இதுவரை தீமையின் முன்னிலையில் கடவுளை நியாயப் படுத்தும் சாத்தியம் பற்றிக் கவனத்தைக் குவித்தோம். கடவுளின் முன்னிலையில் தீமையை விளக்கிப் பார்த்தால் என்ன? இதை முயற்சிப்பதில் பல வழிகள் இருக்கின்றன. இங்கு மேற்கொள்ளப்படும் வழி, முன் இயலில் வழிபாடு பற்றிய விளக்கத்திலிருந்து தொடங்குவது. எதனை நீ வழிபடு கின்றாயோ அதுதான் தெய்விகம் என்றும், ஆசை, கவனம், கடப்பாடு, ஆற்றல், கௌரவம் ஆகியவற்றின் குவிமையம் இதுதான் என்றும் சொல்லப்பட்டது. விருப்பங்கள், கட்டுப் பாடுகள், கடப்பாடுகள் ஆகியவை மக்கள் குழுவை அடிப் படையில் ஒழுங்குபடுத்தி வடிவமைக்கின்றன என்று சமூகம் பற்றி விளக்கப்பட்டது. இறையியல் நோக்கில் கடவுளையும் விக்கிரகங்களையும் வழிபடுவது என்பதாக வருணிக்கப்பட்டது. நல்ல கடவுளை மறுக்கும் எதையும் தீமை என இறையியலில்

புரிந்துகொண்டால், எது தீமை, எப்படி அது செயல்படுகிறது என்பதை விளக்கும் ஓர் அடிப்படை வழியாக விக்கிரக ஆராதனை அமைகிறது.

பெரும் திரிபுகளுக்கு இந்த ஆழ்புரிதலைப் பொதுநிலையில் பொருத்திப் பார்ப்பது நேரியது. முன் இயலில் விக்கிரகங்கள் என்பதற்கான சாத்தியங்களாக நாம் பணம், குடும்பம், இனம், வகுப்பு, பால், தேசம், சட்டத்தன்மை, இன்பம், தன்னிறைவு போன்றவற்றை வருணித்தோம். இவையும் இவைபோன்ற பிறவும் அடிப்படையில் நல்லவற்றை வழிபாட்டுக்குரியவையாகவும், திரிபுகளாகவும் மாற்றிவிட வல்லவை என்பதற்கு முதன்மை தர வேண்டும். இம்மாதிரி தவறான வழிபாடுகளால் மனித இனத்தின் சீர்மை அழிக்கப்பட்டதற்கு இருபதாம் நூற்றாண்டு எண்ணற்ற எடுத்துக்காட்டுகளைத் தர இயலும். ஒரே ஒரு ஆதிக்க அக்கறை இருக்கும்போது இந்த ஆராதனை 'ஒற்றை விக்கிரக' வழிபாடாகவும், ஒரேநேரத்தில் இதுபோன்ற பலவற்றின்மீது ஈடுபாடு இருக்கும்போது 'பல விக்கிரக' வழிபாடாகவும் ஆகிறது.

குறித்த சூழல்கள், வழக்கமாகச் சிக்கலானவை; எனவே அவற்றின் மூலகாரணத்தைக் கண்டறிதல் கருத்து மாறுபாட்டுக் குரியதாகிறது. எடுத்துக்காட்டிற்கு, பொருளாதார வளத்தில் ஆரோக்கியமான கவனத்தைச் செலுத்துதல் என்ற நிலையிலிருந்து இலாபம் ஒன்றே குறிக்கோள் என்ற அடிமட்ட நிலைக்கு எப்போது ஒருவர் மாறுகிறார் என்பதை எப்படிக் கண்டறிவது? வேறுபாடு கண்டறிய வேண்டிய தீவிரமான பிரச்சினைகள் இங்கே உள்ளன; ஆனால் இரு பக்கங்களிலும் மிகைப்படுத்தல் நேரிடலாம். ஒவ்வொரு தனித்த எடுத்துக் காட்டாக எடுத்து விவாதித்தல்தான் நேரிய இறையியல் வாதத் திற்கு ஏற்றது. அதனை வழிபாடு, பாரம்பரியங்களையும் சூழல்களையும் புரிந்துகொள்ளல் என்பவற்றால் தொடர்ந்து வளப்படுத்த வேண்டும். எனது சொந்த அனுபவத்திலிருந்து ஓர் எடுத்துக்காட்டு நிகழ்ச்சியை நான் தருகிறேன்.

ஆங்கில நாட்டின் சில நகரங்களில் இழப்புக்குள்ளான பகுதிகளில் 'களத்தில்' நான் ஐந்தாண்டுகள் இறையியலாளர்கள், குருமார்கள், பிறர் சேர்ந்த ஒரு குழுவில் ஒருவனாகப்

பணி செய்தேன். அந்தப் பகுதிகளின் சிக்கலான யதார்த்த நிலைக்கேற்ப நாங்கள் தனிமனிதர்கள் மற்றும் குழுக்களின் கதைகள், குடியிருப்பு, குழந்தைகள், கருப்பர் அனுபவங்கள், வியாபார முயற்சிகள், குற்றம், அச்சம் போன்றவற்றின் ஆய்வுகள் ஆகியவற்றைப் பயன்படுத்தினோம். ஏழ்மை நிரம்பிய நகர்ப்புறப் பகுதிகளில் வழிபாடு, அதன் வாயிலாக வாழ்க்கையின் செயல் பாடுகளில் ஒளி பாய்ச்சுவதற்கு முக்கியத்துவம் ஆகியவற்றில் கவனத்தைக் குவித்தோம். புரிந்துகொள்ளலுக்கு ஒரு மையக் காரணியாக விக்கிரக ஆராதனை பயன்பட்டது. அதில் ஈடுபட்டவர்களுக்கு எங்கும் நிரம்பியதாகவும் எல்லாவற்றையும் உள்ளடக்கியதாகவும் அந்த ஆராதனை இருந்தது புரிந்தது. அது அவர்களின் இயல்பு நிலை. இதிலிருந்து ஒரு சமூகத்தின் விக்கிரகங்கள், விளிம்பு நிலையில் இருப்போரிடம் தெளிவாகத் தெரியவரும் என்று அறிந்தோம். ஏனெனில் அங்கு இயல்புநிலை என்பது அழுத்தத்திற்கோ முரண்பாட்டுக்கோ உள்ளாகியிருக் கிறது. பொய்மைகளாலும், முக்கிய உண்மைகளைப் புறக்கணிப்ப தாலும்தான் விக்கிரகங்கள் ஆதரிக்கப்படுகின்றன. விளிம்பு நிலையில் இவற்றையும் எளிதில் அறிய இயலும்.

விளிம்புநிலையில் பல்வேறு பார்வைக் கோணங்கள் செயல் படுவது மட்டுமல்ல-அங்கேதான் வறுமை, ஒடுக்குமுறை, பெருமளவு சொத்து வேறுபாடுகள், வன்முறை, வாழ்க்கை-நம்பிக்கையின் நெருக்கடிகள் ஆகிய விக்கிரக ஆராதனையின் மோசமான விளைவுகள் பல நேரங்களில் வெளிப்படையாகத் தெரிகின்றன. நமது சமூகத்தின் வழக்கமான விக்கிரகங்களான பொருளாதார வெற்றி, திறமை, அந்தஸ்து, பாதுகாப்பு, இன்பம், கடுமையும் பலமும் என வெளிப்படும் அதிகாரம் ஆகியவற்றின் எதிர்மறை விளைவுகள் ஏழ்மையான நகர்ப்புறப் பகுதிகளில் தான் ஆழமாகக் குவிவதைக் கண்டோம். விளிம்புநிலைகள், சமூகத்தில் வழிபடப்படாதவை எவை எவை எப்படியேனும் தவிர்க்கப்படுகின்றன என்பதை வெளிப்படுத்துகின்றன. ஆட்சி புரியும் கடவுள்கள் தோல்வியடையும் இடங்களைப் பற்றிய வேதனை மிகுந்த உண்மைகளை வெளிப்படுத்தும் இடங்களும் அவைதான். அதேவேளை, அவை ஆதிக்க விக்கிரகங்கள் படு மோசமாகச் செயல்படுவதையும் காட்டுகின்றன – ஏனெனில் இழப்பு பணத்தையும் சொத்துகளையும் தேடி அலைவதைத்

தூண்டுகிறது; செல்வம், அந்தஸ்து, ஆதிக்கம், இன்பம் ஆகியவற்றை அடையும் மைய நீரோட்ட வழிகளிலிருந்து தவிர்க்கப்படுவதால் இம்மக்கள் அவற்றைப் பற்றிய வலுவான பிம்பங்களைத் தேடி அலைகிறார்கள்.

இத்தகைய சூழலில் திரித்துவக் கடவுளை வழிபடுதல் ஒரு திருப்புமுனையான காரணியாகலாம். இயேசு கிறிஸ்துவை மையப்படுத்தி, இறுதிநிலை எது என்பது பற்றிய மாற்றுப் பார்வையை அது தரலாம். மேலும் விக்கிரகங்களை வழிபட்டுப் பணிபுரிவதைச் சாராத ஒரு தகுதியுணர்வையும் மேன்மை நோக்கையும் அது தரக் கூடும். யதார்த்தத்தை வேறு வகையாகப் புரிந்துகொள்ளும் தன்மையை அளிக்கக்கூடும். பொய்யான அல்லது போதுமான தன்மையற்ற பிம்பங்களின் ஆதிக்கத்தைத் தடுக்கும். யாவற்றிற்கும் மேலாக, எதுவெல்லாம் எதிராக இருக் கின்றதோ அதற்கு மாறான நிறைவான யதார்த்தமாகிய கடவுளை அது உறுதிப்படுத்தும். (இதைப் பற்றி மேலும் அறிய, பீட்டர் செட்ஜ்விக் தொகுத்த 'நகரத்தில் கடவுள்: கேண்டர்பரி தலைமைப் பேராயரின் நகர்ப்புற இறையியல் குழுவின் கட்டுரைகளும் சிந்தனைகளும்' என்ற நூலைக் காண்க - [Peter Sedgwick(ed.), *God in the City. Essays and Reflections from the Archbishop of Canterbury's Urban Theology Group*].

வேறுபல முக்கிய சமயப் பாரம்பரியங்களும் விக்கிரகங் களைக் கண்டறிதல், ஆசைகளைச் சரிவரத் திசைப்படுத்தல் ஆகியவற்றில் அக்கறை காட்டுகின்றன. ஆங்கில நாட்டு நகரங் களில், முஸ்லிம்கள், ஹிந்துக்கள், சீக்கியர்கள் ஆகியோர் பல்வேறு விகிதங்களில் விளிம்புநிலையில் இருக்கிறார்கள். எனவே அவர்கள் தங்கள் பாரம்பரியங்களுக்கு உண்மையாக இருக்க வேண்டுமானால், ஆதிக்க விக்கிரகங்களுக்கு எதிராக அவர்கள் பெரும் தடைகளை ஏற்படுத்திக்கொள்ள வேண்டி யுள்ளது. இங்கிலாந்தின் ஏழ்மையான நகர்ப்புறப் பகுதிகளில் வாழ்பவர்கள் வெவ்வேறு சமயம் சார்ந்த பலருக்குள்ளும் ஓர் ஒருமைப்பாட்டை இத்தடைகள் அளித்தன. பணம், இனம், வன்முறை, அல்லது இன்பம் போன்ற விக்கிரகங்கள் சமய நம்பிக்கைச் சமூகங்களுக்கு அவரவர் ஞானங்களை ஒப்பிட்டு நோக்கவும், ஒருவர்க்கொருவர் எப்படி போதிக்கலாம் என்பத தற்கும் ஒரு தீவிரமான தூண்டுகோலை அளித்தன.

முடிவுரை: கதையாடல், மேற்கதையாடல், சிறந்த நடைமுறை

இந்த இயல் முக்கியமான (தனிப்பட்ட, அமைப்பு சார்ந்த, இயற்கையான) தீமைகளைப் பற்றி ஆராய்ந்துள்ளது; மேலும், ஓர் அறநோக்கு இறையியலையும் பதிலாகத் தந்துள்ளது. கடவுள் இருக்கும்போது தீமையை நியாயப்படுத்தும் எல்லா முயற்சிகளும் திருப்தியற்றவையாக உணரப்படுவதுபோலவே இதுவும் உணரப்பட்டது. எந்த ஓர் அறநோக்கு இறையியலையும் விட, இரட்டை இரகசியம் என்ற நிலைப்பாடு (ஒன்று, தீமையின் இருளடர்ந்த இரகசியம், இன்னொன்று கடவுளின் ஒளிமய இரகசியம்) பழமை வாய்ந்தது. இவ்வியலின் இறுதிப் பகுதியில் விக்கிரக ஆராதனை என்ற தலைப்பில் தீமையைப் பற்றி ஆராய்ந்தபோது இந்த இரு இரகசியங்களின் சிக்கல்களையும் பற்றி ஓரளவு விளக்கப்பட்டது. ஏழை நகர்ப்புறப் பகுதிகளில் மிகுந்த கஷ்டங்களுக்கிடையிலும் விக்கிரக ஆராதனையிலிருந்து தப்பிக்க நிகழும் வழிபாடு இந்த இரு இரகசியங்களையும் வரலாற்றில் வைத்துத் தெளிவாகக் காட்டுகிறது. தீமையால் மட்டுமல்ல, கடவுளாலும் சந்திக்கப்படும் இறையியல் இரண்டையும் நியாயப்படுத்த முயல்கிறது. கிறித்துவ இறையியலில் இந்த இரண்டுமே ஒரு மனிதருடைய கதையாடலில் முழுமையாகக் காணப்படுகின்றன. அந்த மனிதர்தான் அடுத்த இயலின் மையப்பொருள்.

தீமை பற்றிய இறையியல் வருணிப்பில் கதையாடல்தான் கிறித்துவத்தின் இதயத்தில் இருக்கிறது. இந்த வருணனை கதை வடிவில் அமைந்துள்ளது என்பது குறிக்கத்தக்கது - அது ஒரு விவாதமோ, விளக்கமோ, தீர்வோ அல்ல. அது இறையியல் சார்ந்த பல்வேறு வகைப்பட்ட விளக்கங்களுக்கும் யோசனைகளுக்கும் இடமளிக்க முடியும். அதன் ஒரு பகுதி 'மேற்கதையாடல்கள்' (கதையாடல்கள் பற்றிய கதையாடல்கள்) பற்றிய எடுத்துரைப்புகள்-வாழ்க்கை அமைக்கப்பட்டுள்ள விரிவான கதைகள்.

ஓர் எடுத்துக்காட்டான மேற்கதையாடல் அகஸ்தீன் பற்றியது. அது படைப்பு நூலின் படைப்பு, வீழ்ச்சி ஆகியவற்றின் விளக்கங்களுடன் தொடங்கி, இறுதித் தீர்ப்பில் மனித இனம்

ஆசி பெற்றவர், சபிக்கப்பட்டவர் என இரு கூறுகளாகப் பிரிந்த நிலையுடன் முடிவடைகிறது. இறுதியாக எல்லாப் பொருள் களும் கிறிஸ்துவில் இணைதலை நோக்கி வளர்ச்சியுறும்போது ஏற்படுகின்ற உப விளைவுதான் தீமை என்று நிறைவடையாத ஒரு படைப்பினைப் பற்றி இரேனேயுஸ் என்பவர் பேசுகின்றார்.

மற்ற சமயங்களிலும் அவ்வவற்றிற்கான கதைகள் இருக் கின்றன. மதச் சார்பற்ற மேற்கதையாடல்களிலும் மனித இன மேம்பாடு பற்றியும், மார்க்சிய மேற்கதையாடலில் வர்க்கங் களிடையிலான போராட்டம், வர்க்கமற்ற, நீதியான, சுதந்திரம், சமத்துவம், சகோதரத்துவம் கொண்ட சமூகத்திற்கு இட்டுச் செல்லும் புரட்சி என்ற கதையாடல்கள் உள்ளன. இம்மாதிரி மேல்நோக்கிய முடிவுகள் ஒருபுறமிருக்க, சிலர் வரலாற்றில் ஒரு சோகமான கதையமைப்பைக் காண்கிறார்கள். 'பின் நவீனத்துவ'ச் சிந்தனையாளர்கள் என்று முத்திரையிடப் பெறுபவர்கள் எல்லா மேற்கதையாடல்களையும் பற்றி விமரிசனம் செய்கிறார்கள். அவர்கள் வரலாற்றிற்கென அர்த்தம் எதுவுமற்ற ஓர் எதிர்-மேற்கதையாடலைச் சொல்கிறார்கள். அதில் வெறும் துண்டுதுண்டான நிகழ்வுகள்தான் உள்ளன. அவை குறிப்பு முரண்கொண்ட வடிவங்களில் வெளிப்படு கின்றன. ஓர் ஒருங்கிணைந்த அர்த்தத்தைத் தேடுவதன் அர்த்த மின்மையை (அபத்தத்தை) அவை எடுத்துரைக்கின்றன. பிரபஞ்சத்தின் கதையைச் சொல்லும்போதும் (சான்றாக, பெரு வெடிப்பில் தொடங்கி நீண்ட ஆயுள் உள்ள எதிர்காலத்தை முன்னுரைக்கும்போது) உலகில் உயிர்களின் கதையைச் சொல்லும்போதும் (பரிணாமக் கொள்கை பற்றி டார்வினிய, நவ டார்வினியக் கருத்துகள்) இவை யாவற்றையும் கவனத்தில் கொள்ள வேண்டியுள்ளது. அவை நன்மை தீமை என்ற காரணி களையும் உள்ளடக்கியுள்ளன-கடவுள் மையப்பட்ட பார்வை களிலிருந்து (நன்மை என்பது கடவுளால் படைக்கப்பட்டது, கடவுளுக்கு மகிழ்ச்சி தருவது) மனித நலத்தை நோக்கிய மாற்று அற நோக்குகளிலிருந்து, வெறும் தற்செயல் நிகழ்வு களால் நிரம்பியுள்ள உலகில் உயிர் பிழைக்கவும் ஒத்திருக்கவும் இயலுகின்ற ஒழுக்க சம்பந்தமற்ற நிலை வரை பலதரப் படுகின்றன.

சமீபகால கிறித்துவ இறையியலின் பெரும்பகுதி வரன் முறையான மேற்கதையாடல்கள் பற்றிய விமரிசனங்களுக்கும் செவி கொடுக்கின்றது. கல்விசார் மற்றும் அறிவியல் காரணங் களினால், ஆதியாகமத்தின் தொடக்க இயல்களை அறிவிய லாகவோ வரலாறாகவோ வாசிப்பது இயலாததாகிவிட்டது. இன்னொரு காரணம் அற நோக்கிலானது: யாவற்றையும் உள்ளடக்கும் பெருங்கதையாடல்கள் குறிப்பிட்ட சிலருக்கு மட்டும் நன்மையைக் கருதுகின்ற மறைமுகக் கருத்தியல் அடிப்படையிலானவை என்ற தீர்க்க இயலாத குறையைக் கொண்டுள்ளன. இறந்த காலத்தைப் பற்றியும் எதிர்காலத்தைப் பற்றியும் அதிகப்படியான அறிவைக் கொண்டிருப்பதான ஆபத்தான உரிமை பாராட்டல்கள், பிறர் மீது ஆதிக்கம் செலுத்தவும் அவர்களைக் கட்டுப்பாட்டிற்குள் வைக்கவும் ஒடுக்குகின்ற செயல்முறைகளை நியாயப்படுத்தவுமே பயன் படுத்தப்படுகின்றன. தொடக்க நூலில் வரும் மனித வீழ்ச்சி பற்றிய கதை பெண்களுக்கு எதிராகப் பயன்படுத்தப்பட்டு வருகிறது; வெளிப்பாட்டு நூலில் வரலாற்றின் இறுதி பற்றிக் காணப்படும் இரத்தத்தை உறைய வைக்கும் சம்பவங்கள், மதப் போர்களையும், கொடுமைப்படுத்தல்களையும், பிறரை வசப்படுத்தி இயங்க வைக்கும் நற்செய்தி இயக்கங்களையும், பொதுவுடைமைக்கு எதிரான சிலுவைப் போர்களையும் உருவாக்கியுள்ளன. ஆனால் மேற்கதையாடல் பற்றிய கிறித்துவ அவநம்பிக்கைக்குச் சிறப்பான ஆழ்ந்த இறையியல் காரணமாக அமையக் கூடியது நற்செய்தியின் முதன்மைக் கதைச் சட்டக மான இயேசு கிறிஸ்துவின் வாழ்க்கை, மரணம், மீட்டுயிர்ப்பு பற்றிய கதைதான். அச்சட்டகம், கிறிஸ்துவே படைப்பின் தொடக்கமாகவும் வரலாற்றின் முடிவுக்கு முக்கியக் குறிப் பாகவும் காண்கிறது. புதிய ஏற்பாட்டில் வரலாற்றின் இறுதி நிகழ்வுகளை அறிவதற்கான முயற்சிக்கும் அதைவிட இன்னும் அடிப்படையான ஒரு நிகழ்ச்சிக்குமான இழுவிசை இருப்பதைக் காண்பது அறிவூட்டக் கூடியது. அந்த அடிப்படையான நிகழ்ச்சி, கதையமைப்பும், விவரணைகளும் எதுவாக இருப்பினும் இந்த நாடகத்தில் தீர்மானகரப் பாத்திரமாகிய இயேசு கிறிஸ்துவின் மீதான நம்பிக்கையும் விசுவாசமும்தான். துன்பம், தீமை, மரணம் இவற்றினூடேயும் இவற்றை எதிர்கொண்டும் அவர்

வாழ்ந்து கடவுளின் இரகசியத்தையும் கடவுளின் நற்படைப்பையும் தமது வடிவத்தில் இணைக்கின்றார்.

அவருடனும் பிறருடனும் அன்புகொண்டு வாழ்தல் மீதான தவிர்க்கவியலாத அழுத்தமே இயேசு கிறிஸ்துவின் மீதான நம்பிக்கை, விசுவாசம் ஆகியவற்றின் நடைமுறைக் குறிப்பாகும். தீமையின் மறைபொருளை வெளிப்படுத்தித் தீர்வு காணும் முயற்சிக்கு இறையியல் அழுத்தம் தருவதில்லை- மாறாக அதைத் தடுப்பதில்தான், வழிபாடு, மன்னிப்பு, விசுவாசம், நம்பிக்கை, அன்பு இவற்றைச் 'சிறந்த நடைமுறையாகக்' கொண்ட சமூகங்களைக் கட்டுவதில்தான் ஆர்வம் காட்டுகிறது. இது வாழ்க்கையின் அடிப்படை உண்மை கடவுள்தான், தீமை அல்ல என்பதை நிறுவுகிறது. இந்த நடைமுறையின் நம்பத் தக்க விமரிசனத்தை முன்வைக்க, ஒரு மேற்கதையாடலை நாம் புறக்கணித்தால் மட்டும் போதாது. மையமான பிரச்சினையாக இருப்பது கதையாடலாகவும் பிற வடிவங்களிலும் காணப்படும் இயேசு கிறிஸ்துவுக்குச் சாட்சியமாக வாழுகின்ற, கடவுளுடனும் பிறருடனுமான இணைப்பும் ஞானமும்தான். அதை நோக்கி இப்போது திரும்புகிறோம்.

இயல் 6

இயேசு கிறிஸ்து

அடிக்கடி-அண்மைக்கால ஆண்டுகளில் மிகவும் அடிக்கடி இயேசு கிறிஸ்துவுக்கு மேற்கு நாட்டு ஊடகங்களில் அதிக விளம்பரம் கிடைக்கிறது. அதற்குக் காரணம், ஏதேனும் ஒரு தொல்லியல் ஆய்வாக இருக்கலாம், புதிய ஏற்பாட்டுக்கு வெளியே கிடைத்த நூல்களில் ஏதேனும் ஒன்றின் விளக்கவுரை யாக இருக்கலாம், யூதப் பின்னணியில் அவரது வாழ்க்கையைப் புதிதாக மீட்டுருவாக்கம் செய்திருக்கலாம், புதிய ஏற்பாட்டி லேயே ஒரு மறைவாசகம் இருக்கிறது எனக் கூறியிருக் கலாம், அல்லது, நற்செய்திகளின் அமைப்பு பற்றிய இலக்கியக் கொள்கையாகவும் இருக்கலாம். ஒவ்வோர் ஆண்டும் ஈஸ்டர் பண்டிகை எப்போதுமே காலியாக இருந்த கல்லறை பற்றியும், இயேசு தமது சீடர்களுக்குக் காட்சியளித்தது பற்றியும் புதுப்புது விளக்கங்களோடு வருகிறது. இதுபோலவே கிறிஸ்துமஸும் இயேசு கிறிஸ்துவின் பிறப்பு பற்றிய புதிய முரண்பாடான ஆய்வுகளைக் கொண்டுவருகிறது. இயேசு கிறிஸ்துவின் ஓர் ஒட்டுமொத்தச் சித்திரத்தை அளிக்க முற்படும் பல்வேறு கோட்பாடுகளை விளம்பரப்படுத்தும் முறையான தொலைக் காட்சி நிகழ்ச்சிகள் உள்ளன. ஆனால் இவை யாவும் உண்மை யில் அளிப்பது குழப்பத்தைத் தருகின்ற பல்வேறு சித்திரங் களைத்தான். அவற்றைச் சுற்றிப் பயங்கரமான விவாதங்கள் சுற்றிச்சுழல்கின்றன.

ஆனால் கிறித்துவ வழிபாட்டில் ஈடுபடுகின்ற 15 கோடி பேரில் தாமும் ஒருவராக இருந்தால் அவருக்குக் கிடைக்கும் சித்திரம்

வேறு வகையாக இருக்கும். அங்கு புதிய ஏற்பாட்டில் காணப்
படும் இயேசு கிறிஸ்துதான் ஏற்கப்பட்ட வடிவம். ஊடகங்களின்
தோன்றி மறையும் காட்சிகளிலோ அல்லது கல்விமான்களின்
கொள்கைகளிலோ அவர் கவனம் செலுத்துவது கிடையாது.
அதற்குப் பல காரணங்கள் உள்ளன: வழிபாட்டுப் பாணிகளில்
மாற்றம் என்பது மிகவும் மெதுவாக நிகழ்வது; மிக அதிகமான
நம்பிக்கையாளர்கள் அவர்களது விசுவாசத்தைப் பாதிக்கின்ற எந்த
ஒன்றையும் 'தெரிந்துகொள்ள விரும்புவதில்லை'. திருச்சபை
களில் இருக்கின்ற, இந்தக் கோட்பாடுகளையெல்லாம் நன்கறிந்த
குருமார்களோ, இவற்றைப் பற்றி விவாதிப்பதில் அதிக ஆர்வம்
காட்டுவதில்லை. இவற்றையும் மீறி ஒரு நம்பிக்கையூட்டும்
காரணமும் இருக்கிறது. புதிய விஷயங்களை அறிந்த ஒரு
பரவலான எண்ணிக்கையினரின் எதிர்வினை என்னவென்றால்,
இம்மாதிரிக் கண்டுபிடிப்புகள், புதிய தடங்கள், மறுவிளக்கங்கள்
போன்ற 'விஷயங்கள்' ஏற்படுத்தும் பதிவு மிகவும் மோசமானது
என்பதுதான். தொடக்கச் சித்திரம் மிகைப்படுத்தப்பட்டதாக
இருந்தது, ஆனால் கல்விமான்களின் மனச்சித்திரத்தில் எவ்வித
மாற்றத்தையும் அது ஏற்படுத்துமளவு இல்லை என்பது வழக்க
மாகக் கடந்த சில வருடங்களில் (அல்லது உடனடியாகவும்)
கல்வியாளர்களின் தெளிவான ஒப்புதல் நோக்காக இருக்கிறது -
அதாவது ஏற்கெனவே அடிக்குறிப்பாக உள்ள ஆயிரக்கணக்கான
விஷயங்களோடு இந்த ஒன்றும் புதிதாகச் சேர்ந்து கொண்டது
என்பதற்கு மேல் ஒன்றுமில்லை.

இறையியல் ரீதியாக இயேசுவைப் பரிசீலிப்பது மைய
நீரோட்டக் கிறித்துவ வழிபாட்டை இறுதியாகக் கொள்வதற்கோ
அல்லது மோஸ்தர்களால் தொடர்ச்சியாக அலைக்கழிக்கப்
படுவதற்கோ அல்ல. இறையியல் சிந்தனையையும் கிடைக்கக்
கூடிய சிறந்த கல்விப் புலமையையும் தீவிரமாக எடுத்துக்
கொண்டு கீழ்க்கண்ட அடிப்படை வினாக்கள் போன்றவற்றிற்கு
விடை தேடுவதற்காகத்தான். புதிய ஏற்பாட்டையும், இயேசுவுக்
கான பிற சாட்சியங்களையும் எப்படிப் புரிந்துகொண்டு மதிப்
பிடுவது? சமகாலக் கிறித்துவ நம்பிக்கைக்கு இயேசுவைத்
தொடர்புறுத்தும் வழிகளின் பின்னிருக்கக்கூடிய கிறித்துவக்
கொள்கைகளின் செவ்விய வளர்ச்சியைப் பற்றி எப்படிப் புரிந்து
கொள்வது? இயேசுவைப் பற்றிய மரபான புரிந்துகொள்ளல்

களுக்கு எதிராக, மிகுதியான நவீனத்துவ, பின்நவீனத்துவச் சவால்களில் முடிவடைந்திருக்கும் வரலாற்று ரீதியான, மற்றும் உலகத்தைச் சுற்றிக் காணப்படுகின்ற, இயேசு கிறிஸ்து பற்றிய வியப்பூட்டும் பிம்ப வேறுபாடுகளுக்கும் குணச்சித்திரங்களுக்கும் உள்ள முக்கியத்துவம் என்ன? இந்த இயலின் மீதிப்பகுதியில் முதல் கேள்விக்கு அதிக அக்கறை செலுத்தி, இந்த மூன்று கேள்விகளுக்கும் விடை தேடப் போகிறேன்.

கிறிஸ்துவுக்கு அடிப்படைச் சாட்சியம்

நான்கு வெவ்வேறுபட்ட நற்செய்திகளைக் கொண்டுள்ளது என்பது புதிய ஏற்பாட்டைப் பற்றிய அதிர்ச்சியூட்டும் விஷயங்களில் ஒன்று. இவற்றை எழுதியவர்கள் மத்தேயூ, மார்க்கு, லூக்கா, யோவான் என அறியப்படுகின்றனர். இயேசுவைப் பற்றிய இந்நான்கு குறிப்புகளின் மூலங்கள், மெய்ம்மை, விளக்கம், நடை, இறையியல் மற்றும் இயேசுவின் ஒட்டுமொத்த குணச்சித்திரம் ஆகியவற்றில் குறிப்பிடத்தக்க வேறுபாடுகள் உள்ளன. இந்த நான்கு நற்செய்திகளையும் இணையாக வைத்துக் கொண்டு எப்படி அவை தொடர்புறுகின்றன என்பதை ஒப்பிடுவது நற்செய்திகளைப் படிக்கும் மாணவர்களின் ஆரம்பப் பயிற்சிகளில் ஒன்று. இயேசுவைப் பற்றிய புலமையடைவதில் கிரேக்க மொழியைக் கற்றுக்கொள்வதையன்றி இந்த ஒரு பயிற்சியில் மிகுந்த நேரத்தைச் செலவிடுவதுதான் ஒரே மிகச் சிறந்த பயனுள்ள விஷயம். இவற்றில் காணப்படும் ஒற்றுமை வேற்றுமைக் கருத்துகளைக் குறித்துக்கொண்டே வரும்போது வெள்ளம்போலக் கேள்விகள் எழுகின்றன. இந்தச் சாட்சியங்களின்படி ஒருமித்து அனைவரும் ஏற்றுக்கொள்ளக் கூடிய இயேசு கிறிஸ்துவின் குணச்சித்திரம் என்பது சாத்தியமல்ல என்ற ஒருவிஷயம் எல்லாவற்றையும்விடத் தெள்ளத்தெளிவாக விளங்குகிறது. கிறித்துவர்களாலேயே எழுதப்பட்டு, அவர்களாலேயே அதிகாரபூர்வமான சாட்சியம் என ஏற்றுக்கொள்ளப்பட்ட நூலின் நிலையே இப்படியென்றால் இன்னும் (புதிய ஏற்பாட்டிலேயே) பிற சாட்சியங்களையும் ஏற்றுக்கொண்டு, வெவ்வேறு விதமான ஈடுபாடுகளும் உலகப் பார்வைகளும்கொண்ட பிறமக்களின் சாட்சியங்களையும் விளக்கங்களையும் ஏற்றுக்கொண்டால் என்ன ஆகும்!

இந்த நான்கு நற்செய்திகளுக்கும்கூட எதிர்வினைகள் முற்றிலுமாக வேறுபடுகின்றன. இவற்றிற்கிடையே குறிப் பிட்ட அளவுக்கு வேறுபாடு கிடையாது என்று சாதிப்பவர்களி லிருந்து இவற்றிலிருந்து நம்பத்தக்க ஒரு வரலாற்றுப்பூர்வமான இயேசுவைப் பற்றிய அறிவை நாம் அடைய முடியாத அளவிற்கு வேற்றுமைகள்தான் அதிகம் என்று சொல்லுபவர்கள் வரை பல கருத்து மாறுபாடுகள். இந்தத் தீவிர எல்லைகளுக்குள் சென்று ஆராய்வது, சுவாரசியமாக இருக்குமென்றாலும் ஒரு மிகச் சிறிய அறிமுகம் இவற்றை விட்டுவிட்டு, எவையெல்லாம் இயலும் என்பதைவிட, எவை யதார்த்தமாகச் செய்யப்படக்கூடியவை என்பதில் கவனம் செலுத்துவது நல்லது. கிடைக்கும் சான்றுகளை வைத்தும் நாம் இங்கு மிக அதிக அளவில் விவாதங்களுக்குள் ஈடுபட முடியாது. இங்கே நான் எடுத்துக்கொள்ள விரும்பும் ஆதாரமான கேள்வி இதுதான்: புதிய ஏற்பாட்டில் காணப்படும் இயேசு கிறிஸ்துவுக்கான சாட்சியத்தின் வரலாற்றுப்பூர்வமான சாத்தியப்பாடு, கிறித்துவ சமயத்தில் ஏற்றுக்கொள்ளப்பட்ட இயேசு கிறிஸ்துவை நிலைநிறுத்தப் போதுமானதா?

இயேசுவின் வாழ்க்கையும் மரணமும்

வரலாற்று இயேசுவைப் பற்றிய முதல் கேள்வி, நம்பக்கூடிய மூலங்கள் என்ன என்பதுதான். புதிய மூலங்கள் பற்றிய பாராட்டுகள், தொடர்ந்து தலைப்புச் செய்திகளை உற்பத்தி செய்யலாம். ஆனால் உண்மையில் புதிய ஏற்பாட்டிற்கு வெளியே இயேசு கிறிஸ்துவைப் பற்றிய செய்திகள் என்பவை ஒன்று மில்லை. ஆனால் இயேசு கிறிஸ்துவைப் பற்றியும் ரோமானியப் பேரரசில் அவரது வாழ்நாள், இடம் என்பதைப் பற்றியும், யூதப் பின்னணியில் (அல்லது ஒருவேளை முன்னணியில்) மிகுதி யான செய்திகள், குறிப்பாக இந்த நூற்றாண்டில் அறியப் பட்டுள்ளன. யூத சமூகத்தில் நிலவிய முரண்பாடுகள் பற்றியும், அப்போதிருந்த பல்வேறு சமயக் குழுக்கள் பற்றியும், அவர் களுடைய பல்வேறு விதமான எதிர்பார்ப்புகள் (யூதர்களை அவர்களுடைய எதிரிகளிடமிருந்து விடுவிப்பதற்கான மெசியா-மெசியா என்ற யூத வார்த்தைக்கு நேரான கிரேக்க வார்த்தை தான் கிறிஸ்து-ஒருவர் வரப்போகிறார் என்ற நம்பிக்கை உள்பட)

பற்றியும், ரோமானியர்களுக்குக் கீழிருந்த பாலஸ்தீனிய சமூக உலகம் பற்றியும், எப்படிப் பல்வேறு யூதக் குழுக்கள் சிந்தித்தன, நடந்துகொண்டன என்பது பற்றியும், ஜெருசலேமிலிருந்த கோயில் எப்படி இயங்கியது, அதன் முக்கியத்துவம் என்ன என்பது பற்றியும் அக்காலத்திலிருந்த கவர்ச்சியான சமயச் சித்திரங்கள், சமயவாதிகள் பற்றியும் தெரிந்து கொள்கிறோம்.

நற்செய்திகளில் சொல்லப்படும் இயேசுநாதர் இந்த வரை படத்தோடு முற்றிலும் ஒத்துப்போகிறார். ஆனால் நற்செய்தி களுக்கு வெளியே உள்ள மூலங்கள், அவரைப் பற்றி அநேகமாகத் தெளிவான செய்தி எதையும் அளிக்க முடிவதில்லை. நேரடியான சான்றுகள் அதிகமின்றி வாசகர் அச்சூழலை வெவ்வேறு விதமான வழிகளில் வாசிப்பது இயேசுவைப் பற்றிய பலவித சித்திரங் களை அளிக்கும். இயேசு வாழ்ந்த காலத்தில் பாலஸ்தீனத்தில் வளமாக இருந்த எசீன் குலத்தவர் பற்றிய எழுத்துகளாகிய சாக்கடல் சுவடிகள் என்பவை இயேசுநாதர் பற்றிய வலுவான எந்தக் குறிப்பையும் அளிக்கவில்லை. எனவே இச்சுவடிகள் கண்டுபிடிக்கப்பட்டபோது ஆர்வத்தோடிருந்த இயேசு பற்றிய புலமையாளர்கள், மிகுந்த ஏமாற்றமடைந்தனர்.

இருப்பினும் மிகச் சில குறிப்புகள் இருக்கவே செய்கின்றன. சுவிடோனியஸ், டாசிடஸ் ஆகிய ரோமானிய ஆசிரியர்களும் யூத வரலாற்றாசிரியர்களும் ஜோசிபசும் சுருக்கமான செய்திகளை அளித்துள்ளனர். பிற கிறித்துவ மூலங்கள்-தாமஸின் நற்செய்தி, பேதுருவின் நற்செய்தி, ஃபிலிப்புவின் நற்செய்தி, பிற நற்செய்தித் துணுக்குகள், புதிய ஏற்பாட்டில் சொல்லப்படாத ஆனால் இயேசு கூறியதாக வரும் கூற்றுகள் ஆகியவை இன்னும் முரண்பட்டவை. இவற்றைச் சட்டபூர்வமான புதிய ஏற்பாட்டு நற்செய்திகளுக்கு இணையான சான்றுகளாக உயர்த்த முயன்றுள்ளனர். ஆனால் அவை மிக அதிகமாக சட்டபூர்வ நற்செய்தி மரபைச் சாராதவை என்பதும் சிலவேளைகளில் பின்னாளைய மதச்சார்புகளால் ஈர்க்கப்பட்டவை என்பதும் முதல் நூற்றாண்டில் பாலஸ்தீனத்தில் வழங்கியவற்றிற்குத் தொடர்பில்லாதவை என்பதும் மைய நீரோட்டப் புலமையாளர்களின் கருத்தாகும்.

இதனால் இயேசுவுக்குப் பின் முதல் நூற்றாண்டுச் சூழலில் அறியப்பட்டவற்றின் ஒளியில் எந்தவித ஈடுஇணையுமற்ற ஒரே

வரலாற்றுச் சான்று, புதிய ஏற்பாடே எனப் புரிந்து கொள்கிறோம். இச்சிறிய புத்தகத்தின் விளக்கவுரை என்பது மாபெரும் தொழிலாகவே நடைபெறுகிறது. பின்வரும் எட்டாம் இயலில் இதைப் பற்றிச் சிறிது பார்க்கலாம். வரலாற்றுக்குச் சாத்தியமான, குறுக்கு விசாரணையைத் தாங்கக்கூடிய விதமாக இயேசுவின் வாழ்க்கை, மரணம் பற்றி ஒரு சித்திரத்தைத் தீட்டிக்காட்டுவதே இப்போது எமது வேலையாகும். கல்வியாளர்கள் சேகரித்திருக்கும் விஷய வரிசைக்கேற்ப நாம் தற்காத்துக் கொள்ளக் கூடிய வரலாற்றின் ஒரு மையமான பகுதி பின்வருமாறு அமையும்:

இயேசு யூதேயாவில் பெத்லகேம் நகரில் ஏறத்தாழ கி.மு. 4இல் பிறந்திருக்கலாம். அவருடைய வம்சாவளி இரகசியமானது - புதிய ஏற்பாட்டில் இதற்குப் பல்வேறு குறிப்புகள் உள்ளன. அவை யாவும் இயேசுவை மாபெரும் யூத அரசனான தாவீதின் குடும்பத்துடன் தொடர்புபடுத்துகின்றன. கலீலியில் அவர் வளர்க்கப்பட்டார். தான் பிறந்த நகரத்தை ஒட்டி நாசரேத்தின் இயேசு என அறியப்பட்டார். திருமுழுக்கு யோவான் என்பவரின் தீர்க்கதரிசன (இறைவாக்கினர்) குருமார்கள் குழுவில் சேர்ந்தார். அவருக்கு யோர்தான் நதியில் யோவான் திருமுழுக்கு அளித்தபோது ஏற்பட்ட காட்சியனுபவம், பழைய ஏற்பாட்டின் தீர்க்கதரிசிகள் தங்கள் தேவ அழைப்பைக் கேட்டபோது பெற்ற அனுபவத்தை ஒத்துள்ளது.

இயேசுவின் அழைப்பு என்ன? யூதர்கள் மெசியா மீது வைத்திருந்த எதிர்பார்ப்புகளுக்கும் பிற எதிர்பார்ப்புகளின் மறு விளக்கங்களுக்கும் தொடர்புடையதாக இது வெளிப்பட்டது. இதற்கு மையமானது, கடவுளின் இராச்சியம் பற்றிய அவரது அறிவிப்பு. இது கடவுள் யார் என்பது பற்றியும் என்ன செய்து கொண்டிருக்கிறார் என்பது பற்றியதுமாக இருந்தது. கடவுளின் மிகுதியான கருணை, கொடைத்தன்மை, மன்னிப்பு ஆகியவற்றைப் பற்றிய நற்செய்தியாக அது அமைந்தது. இதன் ஒரு மையப்படிமம், மீட்புக்கு அப்பாற்பட்டவர்களாகக் கருதப்பட்டவர்களையும் கடவுள் வரவேற்கின்ற பெருவிருந்து, அல்லது திருமண விருந்தாகும். தனித்த உவமைக் கதைகளால் இந்த இராச்சியத்தை இயேசு விளக்கினார். இக்கதைகளில் கற்பாங்கான கோதுமை வயல்கள், வெறுக்கத்தக்க வரி வசூலிப்பவர்கள், நிலத்தை வந்து பார்க்காத கிழார்கள், பெரிய கடன் பிரச்சினைகள்,

கஷ்ட காலங்களில் புதைத்து வைக்கப்பட்டுப் பின்பு மறந்துபோன புதையல்கள், தினக்கூலிகளை அமர்த்துதல் போன்ற கலீலி வாழ்க்கையின் வகை மாதிரியான அம்சங்கள் நிறைந்துள்ளன. குணப்படுத்தல், பேயோட்டுதல் போன்ற தமது செயல்களால் அவர் இறையாட்சியின் வளம், விடுதலை ஆகியவற்றை இயற்றிக் காட்டினார். மேலும் விலைமகளிர், வரி வசூலிப் பவர்கள், போன்றோருடன் சமமாக விருந்துண்டு இறையாட்சி யின் வரவேற்பு எத்தகையது என்பதையும் காட்டினார்.

அவருடைய குருத்துவத்திற்கு ஓர் இன அடிப்படையும் உண்டு. இஸ்ரேலின் பன்னிரண்டு யூத கோத்திரங்களை அடை யாளப்படுத்துகின்ற மாதிரியாக அவர் தமது பன்னிரண்டு சீடர் களைத் தேர்ந்தெடுத்திருக்கலாம். எதிர்கால இஸ்ரேல் என்பதை உள்ளடக்கியதாக, அவரது குருத்துவம் அமைந்தது-இஸ்ரேலின் சட்டம், தீர்க்க தரிசனம் ஆகியவற்றின் ஆழத்தைத் தொடுமாறு உணர்வுபூர்வமான போதனையை வழங்கினார். கடவுளின் கொடை, கருணை, மன்னிப்பு, இவற்றைப் போன்றதாக, அதுவரை எழுதப்பட்டிருந்த சட்டத்திற்கு அப்பால் செல்வதாக, தீவிர கீழ்ப்படிதலை விரும்புவதாக அப்போதனை அமைந்தது. மலைச் சொற்பொழிவில் (மத்தேயூ: 5-7). வாழ்க்கையின் சாதாரண அம்சங்களான சட்டம், பணம், பூசல்கள், பாலியல் ஆசைகள், திருமணம், விரதங்கள், தவறுகளுக்குப் பழிதீர்த்தல், கடன் கொடுத்தல், வழிபாடு, பிச்சையிடுதல், மன்னிப்பு, உணவு, உடை, பானம் பற்றிய கவலை, மற்றவர்களைத் தீர்ப்புச் செய்தல் போன்றவை யாவும் கடவுள்மைய நோக்கில் முற்றிலும் மாற்றியமைக்கப்பட்டன.

இம்மாதிரி வாழ்க்கை எந்த அளவிற்குச் சமூகத்தினால் தாங்கிக்கொள்ள இயலாததாக இருக்கிறது, எப்படிப் புறக்கணிப் பிற்கும் துன்புறுத்தலுக்கும் இட்டுச் செல்கிறது என்பதை யும் இச்சொற்பொழிவு காட்டுகிறது. இயேசுவின் நோக்கம் இஸ்ரேலைப் புதுப்பிப்பது. ஆனால் இஸ்ரேலுக்கு அப்பாலும் செல்லக் கூடியது, தாம் மிகப் பெரிய சிக்கற்சூழலில் இருப்பதைக் கண்டார். அதற்குத் தீர்ப்பு வழங்கினார். மனம் வருந்த வாய்ப்பும் தந்தார். ஆனால் தமது கால முக்கியக் கட்சிகளின் வழியை அவர் பின்பற்றவில்லை. எனவே ஆழமான எதிர்ப்புணர்வு ஏற்படக் காரணமானார். கடவுள் ஒரு பெரிய தலைகீழ் மாற்றத்தை

ஏற்படுத்துவார், அதில் இஸ்ரேலின் இடத்தையும், உலகத்தையும் மாற்றியமைப்பார் என்ற அக்கால ஆழமான எதிர்பார்ப்பை ஏற்றுக்கொண்டதால் அவரது ஞானம் அருள்வெளிப்பாடு சார்ந்தது எனலாம். அவர் காலத்திய யுகசந்தி சார்ந்த எதிர் பார்ப்புகள் பலவிதமாக இருந்தன. நாடகத்தன்மை வாய்ந்த பிரபஞ்ச அழிவுகள், பல்வேறு வகைப்பட்ட மெசியாக்களின் வருகை, பாலஸ்தீனத்திலிருந்து ரோமானியர்களை வெளியேற் றுதல் போன்றவையும் அதில் அடக்கம். ஆனால் இயேசுவின் எதிர்பார்ப்பு இரண்டு அடிப்படையான விதங்களில் தனித்த தன்மை வாய்ந்தது: ஏற்கெனவே உதயமாகத் தொடங்கிவிட்ட கடவுளின் இராச்சியம் பற்றிய கற்பனை, அதற்கும் தனக்கும் உள்ள தொடர்பு.

இம்மாதிரியான எதிர்பார்ப்பு தன் வாயிலாக நிகழும் என்று மையப்படுத்தியதுதான். அவருடைய செய்தியும் செயல்களும் அவர்களது ஆளுமை, அவரது விதி இவற்றிலிருந்து பிரிக்க முடியாதவை என்பது அர்த்தம். நற்செய்திகள் இதனை அவரது திருமுழுக்கு (மார்க்கு 1:9-11 மற்றும் மத்தேயூ, லூக்கா, இவற்றி லுள்ள இணைப்பகுதிகள்), உருமாற்றம் (மார்க்கு 9:2-8 இணைப் பகுதிகள்) ஆகியவற்றால் குறிப்பாலுணர்த்துகின்றன. ஆப்பிரிக்க மரச்சிற்பத்தில் மனித குமாரன் மேகங்களில் ஏறி, மிகுந்த கீர்த்தி யுடன் வருவது, அவருக்குக் காட்டும் எதிர்வினையால், மக்கள் தீர்ப்பளிக்கப்படுவது (மார்க்கு 8:38, இணைப்பகுதிகள்) போதிப் பதிலும், மன்னிப்பதிலும் அவர் காட்டிய தன்னிச்சையான தன்மை, ஆகியவையும் நற்செய்திகளுக்குள் பல வேறுபாடுகள் இருந்தாலும் அவரது ஆளுமையிலிருந்து அவருடைய போதனை, குருத்துவம் ஆகியவற்றைப் பிரிக்க முடியாத தன்மை என்பன அச்சாட்சியங்களில் மிக அழகாகப் பொருந்தியிருக்கும் கூறாகும். இந்தப் பண்பை நாம் வைத்துக்கொண்டால் இயேசுவின் சித்திரம் அடிப்படையில் மாறாது; பல்வேறு சின்னஞ்சிறு விவரங்கள் மட்டுமே மாறுபடும். ஜெருசலேத்தில் நடந்த கதையின் உச்ச கட்டம், அதாவது இயேசுவை விசாரித்துச் சிலுவையில் அறைவது என்பதை நோக்கியே ஒவ்வொரு நற்செய்தியும் வெவ்வேறு விதங்களில் நகர்கிறது. ஆனால், ஒவ்வொன்றிலும் வெவ்வேறு விதமாக போதனைச் செயல், ஆளுமை ஆகியவற்றை அடையாளப் படுத்தித் தீவிரப்படுத்துதல் காணப்படுகிறது.

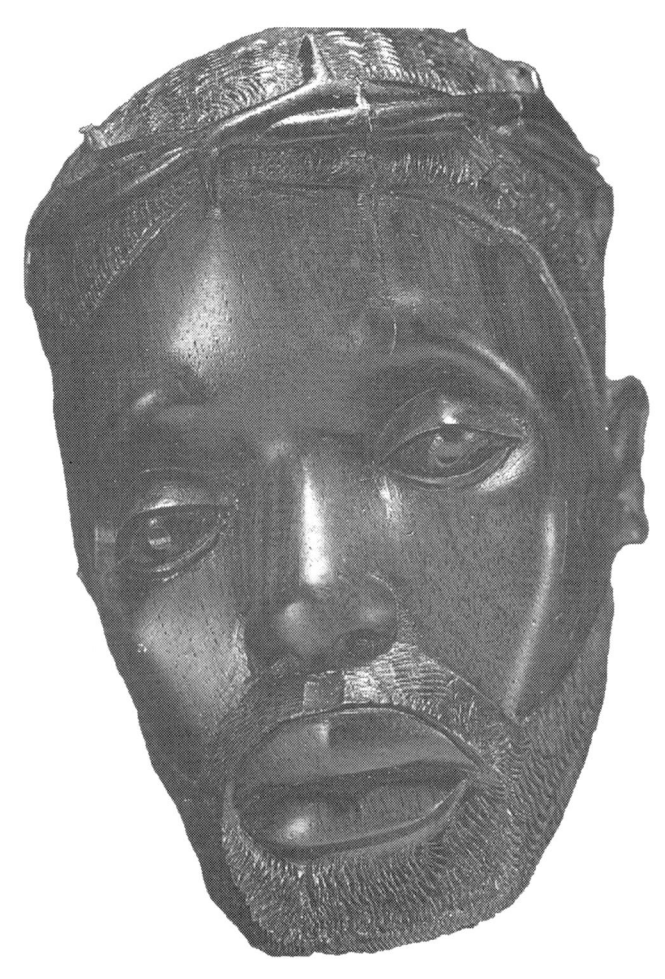

5. முள்முடி தரித்த கிறிஸ்து, இருபதாம் நூற்றாண்டு ஆப்பிரிக்க மரச்செதுக்கல் சிற்பம்

இயேசு ஜெருசலேம் நகருக்குத் திருவிழா வேளையில், அங்கே புனிதப் பயணிகள் நிறைந்திருந்தபோது வந்தார். அவர் ஒரு கழுதைக் குட்டியின்மீது சவாரி செய்து அந்நகருக்குள் நுழைந்தது, விவிலியத்தில் கூறப்படும் ஒரு செய்தியை வேண்டுமென்றே நிறைவேற்றுவதற்காக என்று தோன்றுகிறது. அந்தச் செய்தி, ஜெருசலேமிற்கு மெசியாவான ஓர் அரசர் கழுதை மீது அல்லது மறியின் மீது அல்லது கழுதைக் குட்டியின் மீது ஏறி சமாதானத்தைக் கொண்டுவருவார் (செகரியா: 9:9) என்று சொல்கிறது. அதைத் தொடர்ந்து அவர் நாடகத்தனமாகக் கோயிலில் இருக்கும் பணம் மாற்றுபவர்களை விரட்டியடிக்கிறார். அது அக்கால அரசியல், சமய ஆதிக்க சக்திகளின் இதயத்தில் அறைந்த ஒரு தூண்டு தற்செயல். குறிப்பாக, ரோமானியர்களுக்கும் யூத குருமார்களான பெருஞ்செல்வர்களுக்கும் திருவிழா போன்ற ஓர் உணர்ச்சிமிக்க சந்தர்ப்பத்தில், இது மிகவும் அபாயமானது. யூதர் கோயிலை அழிப்பதாகவும், முன்னுரைத்த மெசியாவாகத்தான் தன்னைச் சொல்லிக் கொண்டவர் என்றும் அவரை அடையாளப்படுத்தி, இராஜத் துரோகக் குற்றச்சாட்டைச் சுமத்தி, அவரைக் கைது செய்து மரணதண்டனை வழங்குதலில், மேற்கண்ட இரு குழுக்களும் (ஏசுவின் சீடர்களில் ஒருவரான யூதாஸின் உதவியுடன்) சேர்ந்து கொண்டனர் என்று தோன்றுகிறது. இராச்சியத்திற்கு எதிரான சதிக் குற்றம் புரிந்த புரட்சியாளர் என்ற அடிப்படையில்தான் ரோமானியர்கள் தீர்ப்பளித்துச் சிலுவையிலும் அறைந்தனர்.

இயேசுவுக்கு அவரது மரணத்தின் அர்த்தம் என்ன? இஸ்ரேலின் மீட்பிற்குத் தனது துன்பத்தையும் நிராகரிப்பையும் ஒரு பகுதியாகக் கண்டு கடவுள் அவரைக் குற்றச்சாட்டுகளிலிருந்து விடுவிப்பார் என்ற எதிர்பார்ப்போடு, கிறிஸ்து தமது வாழ்க்கைப் பணியின் ஈடேற்றமாக தமது மரணத்தைக் கண்டார் எனத் தோன்றுகிறது. இதற்கு முந்தைய மிக முக்கியச் சம்பவம், தமது சீடரோடு அவர் அருந்திய கடைசி விருந்து. அது உண்மையிலேயே ஒரு பஸ்காக் கால விருந்தா இல்லையா என்பது பற்றிக் கருத்துமாறுபாடுகள் உள்ளன. ஆனால் எகிப்திலிருந்து இஸ்ரேல் விடுதலை பெற்றதை ஆட்டுக்குட்டிகளைக் கொண்டு விருந்து சமைத்துண்ணும் விழாக்காலச் சூழ்நிலையில் அந்தக் கடைசி விருந்து நடந்தது என்பதை மறுக்க முடியாது. இதையொத்த பல

விவிலிய தீர்க்க தரிசனச் செயல்கள் போல இயேசு இதை யும் செய்து உடன்படிக்கையையும் மன்னிப்பையும் தமது மரணத்தோடு இணைத்து, அதனை மறுக்க முடியாதவாறு ஒரு விருந்தில் ரொட்டியையும் மதுவையும் அவர் உடலோடும் உதிரத்தோடும் ஞாபகார்த்தமாகத் தொடர்புபடுத்தினார் என்று தோன்றுகிறது. அவரது பணிக்கும் அவரது ஆளுமைக்கும் முடிச்சுப்போட்டு அவரது மரணத்தால் முத்திரை வைத்து முடித்த செய்தி இது.

மேற்கூறிய கதையில் உள்ள ஒவ்வொரு கூற்றையும் விவாதத் திற்கு உட்படுத்தலாம். பல கூற்றுகள் முரண்பட்டவையாக இருந்தாலும் அவற்றை நியாயப்படுத்துவதற்குப் பல புலமை யாளர்களும் வருவர். இங்கே இயேசுவுக்கு நல்ல புலமை யினால் ஆதரிக்கப்படுகின்ற, ஆனால் முழுமைத் தன்மைக்கு உரிமைகோராத ஒரு குணச்சித்திரத்தை உருவாக்குவது என்பதே நோக்கம். கல்விசார் வரலாற்றுக் குறிப்புகளின்படி புதிய ஏற்பாடு தரும் இயேசுவின் சித்திரங்கள் பற்றிய அடிப்படையான நம்பகத்தன்மையைக் குறைக்க முடியாது என்றாலும் அதனை விவாதத்திற்கு உட்படுத்தலாம். இயேசுவுக்கு நம்பகமான இறையியல் சாட்சியமாக அமையும் ஒரு கதைக்கு வரலாற்றுப் பூர்வமான துல்லியம் தேவையில்லை என்பதையே இந்த நான்கு வேறுபட்ட நற்செய்திகளும் காட்டுகின்றன. ஒவ்வொரு நற்செய்தியும் ஒரு சுமாரான கதையைச் சொல்ல முயல்கிறது, ஆனால் அதற்கு வேறு கரிசனங்களும் உள்ளன – எல்லையற்ற இந்த வளமான மனிதர் – அவரது வாழ்க்கை நிகழ்வுகள் ஆகிய வற்றின் இறையியல் மற்றும் அறவியல் குறிப்புகளை ஆராய்தல், குறித்த வாசகச் சமூகங்களுக்கு அவருடைய ஏற்புடைமையை வெளிப்படுத்தல், எதிரிகளுக்கும் எதிர்ப்புகளுக்கும், மாறுபட்ட கதைகளுக்கும் பதில்சொல்லுதல் போன்றவை. அவர்களது அக்கறைகள் நிரூபிக்கப்பட்ட மெய்ம்மைகளைக் கொண்டு வெறும் வரலாற்றுப் பூர்வமான விஷயங்களை மட்டும் சொல்லாமல், கதைக்கு மாறாத, தீவிரமான, வழிகளில் வாசகர்களைச் சவாலுக்கு அழைக்கக்கூடிய சாட்சியங்களை எழுதிவைக்க உதவின. இவற்றுள் மிகத் தீவிரமான சவாலை நாம் இப்போது காண்போம்.

இயேசுவின் மீட்டுயிர்ப்பு

இயேசுவின் மீட்டுயிர்ப்பில் நம்பிக்கை வைத்தே எல்லாப் புதிய ஏற்பாட்டு ஆவணங்களும் எழுதப்பட்டுள்ளன. தமது சீடரோடு உண்டும் களித்தும் வாழ்ந்த ஒருவரது தொடர்ச்சிக்கு ஏற்ற விதமாகவும், மீண்டும் உயிர்பெறுவது புதிய விதமாகத் தோன்றும் படியாகவும் சிலுவையில் அறையப்பட்ட பின் கடவுளால் நிகழும் மீட்டுயிர்ப்பு அமைந்துள்ளது. அது மீண்டும் உயிர் பெறுதல் பற்றியது மட்டுமல்ல. அவர் சுதந்திரமாக இருந்து, விரும்பும் இடத்தில் இருந்து, தொடர்புகொண்டு, செயல்கள் செய்து, மறுபடி மரணத்தைப் பற்றிய கவலையின்றி, வாழ்வது தான் முக்கியம். அதாவது சாவை வென்றவராக அவர் கருதப் படுகிறார். இந்த நிகழ்ச்சிக்கு எப்படி விளக்கம் தருவது என்பது பற்றிப் பல பார்வைகள் இருக்கின்றன. ஒருவரை மற்றொருவராகக் கருதுதல், பிறரை ஏமாற்றுதல், தன்னை ஏமாற்றிக்கொள்ளுதல், மாயத் தோற்றம், சிலுவைப்பாட்டை ஒரு புராணிக அல்லது குறியீட்டுச் செயலாகக் கருதுதல் அல்லது அவரது இறந்த உடலோடு எவ்வகையிலும் தொடர்புபடுத்தாத ஓர் ஆன்மிக மீட்டுயிர்ப்பு எனப் பல பார்வைகள்.

மூன்றாம் இயலில் புதிய ஏற்பாட்டின்படி மீட்டுயிர்ப்பின் இறையியல் அமைப்பினை நான் சுருக்கிக் கூறினேன்: கடவுள் செயல்படுகிறார்; கடவுளின் செயலின் உள்ளடக்கமாக இயேசு தோன்றுகிறார்; உயிர்த்தெழுந்த இயேசுவின் வாயிலாக வரும் ஆவியால் மக்கள் மாற்றமடைகின்றனர். ஒருவர் தாம் நம்பும் கடவுளுக்கேற்ற உட்குறிப்புகளைக் கொண்ட 'கடவுள் அளவான (மிகப்பெரிய) நிகழ்வு' என்று இது வருணிக்கப்பட்டது. படைக் கின்ற ஒரு கடவுளை, தமது படைப்பில் தாமே வியப் பூட்டும் வகையில் ஈடுபடுத்திக்கொள்ளும் ஒரு சுதந்திரமுள்ள கடவுளை (எந்தக் காரணத்திற்காயினும்) யாரேனும் நிராகரித்தால் இக்கடவுளை விசுவாசித்தலுக்கு எதிரான உலகப்பார்வை ஒன்றை நிறுவியுள்ளார்கள் என்பது அர்த்தம். ஆயினும் இப்படிப்பட்ட கடவுளை மட்டும் ஒருவர் நம்பி, இயேசுவின் மீட்டுயிர்ப்பை நம்பாமலும் இருக்கக்கூடும். இது சாட்சியத்தின் நம்பகத் தன்மையைப் பொறுத்தது. இதைப் பற்றி ஒரு பெரிய விவாதம் இருக்கிறது. சாட்சியங்களுக்குப் பொருந்துகின்ற பல்வேறு கோட்பாடுகளை வைத்துக் குறிப்புகளைச் சோதித்தலும் நிகழ்

கிறது. இதில் புலமையாளர்களின் ஒப்புதல் ஒன்றுபடவில்லை என்பதுதான் இந்த ஆராய்ச்சிகளை மேலாய்வு செய்தபொழுது கிடைத்த முடிவு. எந்த அளவு புலமை மதிப்பீடுகள் திட்ட வட்டமாக இருக்கின்றனவோ அந்த அளவுக்கு முற்சாய்வுள்ள யூகங்கள், பொருத்தமற்ற ஆய்வுமுறைகள், விவரங்கள் ஆகிய வற்றைப் பயன்படுத்தியவர்களாக மறுக்கப்படும் வாய்ப்பும் பெருகுகிறது.

ஆயினும் இங்குதான் அமைப்பிலுள்ள மூன்றாவது கூறு நுழைகிறது: இம்மனிதர் இன்னும் உயிரோடிருக்கிறார், அவருடைய ஆவியை அவரைப் பின்பற்றும் ஒரு சமூகத்தில் அவர் யார் என்பதைத் தெளிவுபடுத்தும் விதமாகப் பகிர்ந்துகொள்கிறார் என்பது. ஏதோ நீண்டகாலத்துக்கு முன் வாழ்ந்த ஒரு வரலாற்றுப் பாத்திரத்தை நாம் ஆய்வு செய்வது போல் அல்ல இது. மாறாக விசுவாசம், அன்பு, நம்பிக்கை, மகிழ்ச்சி, கீழ்ப் படிதல் ஆகியவற்றுடன் தொடர்புபட அனுமதிக்கும் விதமாக இயேசு உயிரோடிருப்பதாக நம்பப்படுகிறார். இப்படிப்பட்ட சாட்சியத்தை எப்படி நாம் எடுத்துக்கொள்வது? வரலாற்று வார்த்தைகளுக்கும் சம்பவங்களுக்கும் விவிலியத்தில் சாட்சி இருப்பதுபோலவே இதற்கும் நிறைய சாட்சி இருக்கிறது. ஆனால் வரலாற்றுச் சாட்சியங்களை அளித்தவர்கள் யாவருமே விசுவாசக் கடப்பாடு உடையவர்களே. ஆகவே இயேசு யார், அவர் என்ன சொன்னார், செய்தார், துன்பப்பட்டார் போன்றவற்றிற்கான சாட்சியங்கள் யாவும், அவர் இறப்பிலிருந்து மீண்டெழுந்து தங்களோடு இடையறாத் தொடர்புகொண்டார் என்பதற்கான சாட்சியங்களோடு ஒன்றுகலந்தே உள்ளன. இச்சாட்சியங்களின் சிக்கலான தன்மையிலிருந்து இயேசுவின் மீட்டுயிர்ப்பிற்கான சாட்சியத்தை மட்டும் பிரித்தெடுத்தால் அது தவறாகப் போய் விடுகிறது. கடவுளின் பிரிக்க இயலாத தன்மை, வரலாற்று நிகழ்வுகள், தொடர்ந்து வரும் சாட்சியங்களின் சமூகம் இவற்றை ஒன்றாக எடுத்துக்கொண்டால், எந்த நடுவரும் தங்கள் சொந்தக் கடப்பாடுகளும், வாழ்க்கை, மரணம், கடவுள் பற்றிய புரிந்து கொள்ளல்களும் அவர்களுடைய தீர்ப்பால் நெருக்கடிக்கு உள்ளாக்கப்படுகின்றன என்பதை உணர வேண்டும். தனித்தனி யான சில தலைப்புகள் இருக்கக்கூடும், ஆனால் இயேசுவைப் பற்றிய சாட்சியங்களின் ஒட்டுமொத்தத் தன்மை வரலாற்று

இயேசுவுக்கும், விசுவாசத்தின் கிறிஸ்துவுக்கும் இடையில் எந்தக் கோடும் கிழிக்கப்பட வழி தருவதில்லை.

ஆகவே வெவ்வேறாகப் பகுப்பதற்கு இறையியல் மறுக்கும் பொழுது இயேசுவின் மீட்டுயிர்ப்பு பற்றிய பிரச்சினைகளுக்கு முழு நியாயம் வழங்குவதாக உள்ளது. இப்பகுத்தல்கள் (கவர்ச்சியான 'கண்டுபிடிப்புகள்' போன்ற தலைப்புகளை உள்ளடக்கி) இந்த விஷயத்தின் முழுச் சிக்கல்தன்மையையும் எதிர்கொள்ளாமல் எந்தத் தீர்ப்பளித்தலையும் அனுமதிப்ப தில்லை. இந்தச் சிக்கல் தன்மைக்கு ஒரே நேரத்தில் வரலாற்று ரீதியாகவும் இறையியல் ரீதியாகவும் ஓர் உரிமை கொண்டாடல் உள்ளது. ஒரு கல்வியாளரோ, இறையியலாளரோ, அல்லது வேறெவரோ, ஓர் உண்மையான வரலாற்று அணுகுமுறை கடவுளைப் பற்றிக் கவலைப்படத் தேவையில்லை என்றோ அல்லது ஓர் உண்மையான இறையியல் அணுகுமுறை வரலாறு என்ன சொல்கிறது எனக் கவலைப்படத் தேவையில்லை என்றோ கூறி இந்த இரண்டையும் பிரிக்க வேண்டும் என வாதிட்டால், அவர்கள் அப்படியே செய்துகொள்ளலாம். ஆனால் அவர்கள் தாங்கள் மிக முற்கால முதன்முதல் சாட்சியங்களுக்கும் எதிராகச் செல்கிறோம் என்பதை உணர வேண்டும். முன்பு இறந்துவிட்ட ஒரு மனிதர் கடவுளின் உயிர்ப்பால் உயிர்ப்பிக்கப்படுவது என்ற தாங்கள் எதிர்பாராத ஒரு நிகழ்ச்சியைக் கண்டதற்கு நியாயம் கற்பிப்பதற்காக அச்சாட்சிகள் ஒரே நேரத்தில் கடவுளையும் வரலாற்றுச் சாட்சியத்தையும் வேண்டியவர்கள்.

செவ்வியல் கிறித்துவவியல்

இயேசுவைப் பற்றிய கிறித்துவப் புரிதலில் ஏற்பட்டுள்ள வளர்ச்சிகளைப் பற்றி அறிய நாம் தொடங்கவேண்டிய சரியான இடம் மீட்டுயிர்ப்பாகும். இயேசுவைப் பற்றிய புரிதலை ஆராயும் இறையியலின் பகுதிக்குக் கிறித்துவவியல் என்று பெயர். மீட்டுயிர்ப்பில் நம்பிக்கையின்றிப் பிந்தைய வளர்ச்சிகளை நாம் நினைக்க முடியாது. இயல் 3இல் பார்த்தபடி, அது ஒரு குழப்பமான சிக்கலான கதை. கதை கூறல், போதித்தல், கற்பித்தல், வழிபாடு, தீர்க்கதரிசனம் இன்னும் பிறவற்றிலு மான பேச்சுவழித் தொடர்பில் ஒரு பெருக்கம் நிகழ்ந்துள்ளது.

எழுத்திலும் அதுபோலவே நற்செய்திகள், கடிதங்கள், வரலாற்று உரைகள், உலக முடிவு பற்றிய காட்சிகள், விசுவாசம் பற்றிய சிற்றறிக்கைகள், புனித நூலிலிருந்து திரட்டிய மேற்கோள் தொகுப்புகள், கற்பித்தலின் முக்கியக் கூறுகளின் பட்டியல்கள், மாறுபட்ட கருத்துகள் மீதான தாக்குதல்கள், தாக்குதல்களுக்கு பதில் உரைகள் போன்றவை பெருகியுள்ளன. எப்படி எழுதப் பட்டன என்பதை அறிய உதவிசெய்யும் வகையில் இவற்றின் பின்னணியில் தனிப்பட்ட ஆர்வங்கள், சூழல்கள், ஆசிரியர்கள், வாசகர்கள் ஆகியோர் உள்ளனர். சூழ்ந்திருக்கும் சமூகத்தி லிருந்து தீவிர அழுத்தங்களும் உணர்ச்சிவயப்பட்ட மறுப்புகளும் கிறித்துவர்களிடையே உள்ளன.

சிதைவடைவதற்கான வாய்ப்பு நிறைந்திருந்தாலும் ரோமானியப் பேரரசிலும் அதற்கு அப்பாலும் பரவியிருந்த சமூகக் குழுக்களின் வலைப்பின்னலில் எவ்வளவு ஒருமைப் பாடு இருக்கிறது என்பது குறிப்பிடத்தக்கது. இதற்கு மையப் பொருளாக அமைவது இயேசு கிறிஸ்துவின் மீதான பொது நம்பிக்கை. இதன் அர்த்தம் என்ற உயிர்க்கூறான அம்சங்களிலும் அவர்களிடம் ஒற்றுமை இருந்தது. யூதப் புனித நூல்களைத் தங்களது புனித நூல்களாக ஏற்றுக்கொண்டும் இயேசுவை மெசியாவாக அடையாளம் கண்டும், இஸ்ரேலின் கடவுள் மீது வைத்த விசுவாசத்தின் தொடர்ச்சியில் தாங்கள் இருப்பதாக உணர்ந்தனர். உயிர்த்தெழுந்த இயேசு கிறிஸ்துவோடும் அவர்கள் தொடர்பைப் புதுப்பித்துக் கொண்டனர். அவரது கடைசி விருந்தை (நற்கருணை, திருவிருந்து, திருப்பலி என்று இது அழைக்கப்படும்) மையப்படுத்திக் கொண்டாடினர். அவரை அவரது வாழ்க்கையிலும் போதனையிலும் மரணத்திலும் தங்கள் மீட்பராகக் கண்டனர். இவற்றுள் யூதப் புனித நூல்களைத் தவிர அவர்கள் அதிகாரபூர்வமான எழுத்துகளாகக் கருதியவை புதிய ஏற்பாடு ஆயின. சில புத்தகங்கள் ஏற்றுக்கொள்ளப்பட வெகுநாளாயிற்று. குறிப்பாக யோவானின் யுக முடிவு என்று அழைக்கப்படும் வெளிப்பாட்டுப் புத்தகம் பேரரசின் கிழக்குப் பகுதிகளில் அங்கீகரிக்கப்பட நான்காம் நூற்றாண்டு வரை ஆயிற்று. அவர்கள் வளர்த்த வடிவங்கள்-திருச்சபை ஒழுங்கு, கட்டுப்பாடு, ஆலோசனை, ஒழுக்க போதனை, சமயத்தில் அறிமுகப்படுத்தும் வழிகள், அவர்கள் இறை நம்பிக்கையில்

எழுதிய முக்கியத் தலைப்புகளின் சுருக்கக் குறிப்புகள் ஆகியவை தனித்தனி இனங்களாக மாறின.

இந்நூற்றாண்டில் எதிர்பாராத அளவு வரலாற்று, தொல்லியல் ஆய்வுகள் நிகழ்ந்துள்ளன. கிறித்துவம் எப்படி வாழ்ந்தது, பிற குழுக்களுக்கு எதிராகத் தன்னை எப்படி வரையறுத்துக் கொண்டது, கத்தோலிக்கர் அல்லாத சமய நம்பிக்கைக்கு முரணான கிறித்துவர்களை எப்படி எதிர்கொள்வது என்பவை பற்றி இந்த ஆய்வுகள் செல்கின்றன. கிறித்துவ இயலைப் பொருத்தமட்டில் பிற காலங்களிலும் அதற்கு எதிர்ப்பட்ட தேர்வுகளில் பலவற்றை அது எப்படித் தவிர்த்தது என்பது மிகக் கவர்ச்சியான கதையாகும். நீங்கள் முதல் ஏழு நூற்றாண்டு களின் கதையைக் கற்றுக்கொண்டால் பின்தொடர்ந்த ஆண்டு களில் அவையே மீண்டும் தொடர்ந்தோ மாறுபாடுகளுடன் புதுப்பிக்கப்பட்டோ இருப்பதைக் காணலாம். இது வியப்புக் குரியதல்ல; ரோமானியப் பேரரசில் பரவிய கிறித்துவம் மிக நாகரிகமான ஒரு கலாச்சாரத்துடன் தொடர்புகொள்ள வேண்டி யிருந்தது. எனவே பல மையமான பிரச்சினைகள் அப்போதே எழுப்பப்பட்டு விட்டன.

முக்கியமான கிறித்துவவியல் விவாதங்கள் நடைபெற்ற அதிகாரபூர்வமான காலப்பகுதிகள் மிகத் தெளிவானவை. இவை நைசியா (325), கான்ஸ்டாண்டிநோபில் (381), எஃபீசஸ் (431), சால்ஸிடான் (451), கான்ஸ்டாண்டிநோபில் (680) ஆகிய இடங்களில் நிகழ்ந்த மன்றங்களோடு தொடர்புடையவை. நைசியாவிலும் சால்ஸிடானிலும் நிகழ்ந்த மன்றங்கள் முக்கிய மானவை. இயேசு கிறிஸ்து தந்தையுடனிருக்கும் சாராம்சத்தை உடையவர் என்று இயேசு கிறிஸ்துவினுடைய மெய்யான தெய்வத் தன்மையையும் தெய்விக மற்றும் மானிடப் பண்புகள் இயேசு கிறிஸ்துவில் ஒருங்கிருப்பதால் அவற்றைக் குழப்பவோ மாற்றவோ பகுக்கவோ திரிக்கவோ கூடாது என்ற முக்கிய முடிவுகள் இவற்றில் எடுக்கப்பட்டன. அதாவது இயேசு கிறிஸ்துவினுடைய முக்கியத்துவத்தின் ஊடாக, சிந்திக்கும்போது தெய்விகமும் மானிடமும் இணைந்தவர் என்ற மைய வளர்ச்சி நோக்கு ஏற்பட்டது. கடவுளைப் பற்றிய ஒரு முன் வரையறையும், மனிதத் தன்மை பற்றிய முன் வரையறையும் அருகருகே ஏற்படுத்தி அவற்றை ஒருங்கிணைத்தார்கள் என்று சொல்ல

முடியாது என்றாலும் அப்படிப்பட்ட ஒரு சிறு கூறு இருந்தது. இங்கு நடந்த புரட்சிகரமான விஷயம் என்னவென்றால், கடவுள் யார் என்பதற்கு உள்ளர்த்தம் இயேசு கிறிஸ்து என்றால், கடவுள் என்பதன் அர்த்தம் என்ன என்றும், உண்மையான மானுடத்துவத்தின் வடிவம் இயேசு கிறிஸ்து என்றால் மனிதனாக இருப்பதன் அர்த்தம் என்ன என்றும் புதிதாகச் சிந்திக்க முயற்சி செய்வதுதான். இந்த இரண்டு நிலைப்பாடுகளுமே கடவுளின் தெய்வத்தன்மைக்கும் இயேசு கிறிஸ்துவின் மனிதத் தன்மைக்கும் இவை இரண்டும் ஒரே ஆளுமையில் இணைவதற்கும் ஒருங்கே நியாயம் செய்ய முடியுமா என்று சோதித்துப் பார்க்கப்பட்டது.

மிகப் பழமை வாய்ந்த கிறித்துவவியல் என்று மதிப்பிடப் பட்டவைகூட இரண்டு அடிப்படை மாதிரிகளாகப் பிரிந்து இடையிடையே முரண்பாடு இருந்தது. இவர்களில் அலெக் சாண்டிரியன் என்று அழைத்துக்கொண்டவர்கள் (எகிப்து, எகிப்து நாட்டு அலெக்சாண்டிரியாவிலிருந்த இறையியல் மையம்) கிறிஸ்துவின் தெய்விகத் தன்மையையும் அவரிடம் தெய்விக-மானிடப் பண்புகள் ஒருங்கிணைவதையும் வலியுறுத்தும் போக்கினர்; ஆண்டியோகீன் என்று அழைத்துக் கொண்டவர்கள் (ஆண்டியோக்கிலிருந்த மையத்தைச் சேர்ந்தவர்கள்) கிறிஸ்துவின் மானிடத் தன்மையையும் அவரிடமிருந்த தெய்விக-மானிடப் பண்புகளை வித்தியாசப்படுத்திப் பார்ப்பதன் முக்கியத்துவத் தையும் வலியுறுத்தினர். இவ்வகைகள் மீண்டும் மீண்டும் வரலாற்றில் தொடர்ந்தன. எடுத்துக்காட்டாக 16ஆம் நூற்றாண்டு புரோடஸ்டண்டு சீர்திருத்தவாதத்தில், மார்ட்டின் லூதர், அலெக்சாண்டிரியக் கிறித்துவ இறையியலையும், ஜான் கால்வின் ஆண்டியோகீன் கிறித்துவ இறையியலையும் சார்ந்திருந்தனர்.

இந்த விவாதங்கள் மிகவும் நுணுக்கமானவை. இவற்றின் இறையியல் தீர்ப்புகளும் மிகுதியாக வேறுபட்டன. சில பேருக்குக் கிறித்துவவியலில், அவைதான் கடைசி வார்த்தைகள். அதற்கு மேல் முக்கியத்துவம் உடைய எதையும் சேர்க்க முடியாது. மற்றவர்களுக்கோ இவை முக்கியமான நிகழ்வுகள், ஆனால் கடக்கப்பட முடியாத அறிவுச் சாதனைகள் அல்ல. இந்த மன்றங்கள் ஏற்கெனவே திருச்சபையால் தங்கள் வழிபாட்டில் நம்பப்பட்டதையும் நடைமுறையில் செய்யப்பட்டதையும்

எடுத்துக்கொண்டன, பிறகு அக்காலத்திய சிறந்த தத்துவச் சிந்தனையை விமரிசனபூர்வமாக ஏற்றுப் போதிய அளவிற்குக் கருத்து வடிவம் தந்தன. மேலும் முன்னோக்கிய ஆழ்நோக்கு மூலம் மேற்கொண்டும் இறையியல் ஞானம், படைப்பாற்றல் ஆகியவற்றிற்கும் வழிவகுத்தன. மேலும் சிலர் இவை பற்றிய சமயச் சார்பற்ற ஒரு புரிதலைக் கொண்டிருந்தனர், இப்புரிந்து கொள்ளல் வரலாற்று, மானிடவியல் காரணிகளால் உருவானது அன்றியும் வரலாற்று விசைகள், ஆர்வங்கள் ஆகியவற்றின் ஊடாட்டத்தை விளக்குவதனால் ஏற்படும் மதிப்பின் மீது இவை சிரத்தை காட்டின. இரண்டாம் இயலில் கூறப்பட்ட ஐந்து வகையான இறையியல்களும் கிறித்துவவியல் வரலாற்றின் முடிவுகளில் செயல்படுவதைக் காணலாம். அதாவது தனித்த கிறித்துவச் சார்பற்ற சுயாதீனமான யதார்த்தக் கட்டமைப்பின் வாயிலாக மதிப்பிடுவதிலிருந்து அந்நூற்றாண்டுகளில் எழுதப் பட்டவற்றைத் திரும்பப் பரிசீலிக்க முடியாதவை, நிரந்தரமான விதிமுறைகள், என்று கூறும் மரபுவழிக் கிறித்துவவியல் வரை இவை பலவகை. இந்த இரு முனைகளுக்குமிடையில் உள்ள மூன்று நிலைப்பாடுகள்தான் கல்விசார் இறையியல் விவாதத் திற்கு எடுத்துக்கொள்ளும் மிக ஆர்வமான நிலைப்பாடுகள்.

நூற்றாண்டுகளினூடே கிறிஸ்துவைப் பற்றிய பல்வேறு கருத்தாக்கங்கள்

கிறித்துவ மதத்தின் இறையியல் மரபுகள் பற்றிய முக்கிய வரலாற்றாசிரியர்களுள் ஒருவரான யாரஸ்லாவ் பெலிகன் தமது சிறிய பிரபலமான நூலான 'நூற்றாண்டுகளினூடே இயேசு' என்பதில் இயேசுவின் பலவிதப்பட்ட படிமங்கள் பற்றிய ஆய்வை நிகழ்த்தியுள்ளார். வரலாற்றினூடே அவர் செல்லும் போது முந்தைய காலங்களில் இயேசு பற்றிய முக்கியப் பிரச்சினைகள், செல்வாக்குள்ள படிமங்கள் ஆகியவை இப்போது இருபத்தோராம் நூற்றாண்டின் திருப்பத்திலும் எப்படி உயிருள்ள தேர்வுகளாக இருக்கின்றன என்று குறிப்பிடுகிறார். இப்படிப் பட்ட ஒரு பார்வையின் சில கூறுகளை நாமாகச் சேர்த்துக் கொண்டு இயேசுவைப் பற்றிய சில முக்கியமான இறையியல் கேள்விகளை எழுப்ப இயலும்.

தெய்விகம், மனிதத்துவம் பற்றிய கேள்விகளை நான் ஏற்கெனவே பார்த்தேன். பழமரபில் தொடர்ந்து அலெக்சாண்டிரிய -ஆண்டியோகீன் மரபுகளுக்கு இடையிலான இழுவிசை இருந்துவந்தது. திருச்சபை ஏற்றுக்கொண்டவற்றிற்கு அப்பால் இருந்தவர்கள் இரு வகையினர். ஒரு சாரார், முழு மனிதராக இல்லாத, ஆனால் தெய்விகமான கிறிஸ்துவை ஆதரித்தனர். மற்றொரு சாரார், தெய்விகமற்ற, ஆனால் மனிதராக உள்ள கிறிஸ்துவை ஆதரித்தனர். கடந்த சில நூற்றாண்டுகளாக, மேற்கத்திய நாகரிகத்தின் அழுத்தம் இன்றைக்கு தெய்விகம் என்பதைக் கற்பனை செய்துகூடப் பார்க்க முடியாத அளவுக்கு இயேசுவின் மனிதத்தன்மையைப் பலபேர் அழுத்திக் கூறுவதாக உள்ளது. இதற்கு ஒரு பகுதிக் காரணமாகக் கடவுளை யாவற்றை யும் கடந்த, படைப்பிற்கு அப்பாற்பட்ட, மனிதத்துவத்தோடு முரண்பட்ட, அல்லது அதனோடு போட்டியிடும் ஒன்றாகப் பார்க்கும் ஜனரஞ்சகமான தெய்விகம் என்பது காரணமாகலாம். (இயல் 3இல் இது விவாதிக்கப்பட்டது). ஆனால் இயேசுவை அராமைக் மொழி பேசும் முதல் நூற்றாண்டைச் சேர்ந்த ஆண் மகனாக வரலாற்றில் மையப்படுத்தும் போக்கு இன்னும் ஒரு காரணமாகலாம். இயேசுவின் உயிரோட்டமான முழு மனிதத் துவத்தை மைய நீரோட்டக் கிறித்துவ இறையியலாளர்களும் ஏற்றுக்கொண்டனர். ஏனென்றால், அவர்களுடைய தெய்வத் தன்மைக்கும் மனிதத் தன்மைக்கும் இணைவற்ற கற்பனை, கடவுளைப் புரிந்துகொள்ள மானிட இயேசுவே ஏற்றவராக இருப்பதைப் புரிந்து கொள்கிறது. ஆகவே எல்லாத் தரப்பு களிலிருந்தும் இயேசுவின் மானிடத் தனித்துவத்தையும் அவரது குறிப்பான சூழலையும் ஆராய ஆர்வம் எழுந்துள்ளது.

இந்த ஆர்வத்தினால் தோன்றும் ஒரு முக்கியப் பிரச்சினை என்னவெனில், எப்படி ஒரு தனித்த நபர், கிறித்துவர்கள் உரிமை கொண்டாடுவது போன்ற உலகளாவிய ஏற்புடைமை உடையவராக ஆகிறார் என்பது. இதற்கு அடிப்படையான கிறித்துவ இறையியல் பதில் மிக எளியது. இறந்துபோனபின் உயிர்த்தெழுந்த இயேசு கிறிஸ்து ஒரே நேரத்தில் பாலஸ்தீனத்தில் வசித்து இறந்த தனிமனிதராகவும், கடவுள் எவ்வாறு ஒவ்வொரு தனிமனிதரோடும் தொடர்பு கொள்கிறாரோ அதுபோலத் தானும் தொடர்புகொள்ள வல்லவராகவும் இருக்கிறார். ஆனால் இது

அவ்வளவு எளியதல்ல. ஒவ்வொரு தனித்த இயல்பும் தனது சொந்தப் பிரச்சினைகளை எழுப்புகிறது. அவை நடைமுறைக் கஷ்டங்கள் மட்டுமல்ல, இறையியலிலும் இணைந்தவையாக உள்ளன. இவற்றுக்கு விடையளிப்பதாலேயே கிறித்துவ வரலாறு ஆழமாக உருப்பெற்றிருக்கிறது. இப்போது நான் கூறிய சில தனிப்பண்புகளால் அராமைக் பேசுகின்ற, யூத இனத்தைச் சேர்ந்த, முதல் நூற்றாண்டைச் சேர்ந்த, ஆண்மகன் என்பதால் ஏற்படும் சில குறிப்புகளைச் சுட்டிக்காட்டுகின்றேன்.

மொழி, மொழிபெயர்ப்பு, கலாச்சாரப் பன்மை

சில மதங்களுக்குப் புனித நூல் உண்டு. இஸ்லாம் மதத்தில் குரானின் மொழி என்ற விதத்தில் அராபிய மொழிக்குத் தெளிவான முதன்மை உண்டு. ஆனால் கிறித்துவத்தில் அப்படி யில்லை. ஏற்கெனவே கிரேக்கத்திலுள்ள நற்செய்திகள் இயேசு பயன்படுத்திய அராமைக் மொழியிலிருந்து மொழிபெயர்க்கப் பட்டவைதான். மொழிபெயர்ப்பு, தவிர்க்க இயலாதபடி தனக் குரிய இழப்புகளையும் இலாபங்களையும் கொண்டிருக்கிறது. ஒவ்வொரு மொழிபெயர்ப்பும் ஒரு புதிய விளக்கமும் மற்றொரு கலாச்சாரத்திற்குத் தக அமைவதும் ஆகும். கடவுள் என்ற சொல்லையோ மீட்பர் என்ற சொல்லையோ எப்படி மொழி பெயர்ப்பது என்பது எழுச்சிமிக்க விளைவுகளை உருவாக் கலாம். இதுபோன்ற ஆயிரக்கணக்கான முடிவுகளை நாம் எடுக்க வேண்டியிருக்கிறது. முதன்மையான புனித மொழி ஒன்று இல்லாததால் கிறித்துவம் தனது வார்த்தைகளிலும் பிற கலாச்சார நடைமுறைகளிலும் அது பரவும் ஒவ்வொரு சூழலுக்கும் ஏற்ப ஒரு புதிய அவதாரம் எடுத்துக்கொள்கிறது. இதன் சார்பான இறையியல் முக்கியமானது: அதாவது கிறித்துவர்களுக்குத் தூய ஆவி என்பது தகவல் தொடர்புச் செயல்முறையோடு இணைந்துள்ளது, மேலும் புதிய அர்த்தங்கள் எழக்கூடும். அவ்வாறு வளர்ச்சி பெறும் வெளியீட்டின் பன்மைத் தன்மையும் உள்ளடக்கும் தன்மையும் ஏதோ மூலத்தில் உள்ள ஒரு விதி யினால் உருவான ஒருமைப்பாட்டிற்கு ஊறு விளைவிப்பது என்பதைவிட, அதனை வளப்படுத்துவதாக அமையக்கூடும். நாம் ஏற்கெனவே பார்த்தபடி நான்கு நற்செய்திகளிலும் தரப்

பட்டுள்ள பன்முக சாட்சியம் என்பது பல தன்மையை ஏற்றுச் செழிக்கும் இன்னொரு வடிவம். எந்த ஒரு விதிசார் கதை அல்லது மொழி என்பதற்கு எதிர்ப்புமாகும்.

ஒரு யூதரல்லாத திருச்சபையில் இயேசு என்னும் யூதர்

அண்மை தசாப்தங்களில், யூதராகிய இயேசு கல்வியாராய்ச்சி ஆர்வம் காட்டும் முக்கியத் துறைகளில் ஒன்றாகியிருக்கிறார். முதன்முதல் கிறித்துவர்களும் யூதர்களே. அவர்களுடைய விவிலியமே யூதப் புனித நூலாகவும் அமைந்தது. அவர்களுடைய யூத அடையாளத்துக்கும், யூதர்கள் எதிர்பார்த்த மீட்பராக இயேசு இருப்பதற்கும் எவ்வித முரண்பாட்டையும் அவர்கள் காணவில்லை. இந்த யூதத்தன்மைதான் திருச்சபையின் ஆரம்ப ஆண்டுகளில் ஒரு முக்கிய முடிவு ஏற்படக் காரணமாக அமைந்தது: முன்தோல் நீக்கம், உணவுக்கட்டுப்பாடுகள் போன்ற பிற யூதச்சட்டங்கள் ஆகியவற்றைப் பின்பற்றுவதன் மூலம், கிறித்துவர்களாக மாறிய யூதரல்லாதவர்கள் (ஜெண்டைல்கள் எனப்பட்டோர்) யூதர்களாகிவிட முடியுமா? யூதரல்லாத கிறித்துவர்களும் யூத மதத்திற்கு மாறுவதற்கான நுழைவுத் தேவைகளைப் பூர்த்தி செய்யத் தேவையில்லை என ஜெருசலேம் திருச்சபை முடிவெடுத்தது ஒரு முக்கியமான முடிவாகும். (திருத்தூதர் பணி: 10-11)

திருச்சபையின் அமைப்பில் யூதரல்லாதவர்களைச் சேர்த்தது ஒரு பெரும் மாற்றத்தை உருவாக்குவதாக அமைந்தது. விரைவில் திருச்சபை பெருமளவில் யூதரல்லாதார் கொண்டதாகியது. நிறுவனத்தன்மை மிக்க யூத சமூகங்களோடு இது கவலையையும் போராட்டத்தையும் உண்டாக்கியது. இந்தச் சூழ்நிலையில் இயேசுவின் யூதத்தன்மையையே மறைப்பது, புறக்கணிப்பது, தவறாகப் புரிந்துகொள்வது, திரித்துக்காட்டுவது ஆகியன எளிதாயின. பின்னாளில் கிறித்துவர்கள் ஆதிக்க நிலைக்கு வந்தபோது, யூதர்கள் நற்செய்திகளை ஏற்க மறுப்பவர்களுக்குப் பிரதிநிதிகளாகக் கூடிய, எரிச்சலூட்டக் கூடிய 'மற்றவர்க'ளாக மாறினர். எனவே அவர்கள் எளிதில் பிரித்துநோக்கப்படவும், தண்டனைக்கு ஆளாகவும் நேர்ந்தது. யூதர்களுக்கு எதிரான பயங்கர வரலாறு உருவாயிற்று-பின்னாளில் அதே மண்ணில்

நாஜிகளின் முயற்சியால் ஷோவாவில் இனப்படுகொலையும், பேரழிவும் வேர்பிடித்து நடக்கவும் காரணமாயிற்று. இருபதாம் நூற்றாண்டின் இந்தப் பேரதிர்ச்சியான நிகழ்வு, யூதச் சிந்தனை, கிறித்துவச் சிந்தனை ஆகிய இரண்டிலுமே ஆழமான, வளரக் கூடிய ஒரு விளைவை உருவாக்கியது. இவற்றில் குறிப்பிடத்தக்க ஒன்று, இன்னும் நல்ல நியாயத்தை யூத- இயேசுவுக்கு வழங்கவும், யூதக் கண்களினால் பார்க்கும்போது முழு புதிய ஏற்பாடும், பிற கிறித்துவ மரபுகளும் எப்படித் தென்படுகின்றன என்று ஆராயவும் முற்பட்டதாகும்.

ஆண் – இயேசு

இருபதாம் நூற்றாண்டு, ஆண்-பெண் உறவுமுறைகளிலும், பாலின முக்கியத்துவத்தைப் புரிந்துகொள்ளலிலும் எதிர்பாரா மாற்றங்களை உருவாக்கியது. இது வெறும் சம உரிமையை உறுதிப்படுத்துதல், வேறுபாட்டு நோக்கு இல்லாமல் செய்தல், ஆணாதிக்கத்தின் ஊடுருவியிருக்கும் தன்மையையும், தந்தை வழிச் சமூகநிலையையும் வெளிக்கொணர்தல் ஆகிய முயற்சி களைப் பொறுத்தது மட்டுமல்ல. இது மிக ஆற்றல் வாய்ந்த சில குறியீடுகளையும், ஒவ்வொரு தனிமனிதரின் இதய ஆழத்துக் குள்ளாகவும் பாலின அடையாளம் வகுப்பதன் வாயிலாகத் தம்மைத் தாமே கற்பனை செய்துகொள்ளும் வழிகளையும் பாதித்திருக்கிறது. எல்லாக் கலாச்சாரங்களும் சமயங்களும், ஏன், இவ்விதக் கேள்விகளை எழுப்பக்கூடிய மொழியுமேகூட விமரிசனத்திற்கு ஆளாக்கப்பட்டுள்ளன. இந்தச் சூழலில் இயேசு ஓர் ஆண் என்பது கடந்த காலத்தைவிட இறையியல் முக்கியத்துவம் பெறுகிறது.

விவிலியத்திலுள்ள பெண்கள், தந்தை வழிச் சமயம், கடவுளோடு தொடர்புபடும்போது பாலின வேறுபாடு, இயேசு பெண்களுடனும் பிற விளிம்புநிலைக் குழுவினரிடமும் எப்படி நடந்துகொண்டார், கிறித்துவ மரபில் பெண்களின் நிலை, 'ஓர் ஆண்-மீட்பர் பெண்களை மீட்க முடியுமா?' போன்ற கேள்விகள் ஆகியவற்றை ஆராயும் பெரும் நூல்கள் கட்டுரைகள் போன்றவை அண்மைத் தசாப்தங்களில் எழுதப்பட்டுள்ளன. ஏனெனில் இப்போது இயேசுவின் தனிச் சிறப்பினை ஆராயும் முக்கியப்

பண்பாக இயேசுவின் பாலினத் தன்மை என்பது முதன்மை பெறுகிறது. இது ஒரு புதிய கேள்வித் தொகுதிக்கு நம்மை இட்டுச்செல்வதன்றி, இயேசு பற்றியும் அவரது முக்கியத்துவம் பற்றியும் முரண்நோக்குகள் கொண்ட புதிய விளக்கங்களுக்கும் இடமளித்துள்ளது.

முதல் நூற்றாண்டிலிருந்து இருபதாம் நூற்றாண்டு வரை

அண்மை நூற்றாண்டுகளில் விளைந்த உலக மாற்றங்களில் நிகழ் இடைவெளிகள், அளவு, அவற்றின் பன்முகத்தன்மை ஆகியவற்றை முதல் இயலிலேயே விவாதித்திருக்கிறோம். நவீனத்துவத்திற்கு முந்தைய நிலைக்கும் நமக்கும் இடையில் நவீனநிலை ஒரு பெரும் பிளவை உருவாக்கிவிட்டதனால் முதல் நூற்றாண்டு மனிதர் ஒருவர் எப்படி இன்றைய வாழ்க்கைக்கு ஏற்புடையவராக இருப்பார் என்பதைக் கற்பனை செய்வது மிகவும் கடினமாகிக்கொண்டே வருகிறது. அலைந்து கொண்டிருக்கிற இந்த கலிலேய யூதரின் விசித்திரத் தன்மையும் அவரைப் பற்றிய பிற கதைகளும் நம்மைவிட வேறுபட்ட ஓர் உலகத்தில் அவர் வாழ்ந்ததன் முக்கியத்துவத்தை மறைத்து விடுகின்றன. இந்த ஒரு தோற்ற இடைவெளிக்கான இறையியல் எதிர்வினைகள் என்ன? இதற்கு ஒரு பெயர் ‘உரைகோள் இடைவெளி’. இது நம்மைவிட முற்றிலும் வேறுபட்ட சூழல்களைப் புரிந்து கொள்ளுதல் அவற்றின் அர்த்தத்தை விளக்குதல் ஆகியவற்றி லுள்ள கஷ்டத்தை எடுத்துக்காட்டுகிறது. இதைப் பற்றி எட்டாம் இயலில் மேலும் சொல்லப்படும். ஆயினும் சில முக்கிய இறையியல் நகர்வுகளையேனும் சுருக்கித் தரலாம். இவற்றில் ஒவ்வொன்றும் பரந்துபட்ட விவாதங்களுக்கும் முரண்பாடு களுக்கும் இடமளிக்கக் கூடியவை.

முதலில் கிறித்துவ நம்பிக்கையின் அடிப்படை இயக்கம் ஒன்றை ஏற்கெனவே குறித்தோம்: கிறிஸ்து முதல் நூற்றாண் டிற்கு மட்டுமே கட்டுப்பட்டவர் அல்ல, அவர் நூற்றாண்டு நூற்றாண்டுகளாக உயிருடனிருந்து பல வழிகளில் நம்மோடு தொடர்பு கொண்டிருப்பவர் என்ற நம்பிக்கை. இது புதிய ஏற்பாட்டு நிகழ்ச்சிகளின் படங்களில் எல்லையற்ற தன்னாக்கங் களை எழுப்பியுள்ளது. புதிய சூழல்களுக்கு இயேசுவைத்

6. புனிதக்குடும்பம்: ஜோசப், மேரி, இயேசு. பட்டுத்துணியின் மீதான ஜப்பானிய ஓவியம், இருபதாம் நூற்றாண்டு

தொடர்புபடுத்தும் பல புதுமையாக்கங்களுக்கும் வழிவகுத் துள்ளது-ஒரு கருப்பு இயேசுவைப் பற்றியோ நவீன வடிவமைப்பு களில் 'அறியப்படாத இயேசு' (ஜீசஸ் இன்காக்னிடோ) என்பதன் விளக்கங்களையோ நினைத்துப் பாருங்கள். பெலிகனின் படத் தேர்வு இப்படிப்பட்ட ஒன்று – ஒரு சமயத்தின் உள்ளாற்றலைக் காட்டுவது – அதனை ஏற்படுத்தியவர் புதிய ஏற்பாட்டில் சாட்சிப்படுத்தப்படும் ஒருவர், அதேவேளை தொடர்ந்த உறவு களில் பங்கேற்பவர்: யூதமத குருவாக இயேசு, வரலாற்றின் திருப்புமுனை, யூதரல்லாதவரின் ஒளி, அரசர்களுக்கு அரசன், பிரபஞ்ச இயேசு, மனித குமாரன், உண்மையான படிமம், குருசில் (சிலுவையில்) அறையப்பட்ட இயேசு, உலகத்தை ஆளும் துறவி, ஆன்மாவின் மணாளன், தெய்விக மற்றும் மானிட முன்மாதிரி, உலகளாவிய மனிதர், என்றுமிருப்பதன் நிழல், சமாதானத்தின் அரசன், பொதுப்புத்தியின் ஆசான், ஆன்மாவின் கவிஞன், விடுதலையாளன், உலகத்திற்குச் சொந்தமான மனிதர்.

இரண்டாவது, பெலிகன் நூலின் நூற்றாண்டுகளுக்கு ஊடான ஓட்டம், உண்மையாக நோக்கினால் ஏதும் இடைவெளி இல்லை என்பதைக் காட்டுவது என்பதை ஞாபகப்படுத்தும்: இரண்டாயிரம் ஆண்டுகளாக ஒவ்வொரு புள்ளியிலும் மக்கள் இடைவிடாது இயேசுவை விளக்கவும் பின்தொடரவும் முயற்சி செய்திருக்கிறார்கள். இருபதாம் நூற்றாண்டுக்கு முன்னர் சில நேரங்களில் சில இடங்களில் இடைவெளிகள் ஏற்படுவது போலத் தோன்றின-யூதரின் இயேசு மற்றும் யூதரல்லாதவரின் இயேசு, கத்தோலிக்க அல்லது புராடஸ்டண்டு இயேசு என்பது போல; மேலும் ஒவ்வொரு முக்கியமான கலாச்சார அல்லது நாகரிக மாற்றங்களும் இப்படிப்பட்ட பிரச்சினைகளை எழுப்பின: கெல்டிக் நாடுகளுக்கும் ஜெர்மானியப் பழங்குடி மக்களிடையிலும், இந்தியாவுக்கும், ஜப்பானுக்கும், சீனாவுக்கும், தென் அமெரிக்காவுக்கும், ஆப்பிரிக்காவுக்கும் பரவியபோது ஏற்பட்ட மாற்றங்கள். இம்மாதிரி நோக்கில் மேற்கத்திய நவீன நிலையின் தாக்கம் என்பது அளவிடற்கரியது, ஆனால் அது எழுப்பும் பிரச்சினைகள் முன்னரே உணரப்படாதவை அல்ல. கிறித்துவ சமயம் என்பதே தன்னை உருவமைத்தவரைப் புதிய புதிய சூழல்களில் தொடர்ந்து விளக்கமளிப்பதாகவும், அப்புதிய சூழல்களுக்கேற்ப மீண்டும் அவருக்குப் புதிய உருவளிப்ப தாகவும் இருந்து வருகிறது. ஆகவே ஷோவாவும், இருபதாம் நூற்றாண்டின் பாலியல் புரட்சியும் இயேசுவை யூதராகவும், ஆணாகவும், விளக்கமளிக்கச் செல்வாக்குமிக்க வழிகளை உருவமைப்பதாக இருக்கின்றன, அதேவேளை அவ்வுருக்கள் யாவும் பல நூற்றாண்டுகளாக அமைத்த உருக்களோடு தொடர்ந்த உரையாடலிலும் இருக்கின்றன.

மூன்றாவது, முன்நவீனத்திற்கும் நவீனத்தன்மைக்கும் இடையில் ஒரு பெரிய இடைவெளி உருவானதெனச் சொல்லும் வாதம், முதல் இயலில் சொன்னதுபோல, இருபதாம் நூற்றாண்டின் திருப்பத்தில் அவ்வளவாக எடுபடாததாகி விட்டது. அதற்கு முன்னால் நிகழ்ந்த யாவற்றையும் நோக்கி உயர்வு மனப்பான்மை கொள்ளும் நோக்கு அவ்வளவாக வெளிப்படவில்லை. முன்நவீனநிலை சார்ந்த குரல்களுக்கு எதிரான பார்வை குறைந்து அவற்றிற்கு ஆதரவான நோக்கு பெருகியுள்ளது. ஒரு பொதுப்புத்தி தளத்தில், வாழ்வு, சாவு,

மானிட ஆசைகள், நடத்தைகள், உடல்சார் நோக்கு, ஜீன்களின் செல்வாக்கு, கல்வி, அரசியல், மற்றும் பிற சூழற்கூறுகள் போன்றவற்றில் தொடர்ச்சிகள் அநேகம் தென்படுகின்றன. அவை யாவும் ஒரு பகுதியாகச் 'சமூகக் கட்டமைப்புகள்'தான். ஆனால் முதலாம் நூற்றாண்டைச் சேர்ந்தவரோடு தொடர்பு படுத்துவது என்பது உலகின் பல பகுதிகளோடும் தொடர்பு படுத்துவது, இன்றைய சமூகத்தோடு தொடர்புபடுத்துவது என்பதைவிடப் பெரிய பிரச்சினை அல்ல.

இறுதியாக, நாம் இரண்டாவது இயலில் கூறிய, இந்த இயலின் தொடக்கத்தில் மீண்டும் எழுப்பப்பட்ட ஐந்து வகைப் பாடுகளுக்குத் திரும்புகிறோம். இயேசுவை மையப்படுத்தும் போது அவ்வகைகள், அவர் எப்படி நிகழ் உலகப் பார்வை களுக்கும் புரிதலுக்கான சட்டகங்களுக்கும் ஏற்புடையவராகிறார் என்று பார்க்கின்றன. உரைகோள் இடைவெளி பற்றி அவை நமக்குத் தரும் முக்கியப் பாடம், மிகத் தெளிவாகவே இயேசு கிறிஸ்து பல கோடி மக்களுக்கு இன்று பலவழிகளில் ஏற்றவராக இருக்கிறார்; ஆகவே முதல் நூற்றாண்டைச் சேர்ந்த ஒரு மனிதர் இன்றைக்கும் பொருத்தமானவரா என்பது குறித்து அதிக கவலைப்படத் தேவையில்லை; ஆனால் முக்கியமான முடிவு இறையியல் பற்றியது: ஒரு குறித்த உலகப்பார்வை, வாழ்க்கை நெறி என்பவற்றின் மீது இந்த மனிதர் என்ன பங்கு வகிக்க முடியும் என்பது பற்றியது. இதுதான் இயேசு பற்றிய மிக முரண்பாடான, தவிர்க்கவியலாதபடி இறையியல் சார்ந்த கேள்வியாக இருக்க முடியும்.

இயல் 7
மீட்பு – அதன் எல்லையும் தீவிரமும்

மீட்பு என்பதைக் குறிக்கும் salvation என்ற சொல்லின் வேர்ப் பொருள் ஆரோக்கியம் என்பதாகும். இப்பொருளின் பரவல் மிகப் பொருத்தமானது-ஏனென்றால் ஆரோக்கியம் என்பது உடலியல், சமூகவியல், அரசியல், பொருளியல், சூழலியல், மனவியல், ஆன்மவியல், ஒழுக்கவியல் சார்ந்த எதுவாகவும் இருக்கலாம். முக்கியச் சமய மரபுகள் மீட்பு (முக்தி) என்பதை உணரும் நோக்கிற்கு இவை யாவும் பொருத்தமானவையே. வாழ்க்கை என்பதன் விரிந்த பொருளில் அதன் மொத்தத்தை யும் அவை நோக்குவதோடு, அதற்குள் மனித மேம்பாட்டைச் சிறப்பாக நோக்குகின்றன. மீட்பு என்ற மையச் சொல் அல்லாமல் வேறு பல சொற்களும் இக்கருத்தைக் குறிக்கின்றன. இரட்சிப்பு, தெய்விகத்தோடு ஒன்றுதல், சுதந்திரம் அல்லது விடுதலை, ஒளிபெறல், சமாதானம், பேரின்பம், என்பதுபோல. இவை யாவும் குறிக்கின்ற அர்த்தத்தைவிட மீட்பு என்ற சொல் குறிக்கின்ற பொருள் ஆழமாக இருப்பதால் அதையே நான் பயன்படுத்துகிறேன்.

பல பரிமாணங்கள் பெற்றிருப்பதால், முக்கியமான பல இறையியல் பிரச்சினைகள் குவிவதாகத் தோன்றுமிடம் மீட்பு என்னும் தலைப்புதான். ஆகவே நமது இறையியல் தேடல் களை முடிவுக்குக் கொண்டுவரும் நல்ல இடமாகவும் அமையும். ஆனால் இத்தகைய பல பரிமாணங்கள் இருப்பதாலேயே அதைப் பற்றி ஆராய்வது கடினம். அது ஒரே நேரத்தில் தன்னைப் பற்றியது, கடவுளைப் பற்றியது, உலகத்தைப் பற்றியது. பெரும்பாலான

மரபுகள் மீட்பைப் பற்றிப் புரிந்துகொள்வதற்குச் சொந்த மன மாற்றத்தில் ஈடுபடுதல் தேவை என வலியுறுத்துகின்றன. இந்தச் சங்கட நிலை பற்றி ஏற்கெனவே முன் இயல்களில் பார்த்துள்ளோம் என்றாலும் இங்கு அது மிகவும் கூர்மையாகத் தோன்றுகிறது.

குறித்த மரபுகளில் மீட்பு என்பது என்னவாகப் பொருள் படுகிறது என்பதை அறிய வேண்டுமானால் சமயங்களைப் பற்றிய ஆய்வு இங்கு மிக உதவியாக இருக்கும்.

பார்வையாளனின் அனுபவங்களைத் தனிப்படுத்தி, கிறித்து வத்தில் மீட்பு என்பதன் முக்கியத்துவம் பற்றி விவாதிக்க முயலும் நிகழ்வுவாத விவரணைகள், புத்தமதம், இஸ்லாம், அல்லது வேறுபிற மரபுகள், இவை யாவும் ஒருவனது வாழ்க்கை மீட்புக்கென உருவமைவது எப்படி என்பதைப் பற்றிப் புரிந்து கொள்ள அல்லது கற்பனை செய்ய உதவக் கூடும். அதைப் போலவே, தான் ஈடுபடும் சமூகத்தைப் பற்றி அதனுள் தோய்ந்து மானிடவியலாளன் உருவாக்கும் நல்லதொரு மானிடவியலும் உதவக் கூடும். இவற்றுக்குப் பக்கபலமாக வேறுபல அறிவியல், ஆராய்ச்சிப் படிப்புகளும் உதவலாம். ஆனால் தனியாகவோ, ஒன்றிணைந்தோ இவற்றுள் எதுவும் இறையியல் சிந்தனைக்கு ஈடாக மரபுகளுக்குள்ளும் அவற்றிற்கு ஊடாகவும் மீட்பு பற்றிய சிந்தனையில் முழுதும் ஈடுபட இயலாது. இறையியல் விவாதம் அர்த்தம் பற்றிய கேள்விகளில் மட்டுமன்றி, (இரண்டாம் இயலில் கூறியதுபோல) உண்மை, அழகு, நடைமுறை ஆகியவை பற்றிய கேள்விகளிலும் ஈடுபடுகிறது. மேற்சொல்லப்பட்ட ஆய்வுகள் அத்தனைக்கும் நியாயம் வழங்க நல்ல இறையியல் முயல் கிறது, ஆனால் அச்சிந்தனைகளின் எல்லைகளுக்குள் சிறப்பான வையாக இறையியல் கேள்விகள் எதுவும் இருப்பதில்லை என்பதால் அச்சிந்தனைகளின் எல்லைகளின் ஊடாகச் சென்று தொடர்புபடுத்திப் பார்க்கிறது.

இந்த இயலில் மீட்பின் இறையியலை நான் இரு வழிகளில் ஆராய இருக்கிறேன். முதலில், இப்புத்தகத்தின் கொள்கைப் படி கிறித்துவத்தின் ஊடாக மீட்பு பற்றி ஆராய்வதில் கவனம் செலுத்துகிறேன். இது, ‘முறைப்படியான இறையியல்’ என்பதை அறிமுகப்படுத்தவும், சில ‘தீவிரப்படுத்தல் பயணங்களை’ப்

பற்றிச் சொல்லவும் வாய்ப்பளிக்கும். இரண்டாவது, பலவித மரபுகளின்படி சொல்லப்படும் பல மீட்புகளைப் பற்றிய வினாக்களை இறையியல் ரீதியாக எழுப்புவேன்.

கிறித்துவ மீட்பு

கிறித்துவத்தைப் பற்றிய ஓர் ஆற்றலுள்ள உண்மை என்ன வென்றால், அதன் மைய நீரோட்ட வடிவங்களில், அது அதிகார பூர்வமாக எந்த ஒரு மீட்புக்கொள்கையையும் வரையறுக்க வில்லை. பல்வேறுவித அணுகுமுறைகளுடன் அது வாழ்ந்து வந்திருக்கிறது. அடிப்படைக் காரணம் இரு வகையானது. ஒருபுறம், அது மனித வாழ்க்கையின் சிக்கலான தன்மையினை அறிந்தேற்றுள்ளது. இவ்வாழ்க்கை எவ்வழிகளில் சேதமுறக் கூடும், திரிபடையக் கூடும், குணப்படக் கூடும், புதுப்பிக்கப் படக் கூடும் என அறிந்துள்ளது. இன்னொரு புறம், கடவுளின் செயல்பாடுகளின் இன்னும் சிக்கலான தன்மைகள், சுதந்திரம், புதுமை ஆகியவற்றையும் பாராட்டுகிறது.

விவிலியத்தில் இந்த இரட்டைவளம் பலவழிகளில் வெளிப் படுகிறது. பல்வேறு திருச்சபைகளின் வெவ்வேறான மரபு களில் இவை ஏற்கப்பட்டு வளர்ச்சி பெற்றுள்ளன. குறுக்க முடியாத இந்த வளம் இன்னும் வலுவான நடைமுறைச் சார்பான மீட்புப் பரிமாணங்களால் அதிகப்படுத்தப்பட்டுள்ளது. அதாவது தொடர்ந்து பல்வேறு சூழல்களிலும் கலாச்சாரங்களிலும் அது ஏற்கப்பட்டுள்ளது.

மேலும் மீட்பின் எதிர்பார்ப்பு பற்றிய தலைப்பில் முக்கிய மான இறையியல் பிரச்சினைகள் குவிகின்றன; அதன் தீவிரமும் இணைகின்றன. எனவே மீட்பினை நியாயப்படுத்துவது என்பது மிகவும் கடினமாகிறது: பல பிரச்சினைகளையும் உணர்ச்சிக் கலப்பின்றி ஆராய்ந்து அவற்றின் குறிப்புகளையும் உணரும் பொழுது தீவிரத்தன்மை போய்விடுகிறது; தீவிரத்தை ஆழ மாக உணரும்பொழுது ஆராயும் நோக்கு மறைவதோடு பிற தீவிரங்கள் முக்கியத்துவம் இழப்பதையும் உணர வாய்ப்பிருக் கிறது. ஒவ்வொரு வழியிலும் என்ன உள்ளடங்கியிருக்கிறது என ஆராய்வது ஓர் உதவிகரமான ஆரம்பப் பயிற்சி-ஒருபுறம் முறைப்படியான பார்வை, இடைத்தொடர்புகளை ஆராய்வது,

இன்னொருபுறம் குறித்த ஒன்றின் வாழ்ந்து பெறுகின்ற, செறிவான தீவிரத்தன்மை. அடுத்துவரும் இரு பகுதிகள் இதற்கு முயற்சி செய்யும்.

மீட்பின் இறையியற் சூழலியல்

இறையியலில் எந்த ஒரு விஷயமும் பிறவற்றோடு இன்றி யமையாது சம்பந்தப்பட்டது என்பது எல்லோருக்கும் தெரிந்த ஒன்று. எனவே எந்த ஒரு பிரச்சினையைக் கையாளும் எந்த ஓர் இறையியலாளரும் அது பிற கோட்பாடுகள் யாவற்றோடும் எப்படித் தொடர்புபடுகின்றது என்று ஆராய்தல் வழக்கமாகி விடுகிறது. இது மிக நுட்பமாக சமநிலைப்படுத்தப்படுகின்ற சூழலியல் போன்றது: ஏதோ ஒன்றில் நிகழும் முக்கிய மாற்றம் பிற எல்லாவற்றிலும் விளைவுகளை ஏற்படுத்துவது போன்றது. முன் இயல்கள் இதனை நன்றாகவே விளக்கியுள்ளன. எனினும் மீட்பு என்ற தலைப்பில் இது இன்னும் அதிகமாகவே தேவைப் படுகிறது. ஒவ்வொரு கோட்பாடும் அதற்குப் பொருத்தமானதே. எனவே முறைப்படியான இறையியல், கோட்பாட்டு இறையியல், திட்டவட்டமான இறையியல் அல்லது ஆக்கபூர்வ இறையியல் என அழைக்கப்படும் பலவற்றிற்கிடையிலான தொடர்புகளை அறிமுகப்படுத்த ஏற்ற தலைப்பு இதுதான். எந்த ஒரு கோட் பாட்டையும் நான் விளக்க முற்படப்போவதில்லை, ஏனெனில் அது ஒரு சுருக்கமான கோட்டுப்படம் போன்ற விஷயமாக அமைந்துவிடும். ஆனால் கேள்விகளை எழுப்புவது அவை எப்படி ஒன்றோடொன்று தொடர்புறுகின்றன என்பதைக் காட்டிவிடும்.

'கடவுள் காப்பாற்றுகிறார்' என்பதுதான் மீட்பைப் பற்றிய அடிப்படையான கிறித்துவக் கூற்று ஆகும். மீட்பு பற்றிய சிந்தனைக்கு மையமாக அமைவன கடவுளின் பண்பும் முனைப்பும் ஆகியவை. எனவே மீட்புக்கு மையமாவது கடவுள் பற்றிய இறையியல்சார் விவாதமே. முக்கியப் பிரச்சினை மூன்றாம் இயலில் நாம் நோக்கியதுதான்: கடவுள் திரித்துவமாக அமைந்தவரா? கடவுள் திரித்துவமானவர் அல்லாது வேறு பட்டவர் என்றால், பெரும்பாலான கிறித்துவர்கள் நினைக்கும் மீட்பும் இயல்பில் வேறுபடும். முன் இயலில் நாம் விவாதித்தது

போல இது கிறிஸ்துவின் ஆளுமையோடு சம்பந்தப்பட்டது. மேலும் இயல்கள் 4, 5இல் விவாதிக்கப்பட்டதுபோலத் தூய ஆவி வாயிலாக எப்படிக் கடவுள் சம்பந்தப்படுகிறார் என்பது பற்றியும் மானிட சுதந்திரம் என்பது எப்படி தெய்விகம் என்பதோடு தொடர்புபடுகிறது என்பது பற்றியும் சம்பந்தப்பட்டது. பல நூற்றாண்டுகளாக மிகவும் முரண்பட்டு வருகின்ற ஒரு தலைப்பு, 'தலைவிதி' அல்லது 'முன்நிர்ணயம்' என்பது பற்றியது. அகஸ்தீன், அக்வினாஸ், கால்வின் போன்ற இறையியலாளர்கள் எல்லா வற்றையும் முன் அறிந்த ஒரு சக்திவாய்ந்த கடவுளுக்கு எவர் இறுதியாக மீட்கப்படப் போகிறார், எவர் மீட்படையப் போவதில்லை என்பதை அறிவது கடினமானதா என்ன எனக் கேட்பார்கள். ஆனால் வேறு பலருக்கு இது உடன்பாடானதல்ல. இயேசுவினால் வெளிப்படுத்தப்படும் கடவுளின் இயல்புக்குச் சிலர் முன்கூட்டியே நரகத்துக்குத் தள்ளப்படுவார்கள் என்பது பொருத்தமானதல்ல: ஒரு மனிதனைக் கடவுள் ஏற்றுக்கொள்வார் அல்லது விலக்குவார் என்பதற்கு உண்மையாகவே அவனுக்குச் சுதந்திரம் வேண்டும். இன்னும் பிறருக்கு, கடவுளின் 'மீட்பு விருப்புறுதி' என்பது படைப்பு முழுவதற்கும், எல்லா மனிதர் களுக்கும் பொதுவானது. ஒரு பொறுமையான அன்பான கடவுளை எப்படிச் சிலர் இறுதியில் புறக்கணிக்க முடியும் என்பது நினைத்துப் பார்க்க இயலாதது-எனவே 'யாவருக்கும் மீட்பு' என்ற கொள்கைக்கு அவர்களை இந்நிலைப்பாடு இட்டுச் செல்கிறது. கடவுளை எப்படிப் புரிந்துகொள்கிறோம் என்பதைப் பொறுத்ததாகவே முழுவிவாதமும் அமைகிறது.

இரண்டாவது அடிப்படைக் கோட்பாடு படைப்பு பற்றியது. கடவுள்தான் படைத்தார் என்பதும், கடவுளின் படைப்பு நல்லது என்பதும் உண்மையானால், உடல்சார்தன்மை, பாலியல் தன்மை, படைப்புத்தன்மை ஆகியவை உள்ளிட்ட மனித முழுமைக்கும் மீட்பு பற்றிய கோட்பாடு நியாயம் செய்ய வேண்டும். மனித முழுமைத்தன்மை என்பது எப்படிப் புரிந்துகொள்ளப்படுகிறது என்பதைப் பொறுத்து இது வேறுபடும்-எடுத்துக்காட்டாக, 'கடவுளின் சாயலில்' என்பதை மனிதனுக்குள் எப்படிக் காண்பது, மனித விருப்புறுதி எவ்விதம் அறிவாற்றல், விழைவு, கற்பனை என்பவற்றோடு தொடர்புபட்டது என்பதையெல்லாம் பற்றியது. மீட்பு பற்றிய சிந்தனை என்பது இயற்கை உலகு

முழுமையையும், பிரபஞ்சத்தையும், இவை பற்றிய அறிவியல் அறிவையும், இவற்றை அழகியலுணர்வோடு பாராட்டலையும் கணக்கில் கொள்ள வேண்டும். இது காக்கும் கடவுள் (providence) என்ற கோட்பாட்டோடும் சம்பந்தப்பட்டது. எப்படி படைப்பின் பல்வேறு வழிகளில் கடவுள் தொடர்புபடுகிறார் - எனவே 'காப்பாற்றும் கடவுள்' எப்படிப் பரிணாமச் செயல் பாட்டிலும், மனித வரலாற்றிலும் இதற்கு உள்ளிட்ட மனிதர்களின் செயலான 'இரண்டாம் நிலைப் படைப்பு'களான கலாச்சாரங்கள், நகரங்கள், தொழில்நுட்பங்கள், பிற இயற்கை உருமாற்றங்கள் என்பவற்றிலும் வெளிப்படுகிறார் என்பதும் பார்க்க வேண்டியது.

இவை முன் இயலில் நோக்கப்பட்ட 'தீமை' பற்றிய கேள்விக்கும் இட்டுச் செல்கின்றன. மீட்பு பற்றிய எந்தக் கோட்பாடும் தீமை எத்தன்மையது என்பது பற்றியும் அதை எப்படிக் கையாள்வது, அடக்குவது என்பது பற்றியும் கொஞ்ச மேனும் சொல்லியாக வேண்டும். இது பாரம்பரியமாக, காத்தளித்தல், பாவம் என்ற கோட்பாடுகளின் கீழ் சொல்லப்படுகிறது. இதிலிருந்து எழும் சில மையக் கேள்விகள் இவை: மனிதர்களுக்கு மரணம் அல்லது பாவம் என்பதுதான் முக்கியத் தீமையா? பாவம் என்பது எவ்வளவு தூரம் மானிடப் பொறுப்பு எனச் சொல்லலாம்? மனிதர்கள் எல்லாரும் பிறக்கும்போதே 'ஆதிப்பாவம்' என்பதுடன் பிறக்கிறார்கள் என்பது உண்மையா? தனிமனிதர்களையும் மானிடக் குழுக்களையும் அழிக்கக்கூடிய, மானிடர்களின் பொறுப்புக்கு அப்பாற்பட்ட தீமைகள், அல்லது மனிதச் சார்பற்ற இயங்கியல் கொண்ட தீமைகள், அமைப்புசார் பாவம் என்பது பற்றி என்ன? மீட்பு பற்றிய சிந்தனைகள் யாவற்றையும் வரையறைப்படுத்துவதாக மேற்கண்ட கேள்விகளுக்கான பதில்கள் அமையும் என்பது தெளிவு.

தீமை, பாவம் பற்றிய புரிந்துகொள்ளல்கள் எவ்வாறு மீட்பு பற்றிய கோட்பாடுகளால் உருவமைக்கப்படுகின்றன என்று காண்பதும் முக்கியமானது. உள்ளடக்கங்கள் தீமை, பாவம் இவற்றின் தன்னிச்சையான விளக்கங்களால் ஏற்பட்ட மிகவும் 'பிரச்சினை மையப்பட்ட' மீட்பு பற்றிய விளக்கங்களால் ஏற்படும் அபாயங்களை விவரித்தல் பற்றி இருபதாம் நூற்றாண்டு இறையியல் வற்புறுத்திச் சொல்கிறது. இதற்கு மாற்று, தீமை, பாவம்

பற்றிய கோட்பாடுகளை நேர்முகக் கோட்பாடுகளுடன் ஒன்றாக வைத்தலாகும். எடுத்துக்காட்டாக, மோசமான நடத்தைக்குச் சென்றுவிட்ட மனிதர்களுக்கான அளவுகோல் இயேசு கிறிஸ்துவே ஆவார். அவர் முழுதும் 'கடவுளின் பிம்பமாகப்' படைக்கப்பட்ட மிக நல்ல மனிதர்; அல்லது விசுவாசம், நம்பிக்கை, அன்பு இவற்றின் ஒளியில்தான் ஒருவர் மெய்யாகவே நம்பிக்கைத் தளர்ச்சி, நம்பிக்கை வைக்கத் தவறுதல், கடவுளுக்கும் பிற மனிதர்களுக்கும் தங்கள் இதயத்தை மூடிவிடல் போன்றவற்றைப் புரிந்து கொள்ள இயலும் என்று வாதிக்கப்படுகிறது.

இந்தப் பிரிவில் நாம் முன்பே கண்டதுபோல அடுத்த முக்கியக் கோட்பாடு இயேசு கிறிஸ்து பற்றியது-காரணம் கடவுள், படைப்பு, தீமை என்பனவற்றின் விவாதங்களின் ஒருபகுதியாக அமைபவர் அவர் என்று கூறினோம். ஆறாம் இயலில் சொல்லப்பட்ட பழமையான கிறித்துவவியல் விவாதங்கள் யாவும் கடவுளின் இயல்பு, இயேசுவின் ஆளுமை பற்றியவை போலவே மீட்பு பற்றியவையுமாகும். 'இயேசு ஒருவரே மீட்பர்' என்று முதலிலிருந்தே அடிக்கொள்கையாக ஏற்கப்பட்டதால், அவரைப் பற்றிய எந்த விவாதமும், மீட்பின் இறையியலிலிருந்து பிரிக்க முடியாதது. எதற்கு முதன்மை அழுத்தம் தர வேண்டும். அவருடைய எடுத்துக்காட்டின் மீதா, அவரது போதனையின் மீதா, அவரது மரணத்தின் மீதா, அவரது மீட்டுயிர்ப்பின் மீதா, தூய ஆவியை அளித்தல் மீதா, அல்லது அவரது தந்தை, தூய ஆவி இவர்களுடனான அவரது இணைப்பின் மீதா? மைய நீரோட்டக் கிறித்துவ இறையியல் இவை அனைத்தையும் உறுதிப்படுத்த வேண்டும் என்கிறது, என்றாலும் அழுத்தங் களில் ஊசலாட்டம் காணப்படுகிறது. முக்கியக் குவியம், குறிப்பாக மேற்கத்திய இறையியலில், இயேசுவின் மரணம் ஆகும். 'பரிகாரம் தேடல்', 'நிறைவளித்தல்', 'பிராயச்சித்தம் தேடல்', 'பதிலீடு செய்தல்', 'தியாகம் செய்தல்', சுருக்கமாக 'மீட்பளித்தல்' என்பதாக எல்லாம் அது நோக்கப்பட்டுள்ளது. சிலுவையிலேற்றல்தான் செறிவுபட்ட தீவிரத்தின் மையப் புள்ளி எனக் கிறித்துவ மீட்புக் கொள்கையினால் தனித்ததாக ஏற்கப்பட்டுள்ளது. அதைப் பற்றி அடுத்த பகுதியில் காண்போம்.

அடுத்து, மீட்பின் கூட்டான பரிமாணம் ஒன்று உள்ளது – தனது இஸ்ரேலிய மக்களைக் குறிக்கும் வண்ணமாகப்

பன்னிரண்டு சீடர்களை இயேசு தேர்ந்தெடுத்தார். அவர் பிரச்சாரம் செய்த மீட்பு சமூக சாராம்சத்தை உடையது – 'இறையாட்சியின் வருகை' என்பதிலிருந்து பிரிக்க முடியாதது. இந்த சாம்ராச்சியம், ஒரு விருந்தாக அல்லது உணவுக்கான கூட்டமாக (கடைசி இராவுணவாக) நோக்கப்பட்டது. இயேசு கடைப்பிடித்த ஒன்றாக அமர்ந்துண்ணும் நடைமுறை அவரது ஊழியத்தின் ஒரு முக்கியப் பகுதியாகும். இஸ்ரேலிய உடன்படிக்கை மரபு-இஸ்ரேலியர்களின் கூட்டு வாழ்க்கையின் முக்கிய அடையாளமாகிய கடவுளுக்கும் இஸ்ரேலியர்களுக்குமான உடன்படிக்கையைக் கிறித்துவத் திருச்சபை ஏற்றுக்கொண்டது.

தொடக்ககாலக் கிறித்துவர்கள் தங்களைக் கடவுளின் மக்களாகவே உணர்ந்தார்கள். இந்தச் சமூகப் பரிமாணம் இல்லாமல் அவர்கள் மீட்பு பற்றிச் சிந்திக்கவே இல்லை. அவர்களது எழுத்துகளில் இந்தப் படிமத் தன்மை- எடுத்துக் காட்டாக, இயேசுவின் உடல், தோழமை, குடும்பம், கோயில், மகனாக ஏற்றலும் மகனாதலும், திராட்சைக் கொடியும் அதன் கிளைகளும், நகரம் போன்றவை நிரம்பியிருக்கிறது. கிறித்துவனாதல் என்பதற்கு திருமுழுக்குப் பெறுதல் அவசியம். இயேசுவுடன் இணைதலையும் திருச்சபையின் உறுப்பினர்களுடன் இணைதலையும் இது குறித்தது. இந்த ஒற்றுமையின் மிக முக்கிய வெளிப்பாடாக இரவு விருந்து அல்லது கிறிஸ்துவுடனான விருந்தினைக் கொண்டாடுவது அமைந்தது. அது மீட்பிற்கான முக்கியக் கூறுகளை-திரித்துவநாதனாகக் கடவுளை வழிபடுதல், விவிலியத்தின் வாயிலாகக் கடவுளின் வார்த்தையை உணர்தல், போதித்தல், படிப்பித்தல்; பாவத்தை ஒப்புக்கொள்ளுதலும் மன்னித்தலும்; பிறருக்காகவும், உலகத்திற்காகவும் வாழ்தல்; சமயக்கொள்கையில் நம்பிக்கையை உறுதிப்படுத்தல்; இயேசு கிறிஸ்துவோடும் பிறரோடும் இணைப்போடிருத்தல்; உலகில் சேவை, அருட்பணி ஆகியவற்றில் நாட்டம்; கடவுளின் இராச்சியத்தை எதிர்பார்த்தல்; இவை யாவற்றையும் பொருத்தமாக நிறைவேற்றக் கூடிய தலைமை, அமைப்புகளின் தேவை ஆகியவற்றை உள்ளடக்கியதாக உணரப்பட்டது. அதாவது திருச்சபையியல் (திருச்சபை பற்றிய இறையியல் பிரிவு) என்பதும் மீட்பு பற்றிய கிறித்துவ விளக்கத்திற்கு இன்றியமையாததாக ஆகியது.

7. மீட்டுயிர்ப்பு: கிளாஸ்கோ துறைமுகம், 1947-50, சர் ஸ்டேன்லி ஸ்பென்சர் வரைந்தது.

திருச்சபைக்குள்ளாக தனிப்பட்டவர் வாழ்க்கையில் மீட்பிற் கென வாழ்வதற்குப் பிற கோட்பாட்டுக் கூறுகள் – 'இறை யியல் நற்பண்புகள்' எனப் பெரும்பாலும் சுருக்கிக் கூறப் படும் விசுவாசம், நம்பிக்கை, அன்பு ஆகியவை தேவைப் படுகின்றன. சாதாரண வாழ்க்கைக்கு மீட்புக்கான குறிப்பு களைத் தயாரிக்கப் பயன்படும் அறவியல் போதனைக்கும் முடிவெடுத்தலுக்கும் அவை இட்டுச் செல்கின்றன என்பதால் கோட்பாட்டின் இன்னொரு பெரும்பகுதிக்குத் திறப்பாக அமை கின்றன. திருமணம்-குடும்பம், அறவியல் பிரச்சினைகளிலிருந்து அரசியல், பொருளாதாரம், சட்டம், கல்வி, மருத்துவம் யாவும் பிரிக்க முடியாதவை என்பதால் இப்படிப்பட்ட துறைகளி லிருந்து எழும் கேள்விகளுக்கும் விடை கண்டாக வேண்டும். எப்படி வாழ்க்கையை உருவமைக்க வேண்டும் என்பது பற்றிய பல விஷயங்களையும் சிந்திக்க வேண்டியிருக்கிறது – விருந் திடுதல், விரதம் இருத்தல், ஏழைகளுக்கு உதவுதல், பிரார்த்தனை பற்றிய ஒழுக்கங்கள், ஓய்வுநேரப் பயன்பாடு, தனிப்பட்டவர் தொழில், பரிசுகள் (வரங்கள், கொடைகள்) முதலியன. இப்படியாக மீட்பின் பரவல்கள் விரிகின்றன.

இறுதியாக எதிர்காலமும் இருக்கிறது. 'இறுதிப் பொருள் களை'ப் பற்றிப் போதிப்பதாகிய இந்தக் கோட்பாட்டிற்கு

மறுமைக் கோட்பாடு (eschatology) என்று பெயர். அதுவும் மீட்புக் கோட்பாட்டின் ஒரு பகுதிதான். கடவுளின் இராச்சியம் (அல்லது விண்ணக இராச்சியம்) என்பதை எப்படிப் புரிந்து கொள்வது? அது சாதாரண வரலாற்றில் நிகழக் கூடியதா அல்லது மரணத்திற்குப் பிறகு 'வேறு ஒரு உலகில்' நிகழக் கூடியதா? மரணத்திற்கு அப்பால் கிறித்துவ நம்பிக்கை சொல்வது என்ன? கடவுளின் தீர்ப்பு பற்றிச் சொல்வது என்ன? சுவர்க்கம், நரகம் பற்றி என்ன சொல்வது? ஆரம்பக் கிறித்துவர்களில் பலர் திடீரென்று ஏதோ விரைவில் நடந்துவிடப் போகிறதென்று நம்பியதாகத் தோன்றுகிறது. ஆனால் அப்போதே வரலாற்றில் நாள்கள், காலங்கள் பற்றிய அழுத்தத்தை விலக்கி, வரலாற்றின் தொடக்கத்திற்கும் முடிவுக்குமான குறிப்பாகிய இயேசு கிறிஸ்துவின் ஆளுமை மீது அதனை நம்பிக்கை வைக்க வேண்டும் என்ற நிகழ்வும் இருந்தது. அடிப்படைக் கேள்வி எப்போது பூர்த்தியாதல் நிகழும் என்பதல்ல, பூர்த்தியாக்குபவர் யார் என்பதுதான். ஆகவே மீண்டும் இயேசுவே மீட்பிற்கான இறையியலின் மையத்திலிருப்பது தெளிவாகிறது.

பிற எல்லாக் கோட்பாடுகளுடனும் மீட்பிற்கான ஊடாட்டத் தொடர்பு பற்றிச் சுருக்கமாக நோக்கும் இந்தப் பயிற்சி தேவையான ஒன்றுதான். ஆனால் தீவிரமற்ற ஒன்று. இப்போது மீட்பின் தீவிரத்தை எழுப்புவதற்கான நேரம் வந்துவிட்டது.

தீவிரப்படுத்தலின் பயணங்கள்

'தீவிரப்படுத்தலின் ஒரு பயணம்' என்ற தொடர் (டேவிட் டிரேசி என்னும் அமெரிக்க இறையியலாளர் உருவாக்கியது) மீட்பு பற்றிய கிறித்துவச் சிந்தனையில் திரும்பத்திரும்ப வந்து செல்லும் ஒன்றை உருப்படுத்துகிறது. கடவுள், வாழ்க்கை, மரணம், பாவம், தீமை, நன்மை, மக்கள், பொறுப்புகள், இன்னும் பிற போன்றவற்றினால் ஏற்படுகின்ற பன்முக பிரமிப்புகள் அல்லது மீதுணர்வுகள் என்று முதல் இயலில் சொல்லப்பட்டனவற்றோடு சகித்து வாழ்வதைப் பற்றியது தான் மீட்பு. இந்த விசைக் களத்தில் சிந்தனைக்குத் தீவிரமும் பேராற்றலும் வேண்டும். அது மேற்கருத்துகள், ஒருங்கிணைக்கும் கருத்துகள், ஒழுங்கான இடையுறவுகள் ஆகியவற்றைப் பயன்

படுத்தலாம். ஆனால் அதற்குப் படிமங்கள், உருவகங்கள், குறியீடுகள் ஆகியவை அடிப்படையில் தேவை. இவை சிந்தித்தல், கற்பனை செய்தல், உணர்தல், செயல்படுதல் ஆகியவற்றை ஒன்றாக உருவமைக்கும் திறம் பெற்றவை. இங்கு வழிபாட்டிலக்கியம், கவிதை, கதை, இசை, கட்டடக்கலை போன்றவற்றிற்கு இரண்டாவதாகவே இறையியல் வரமுடியும். இருந்தாலும், இறையியல் சிந்தனை தனக்கெனத் தனித்த அகத்தெழுச்சியால் உருவான வடிவங்களான கொள்கைத் தீவிரம், பகுப்பாய்வு, உரைவிளக்கம், விவாதம் ஆகியவற்றைப் பெற்றிருக்கிறது. ஒரே ஒரு உருவகமோ படிமமோ ஒரு மீட்பின் இறையியலை அழுத்தமாகப் பிடித்து அதன் வாயிலாக ஒரு தீவிரப்படுத்தல் பயணத்தை மேற்கொள்ள முடியக்கூடும். அப்பயணம் வேறு எந்த வழியிலும் ஆராயப் படமுடியாத உச்சங்களுக்கும் ஆழங்களுக்கும் கொண்டு செல்லக் கூடும்.

கிறித்துவ மீட்பின் மையத் தீவிரமாக நற்செய்திக் கதையின் உச்சமான கிறிஸ்துவின் சிலுவைப்பாடு அமைகிறது. ஒவ்வொரு நற்செய்தியாளரும் அதன் முக்கியத்துவத்தை ஒவ்வொரு வகையில் காட்டியுள்ளனர். மிகப் பழைய, சுருக்கமான நற்செய்தியை அளிக்கும் மார்க்கு, தன் கதையின் மிகப் பெரிய அளவைச் சிலுவைப்பாட்டுக்கும் அதற்கு இட்டுச்செல்லும் சம்பவங்களுக்கும் தருகிறார். மீட்டுயிர்ப்பு என்பது தெளிவாகவே, சிலுவைப்பாட்டின் தலைகீழாக்கலோ அல்லது அதற்கு மேம்பட்டதோ அல்ல என்பதோடு அதன் முக்கியத்துவத்தைத் தீவிரப்படுத்த ஏற்படுத்தப்பட்டது எனத் தெளிவாகப் புரிந்துகொள்ளப்பட்டுள்ளது.

அந்த முக்கியத்துவம்தான் என்ன? நற்செய்திகளில் காணப் படும் உத்திமுறை என்னவெனில், அதிக விளக்கங்களால் கீழிறக்கிவிடாமல் கதையைச் சொல்லுதலாகும். நற்செய்திகளைத் தொடர்ந்த அதற்கு ஒத்த கிறித்துவச் செயல்முறை என்னவென்றால் திருமுழுக்கு, நற்கருணை இவற்றின் வாயிலாக அக்கதையை மீண்டும் எழுப்புதலாகும். ஞானஸ் நானம் என்னும் உள்வயப்படுத்தும் சடங்கில் தண்ணீரில் மூழ்குதல் என்னும் படிமம், இயேசு கிறிஸ்துவின் மரணத்தோடு ஐக்கியப்படுவதைக் குறிக்கிறது (இயேசு கிறிஸ்துவும் தமது

எதிர்பார்த்த மரணத்தை ஞானஸ்நானத்தோடு இணைத்துப் பார்த்ததாகச் சொல்லப்படுகிறது). பிறகு மதத்தில் புகுபவர்க்கு சிலுவைச்சின்னம் இடப்படுகிறது. நற்கருணையில், இயேசுவின் கடைசி விருந்தின் கதையைச் சிலுவைப்பாடு வரை மறுமுறை யுரைக்கும் தன்மை உள்ளது. பகிர்ந்து தரப்படும் ரொட்டி, ஒயின் ஆகியவை, முறையே சிலுவைப்பாட்டிற்குள்ளான கிறிஸ்துவின் உடலையும் அவர் சிந்திய இரத்தத்தையும் குறிப்பனவாக அமைகின்றன. பல்வேறு முறைப்படுத்தப்பட்ட படிமங்களின் தொடர்ச்சிக்கிடையில் இவ்விரு ஆரம்பக் கதைக்கூறுகளும் அவற்றைக் குறிக்கும் சடங்குகளும் மையத்தில் அமைகின்றன. பின்வந்த கிறித்துவர்களும் அந்நிகழ்ச்சிகளை மறைபொரு ளுடையவை, உணர்ச்சியிலாழ்த்துபவை, முக்கியமானவை என உணர்ந்து இச்சடங்குகளின் வாயிலாக நியாயம் கற்பிக்க முனைந்துள்ளனர்.

அதாவது சிலுவைப்பாட்டின் முக்கியத்துவத்தின் பரப்பு, அதைக் குறிக்கும் யதார்த்தத்தின் ஒவ்வொரு தளத்திலிருந்தும் ஏற்பதன் வாயிலாக எடுத்துக்காட்டப்படுகிறது எனலாம். இயற்கையிலிருந்து இருள் என்ற குறியீடும், நிலத்தில் மரண முறும் விதைகள் என்ற குறியீடும் கொள்ளப்பட்டன. மதப் பின்பற்றலில் தியாகமும் கோவிலும் இருந்தன. வரலாற்றி லிருந்து விடுதலைப் பயணமும், வெளியேற்றமும் எடுத்துக் கொள்ளப்பட்டன. சட்டமன்றத்திலிருந்து தீர்ப்பு, தண்டனை, நியாயம்செய்தல் ஆகியவை கொள்ளப்பட்டன. இராணுவத் திலிருந்து பிணைமீட்பு, வெற்றி, வெற்றி அணிவகுப்பு ஆகியவை. சாதாரண வாழ்க்கை அனுபவங்களிலிருந்து சந்தை யில் பொருள்கள் வாங்கல் விற்றலைக் குறிக்கும் படிமங் களும், குடும்பம் சார்ந்த திருமணம், கீழ்ப்படிதல், பெற்றோர் -பிள்ளைகள் உறவுகள் போன்றவையும், அடிமைகளை மீட்டல், குடிமக்களால் பிள்ளைகள் கொல்லப்படுகின்ற நிலக்கிழார்கள், குணப்படுத்தல், காப்பாற்றுதல் ஆகியவை குறித்த மருத்துவக் குறியீடுகளும், நண்பனுக்காக உயிர்விடும் நண்பன் பற்றிய செய்தியும் கொள்ளப்பட்டன. இவை யாவற்றிற்கும் சம அந்தஸ்து இல்லை. இவற்றுள் சில மிக முக்கியமான குறியீடுகளாகி, அவற்றைச் சுற்றிப் பிற படிமங்கள் இயங்க அனுமதிக்கின்றனவாக மாறின.

புதிய ஏற்பாட்டில் எபிரேயர்களுக்குக் கடிதம் எழுதியவரால் மிக ஆழமான தீவிரப் பயணம் ஒன்று அக்காலத்திலேயே மேற்கொள்ளப்பட்டிருக்கிறது. அவர் தமது கதையில் இயேசுவை ஒரு கோயில்மரபின் பிரதான ஆசாரியராகவும், அவர் தம்மைத் தியாகம் செய்வதாகவும் சித்திரித்துள்ளார். இயேசுவின் சுய தியாகத்தின் படிமம் விவிலியத்தில் வேறிடத்திலும் வருகிறது. இயேசுவின் மரணத்தைப் பற்றி வேறெந்த வழியிலும் கற்பனை செய்ய இயலாத அளவுக்கு அடிப்படையானதாக இக்கற்பனை அமைகிறதென்று சிலர் சொல்கிறார்கள். சக்தியோடு இது பல நூற்றாண்டுகளாகத் தொடர்ந்து வந்திருக்கிறது. அவ்வப் போது நற்கருணை, கிறித்துவக் குருமார்களின் தன்மை ஆகிய வற்றால் இப்படிமம் வலுப்படுத்தப்பட்டும் வந்திருக்கிறது. சில உள்ளாற்றலான கூறுகளில் அது கவனத்தைக் குவிக்கிறது. கோயில் வழிபாட்டின் பலித்தன்மை, அது குறிப்பிடும் கடவுளுடன் உடன்படிக்கை உறவு, விலைமதிப்பற்ற, கீழ்ப்படிதலுள்ள எதிர்வினை மற்றும் கடவுள் என்பவற்றின் இணைவு. உடல் இரத்தம் இவற்றின் உடல்சார்தன்மை, அவற்றின் அடிப்படையி லிருக்கும் கொலைசார் வன்முறை. நிஜமான தியாகத்தின் பன்முனைப்பட்ட அர்த்தம், அது தந்திருக்கும் கடவுளைப் பாராட்டலும் நன்றி கூறலும். கடவுளின் கொடைகளையும் பரிசுகளையும் கொண்டாடுதல். கடவுளுடனான உறவை முடித்து முத்திரையிடல், பாவத்திற்குக் கழுவாய், பரிந்து முறையிடல், வேண்டுதல், தன்னையே அளித்தல், நற்செய்கைகள், உபவாசம், நன்றிசொல்லல், கருணைச் செயல்கள் ஆகியவற்றின் வாயிலாக வெளிப்படும் தியாகத்தின் உருவகமான நடைமுறைகள்.

சமீப நூற்றாண்டுகளில் மேற்கத்திய நவீனத்தன்மை அவ்வப் போது தியாகத்தை (பலியை) பழந்தன்மை வாய்ந்தது என்று ஒதுக்கியும், தியாகப் படிமத்தைக் காலத்துக்கு ஒவ்வாதது எனப் புறக்கணித்தும் வந்துள்ளது. ஆனால் நவீனத்தன்மை மீதான விமரிசனங்களுடன் தியாகத்திற்கு உரிய இடமளித்து ஏற்க வேண்டுமென்ற கருத்தும் இருந்தே வருகிறது. சில மானிட வியலாளர்கள் பலியின் இயங்கியல் (அதனுடன் கொடைகள் தருதல், பிறரது தவறுகளுக்குத் தான் பொறுப்பேற்றல் போன்ற வையும்) பல சமூகங்களுக்கும் அவற்றின் சாரமான உறவு களுக்கும் அடிப்படையாக இருப்பதைச் சுட்டிக்காட்டுகிறார்கள்.

வேறு எத்தனை படிமங்களை இதற்குள் கொண்டுவர இயலும் என்பதும் வியப்பளிப்பதாக இருக்கிறது – எடுத்துக்காட்டாக நண்பன் ஒருவனுக்காக உயிர்கொடுத்தல், பாவமீட்பு, சமாதான உடன்பாடு, பரிமாற்றம், கீழ்ப்படிதல், அந்நியமாதலைக் குணப்படுத்தல், தீர்ப்பு என.

பல நூற்றாண்டுகளாக மேற்கத்தியக் கிறித்துவத்தில் இயேசுவின் மரணத்தை முன்னிறுத்தி இன்னும் மூன்று முக்கிய தீவிரப்படுத்தலுக்கான பயணங்கள் இருக்கின்றன. ஒன்று பாவம், மரணம், சாத்தான் இவற்றை வெற்றிகொள்ளும் இராணுவக் குறியீட்டாக்கம். இது முதல் நூற்றாண்டுகளிலும் பிறகு சீர்திருத்தக் காலத்திலும் பிரசித்திபெற்றதாக இருந்தது. நிஜமான போரைப் போன்றே, இது ஆற்றல்களை ஒருங் கிணைக்கும் சக்தியும், வாழ்க்கையின் எல்லாக்கூறுகளையும் ஒரு குறிப்பிட்ட காரணத்தை முன்னிட்டுச் சேர்த்தலும், நன்கு அடையாளப்படுத்தப்பட்ட எதிரியை அறிதலும், வெற்றி பெறும் தரப்பில் இருக்கிறோம் என்ற நம்பிக்கையை ஏற்படுத்தலுமான செய்கைகளால். பிற பயணங்களைப் போலவே இதற்கும் இதற்கே உரிய சரிவுகளும் இருக்கின்றன. வெற்றி நோக்கில் தீய கவர்ச்சி அடைதல் (temptation). மிக எளிமையாக ஆன்மிகப் போர் என்னும் குறியீட்டின் புராணிகச் சித்திரங் களை எடுத்துக் கொள்ளுதல். இதனால் சாத்தானாகிய எதிரி எங்கும் எதிலும் இருப்பதாகக் கணித்து அதற்கு மிக அதிக முக்கியத்துவம் தருதல்.

இரண்டாவது காண்டர்பரியின் ஆன்செம் *(1033-1109)* என்பாரது கழுவாய்தேடும் 'திருப்திக்கோட்பாடு'. ஏறத்தாழ கி.பி.ஆயிரத்திற்குப் பின்னதான பிற்பாதியிலும் அதற்குமுன் நீண்டகாலமும் வெகு செல்வாக்கோடு இருந்த கொள்கை அது. மத்தியகால ஐரோப்பாவில் அரசியல், பொருளாதார, சமூக அமைப்புகளில் ஆதிக்கம் வாய்ந்ததாக நிலப்பிரபுத் துவம் உருவாகியபோது ஏற்படுத்தப்பட்ட கொள்கை அது. நிலவுடைமை முறையின் படித்தர அமைப்புடன் அதன் ஒத்துழைக்கும் இயங்கியல் மிகப் பொருத்தமாக ஒத்துச் சென்றது. கீழ்ப்படியாமை என்னும் பாவத்தின் காரணமாக ஏற்பட்ட ஒழுங்கின்மை, மதிப்புக்குலைவு ஆகியவற்றிற்காக, ஒரு மனித- தெய்வப் பிறவியே செய்யக் கூடியதான தியாகத்தைச்

செய்து இயேசு கடவுளைச் சந்திப்பதாக அவரது மரணத்தைக் கருதும் கொள்கை இது. இங்கு அடிப்படைப் படிமம் அரசியல், பொருளாதார, சமூக விஷயங்களைக் கௌரவமளித்தலும் கீழ்ப் படிதலும் ஆகிய தனிமனிதப் பொறுப்புகளோடு ஆற்றலோடு இணைத்து, இயேசுவின் சுதந்திரமான கீழ்ப்படிதல் செயலாக அவரது மரணத்தை மையமான நிகழ்வாக நோக்கி, மையத்தில் இருக்கும் கடவுளுக்குக் கீழ்ப்படிதல், வழிபடுதல் ஆகியவற்றின் உரிமைகள் வாயிலாக முழு அமைப்பையும் மீட்கும் தன்மை வாய்ந்ததாக இது அமைகிறது.

மூன்றாவது, பதினாறாம் நூற்றாண்டின் சீர்திருத்த இயக்கக் கற்பனையின் மையமாக அமைந்தது. நீதிமன்றத்திலிருந்து எடுக்கப்பட்ட படிமம் இது: கடவுளின் முன்னால் தீர்ப்புக்கு நிற்றல். மார்ட்டின் லூதருக்கு ஒரு சிலுவை மைய இறை யியல் இருந்தது. அதன்படி கடவுளின் முன்னால் தண்டிக்க வேண்டியவர்களாகக் கருதப்பட்டவர்களின் சார்பாகக் கடவுளாக அடையாளப்படுத்தப்படும் இயேசுவே அமைகிறார். இப்படிப் பட்ட ஒரு கடவுளை விசுவாசித்தல், மன்னிப்பை அளிப்ப தாகவும், அதேவேளை நம்பிக்கையாளரைக் குணப்படுத்தி நேர்மையானவராக்கி, கடவுளின்முன் தண்டனையின்றித் தைரிய மாக எதிர்கொள்ள வைப்பதாகவும் அமைகிறது. விசுவாசத்தின் வாயிலாக அளவற்ற சுதந்திரத்தைப் பெறும் கோட்பாடு இது. மிகுந்த ஆற்றலை இது விடுவிப்பதாக அமைந்தது. லூதரைப் பின்பற்றியவர்கள் அவரது 'விசுவாசத்தின் வாயிலாக நியாயம் கொள்ளல்' என்னும் ஒரு கட்டுரையினைப் பின்பற்றி மீட்புக் கொள்கைமீது ஒருமனதாக ஈடுபட்டதுபோல ஒரு கிறித்துவ இயக்கம் எப்போதும் ஏற்பட்டதே இல்லை எனலாம். பிற புராடஸ்டண்டு போதனையாளர்களும் திருச்சபைகளும் மீட்பு பற்றி வேறுவிதக் குறிப்புகளோடு பேசின. ஆனாலும் விசுவாசத்தின் வாயிலாக நியாயப்படுத்தல் என்பதே தீவிரப் பயணத்தின் சிறப்பம்சமாக அமைந்துவிட்டது.

இந்தப் பயணங்கள், வேறு நாம் கண்டுபிடிக்கக் கூடிய மாதிரியான பயணங்கள் வாயிலாக என்ன நிகழ்கிறது? தங்களுக்கிருக்கும் வாய்ப்புகளின் பரவலை ஆராய்வதோடும், பிறகு அவற்றில் மிகச் சிறப்பானதைத் தேர்ந்தெடுப்பதோடும் எதுவும் நிற்பதில்லை. இப்படி வாய்ப்புகளைத் தேர்ந்தெடுக்கும்

அணுகுமுறையைத் தடுக்கக்கூடிய ஏதோ ஒன்று மீட்பில் இருக்கிறது. ஓர் அறிவார்த்தமான பயிற்சி என்பதற்கு மாறாக வாழ்க்கை முறை என்பதாக அதைப் பார்க்கும்போது ஏதோ ஒரு வழியில் ஆழமான ஈடுபாட்டோடு பணயம் வைப்பதன் வாயிலாகவே அதன் உச்ச நீசங்களை அறிய இயலும் என்றா கிறது. ஒருவர் பல பாதைகளைத் தேர்ந்தெடுக்க முடிவதில்லை, மேலும் அவரது பயணத்தின் வாயிலாகவே, வாழ்க்கையின் பிற கூறுகளைப் போல, அறிவார்ந்த பார்வையும் உருவாகிறது. இருப்பினும் இவை யாவற்றையும் இறையியல் கண்டு விவாதிக்க வேண்டியுள்ளது. ஒருவகையில் இறையியல் என்பது பலவகைப் பயணிகளும் ஒருங்கே சந்தித்து அளவளாவி, விவாதித்து, சில நேரங்களில் அடுத்த பாதையில் செல்பவரைத் தம் பாதைக்கு ஈர்த்து, புதிய துணைவர்களை வரவேற்றுப் புதிய பயணப்படங் களை அமைக்கும் இடமாக அமைகிறது.

இன்றைய தீவிரப்படுத்தல் பயணங்களைப் பற்றி என்ன சொல்வது? பழைய பயணங்களைத் தொடர்பவர்களும் இருக்கிறார்கள். திருச்சபைகளோ குழுக்களோ முன்னாளில் சென்ற பாதைகள் சில பிறரால் நன்கு அறியப்படாமலோ மோஸ்தராக இல்லாமலோ போன காரணத்தினால் வழக்கிழந்து போய்விட்டன. அவற்றை மீண்டும் கண்டறிதலும் மீள்திறத்தலும் ஆகிய நிகழ்வுகள் இருந்துகொண்டே உள்ளன. அம்மாதிரி இருபதாம் நூற்றாண்டில் குறிப்பிடவேண்டிய இருபோக்குகள்- ஒன்று, பெந்தெகோஸ்து மற்றும் அருங்கொடை இயக்கங்களின் மறு உயிர்ப்பு, இன்னொன்று பொதுவுடைமைசார் நாடுகளிலும் வேறிடங்களிலும் மூடப்பட்ட திருச்சபைகளின் மறுதிறப்பு, புதுப்பித்தல், பரவல் எனலாம். பெந்தெகோஸ்து இயக்கத்தின் தீவிரப்படுத்தல் பயணம், தூயஆவியின் வாயிலாகவும், அந்த ஆவிதருகின்ற விசுவாசம், கவர்ச்சி வாய்ந்த கொடைகள், வழி பாடு, இறைப்பணி, சமூகத்தை அமைப்பது, தியாகம் செய்வது போன்றவற்றாலும் அமைந்து இணையற்றதான 30 கோடி மக்களை ஈர்க்கின்ற ஓர் இயக்கமாக மாறியுள்ளது. மரபுவழிப்பட்ட திருச்சபையின் மையமான செறிவான மீட்புக் கருத்து அதன் வழிபாட்டிலக்கிய வாயிலாக-திருச்சபை ஆண்டின் விருந்துகள் (திருவிழாக்கள்), விரதங்கள், சாதாரண நாட்களின் கொண்டாட் டங்கள் வாயிலாக அமைகிறது. இந்தச் சிக்கலான குறியீட்டினுள்,

மீட்புக்கான திறவாக அமையும் குறியீடாக அமைவது 'தெய்வத் தன்மை வழங்கல்' (deification) என்பது. கடவுளோடு திருமணம் போன்ற உறவில் மனிதர்கள் இணைவதாக அமையும் குறியீடு அது. பெரும்பாலான மேற்கத்திய 'சிலுவை மைய தீவிர' முறை போன்றதல்ல இது. இயேசுவின் மரணம் என்பது முக்கிய மானது, ஆனால் மறுவுயிர்ப்பு, திரித்துவம் என்பனவற்றின் பார்வையில் தொடர்ந்து (அடையாளங்களாலும்கூட) பார்க்கப் படுகிறது. இவையிரண்டு கருத்துகளும் கடவுளுக்கும் மனித இயல்புக்குமான ஒன்றுபடுதல், வேறுபடுத்தல் இவற்றில் அதிக அக்கறை காட்டுபவை.

புதிய இருபதாம் நூற்றாண்டுக்கே உரிய தீவிரப்படுத்தல் பயணங்களைப் பற்றி என்ன சொல்ல? ஒரு புதிய பயணம் போட்டிக்கு வருகிறது: 'மீட்பு' என்பதைப் பல்வேறு வழிகளில் மையச் சொல்லாகக் கொண்ட இறையியல்களின் அணிவகுப்பு. எகிப்தின் அடிமைத்தனத்திலிருந்தும், ஒடுக்குமுறையிலிருந்தும் இஸ்ரேலியர்களை மீட்ட விடுதலைப் பயணம் என்னும் அரசியல் – சமயச் சார்பான குறியீடாக இது அமைகிறது. காலம் போகப்போக மேற்குறியீட்டை நிறைவுபடுத்துகின்ற, வெற்றியை அவ்வளவாகச் சொல்லாத இடப்பெயர்ச்சி குறித்த படிமம் இடம்பெறலாயிற்று. இம்மாதிரி முதல் இறையியல்களை உருவாக்கியவர்கள் இலத்தீன் அமெரிக்கர்கள். நற்செய்தியையும், தங்கள் சமூகங்களுக்குச் செய்யப்பட்ட அநீதி, ஒடுக்குமுறை ஆகியவற்றைப் பகுப்பாய்வு செய்ததையும் கொண்டு அந்த இறையியல் உருவாக்கப்பட்டது. இதன் விளைவாக அநீதி ஆட்சிகள், அமைப்புகள் ஆகியவற்றின் சார்பான ஓர் இறையியல் உருவாகியிருக்கிறது. வரலாற்றின் ஏழைகளோடு கடவுளைக் காண்கிறது அது. ஒடுக்குமுறையை எதிர்க்கும் ஏழைகளை ஒன்றிணைக்கும் அழைப்பாகவும், குறிப்பாக அந்தச் சமூகங் களின் அடிவேர்களில் ஒடுக்குதற் சூழலை இணைந்த செயல் வாயிலாக மாற்றும் நடைமுறைக்கு முதன்மை தருவதாகவும் அது அமைகிறது.

இலத்தீன் அமெரிக்கர்கள் உருவாக்கிய விடுதலை இறை யியலுக்கு ஒப்பான பிற இறையியல்களும் அநீதி இழைக்கப் பட்டவர்களுடைய ஒற்றுமை, தீவிர நடைமுறை ஆகியவற்றை அடிப்படையாக வைத்து விளிம்புநிலையில் உள்ளவர்களுக்

காகவும் ஒடுக்கப்பட்டவர்களுக்காகவும் உருவாகியுள்ளன. அமெரிக்காவிலும் தென் ஆப்பிரிக்காவிலும் உள்ள கருப்பர்கள், இந்தியாவிலுள்ள தலித்துகள், அமெரிக்காவிலும் கனடா விலும் உள்ள பழங்குடி அமெரிக்கர்கள், நியூசிலாந்திலுள்ள மாவோரிகள், உலக முழுதுமுள்ள பெண்கள் ஆகியோர் இயக்கங்கள் இப்படி அமைந்துள்ளன. இவற்றினுள் பெண்ணிய இறையியல்கள் பெரும் வீச்சுள்ளவையாகவும், விடுதலை இறையியல் மாதிரிக்கு அப்பாற்பட்டுப் பல்வேறு திசைகளில் செல்பவையாகவும் வளர்ந்துள்ளன.

இறுதியாக ஒரு மீட்பின் தீவிரத்தைப் பார்ப்பது பயனுள்ளது – சுருக்கமாகச் சொல்வதற்குக் கடினமானது, எந்த ஓர் இயக்கத் தினோடும் சேராதது என்றாலும். சிலவகைப் பெண்ணிய இறையியல்கள் இதற்குச் சிறந்த எடுத்துக்காட்டு. ஏனென்றால் அவை விடுதலை மீதான அழுத்தத்தையும் விடாமல் அதே நேரம், தனிப்பட்ட மாற்றம் குறித்த பிரச்சினைகளுக்குள் ஆழமாகச் செல்ல முனைகின்றன. உளவியல், உளமருத்துவம், உளப்பகுப்பாய்வு, கலைகள், ஆன்மிகத்தின் நீண்ட மரபுகள் ஆகியவற்றின் இசைவோடு உறவுகளில் காணப்படும் மக்களை உருவாக்குவது பற்றி ஆராய்கின்றன. மேற்கத்திய மத்தியதர கிறித்துவர்கள் மத்தியில் இப்போது இந்த அணுகுமுறையின் மாற்றுவடிவங்களே வீச்சு மிக்கவையாக உள்ளன.

பன்முக தீவிரங்களிடையே சிந்தனைகள்

கிறித்துவ மீட்பின் இறையியல்களுக்குத் தொடர்பான இரண்டு தேவையான இயக்கங்களாக நான் கருதுவனவற்றை, ஒழுங்குக் குட்பட்ட முறையில் சிந்திப்பதற்கும், ஒவ்வொரு பயணத்தின் இருத்தலியல் தீவிரத்தினை நியாயப்படுத்துவதற்கும் முயற்சி செய்துகொண்டே விளக்கியிருக்கிறேன். இந்த இரண்டையும் ஒன்றுசேர்த்துப் பிடிப்பது எப்படி? இதற்குக் குறித்த ஒரு சூத்திரம் இல்லை. இவற்றைச் செய்வதில் வெவ்வேறு வழிகளை ஒவ்வோர் இயக்கமும் விரும்புகிறது என்பதே அந்த இயக்கங் களின் தனித்தன்மைகளின் ஒரு பகுதியாகிறது. பகுப்பாய்வு செய்வதிலும், ஒழுங்குபடுத்துவதிலும் அந்நிய வடிவங்கள் ஒதுக்கப்படலாம். நான் மீட்பின் இறையியல்களைச் சுருக்கித்

தந்திருக்கும் முறை பலபேருக்கு எரிச்சலை அளிக்கலாம். ஆனாலும் ஒருவித பயணத்தில் ஈடுபடுபவர்கள் மற்றவர்களின் பயணங்களுடன் தொடர்பு வைத்து அவர்களது அனுபவங்களை அறிவதிலும் அப்பயணங்களை ஒழுங்குமுறைப்படுத்திப் புரிந்து கொள்ளச் செய்யும் கூர்மையான முயற்சிகளிலும் தோல்வி அடைகிறார்கள் என்றே நான் சந்தேகப்படுகிறேன். இம்மாதிரிக் கற்றல் தங்கள் பயணத்தின் ஒரு பகுதியாக இருக்கும்போது இறையியல் நன்கு வளர்ச்சியடைகிறது. இதன் விளைவாக எல்லா மரபினருக்குள்ளும் முக்கியச் சிந்தனையாளர்கள் உணர்த்துவது போன்ற ஒரு புதிய சிந்தனைத் தீவிரம் உருவாகிறது. இந்த இயலின் இறுதிப்பகுதி, இந்தக் கோட்பாட்டை கிறித்துவத் திற்கு அப்பாலும் நீட்டித்துப் பிற மீட்புவழிகளுக்கும் கொண்டு செல்லும்.

பல மீட்புகள்

நான் கிறித்துவ இறையியலை வருணித்ததன் நோக்கம் ஓர் ஒன்று பட்ட கொள்கை இத்துறையில் சாத்தியமில்லை என்பதனை விளக்கவே. ஒருவர் கிறித்துவத்திற்கு அப்பாலும் சென்று வேறு வித மீட்பு (அல்லது பொருத்தமான வேறு சொல்) வழிகளை ஆராயும்போது இந்த இயலாமை இன்னும் அதிகப்படுகிறது. இருப்பினும் ஒழுங்குமுறைப்பட்ட புரிந்துகொள்ளல்கள் அர்த்த மற்றவை எனக் கருதாவிட்டால் அப்படிப்பட்ட முயற்சிகள் கடினமானவை, தெளிவாக்கப்பட வேண்டியவை, வாழ்ந்து பெற்ற மீட்பின் பன்முகத் தீவிரங்களுடன் பல பகுதிகளாகப் பிரிக்கப்பட்டு, பணிவோடு வைக்கப்பட வேண்டியவை என்பதே முடிவு.

இதிலிருந்து எழும் இலட்சியத்தை நான் பார்க்க முனை கிறேன். முன்பகுதியின் தொடர்ச்சியாக, கிறித்துவத்தில் மீட்புடன் தொடர்புபட்ட தகுதியான இறையியல் ஒன்றை மேற்கொள்ள என்ன தேவைப்படுகிறது என்பதை. எடுத்துக்காட்டாக புத்த மதம். அடிப்படையாக இந்த விவாதத்தில் அர்த்தபூர்வமாகப் பங்குகொள்வோருக்குத் தேவையானது கிறித்துவத்திலும் புத்த மதத்திலும் மீட்பிற்கான சாதனங்களைப் பற்றிய மேலறிவும், அப்பயணங்களின் இருத்தலியல் சார்ந்த தீவிரங்களும் பற்றிய

அறிவும். இவ்விரு மரபுகளிலும் சம அளவு தேர்ச்சியுள்ள பங்கேற்பாளர்களைக் காண்பது அரிது. எனவே இவ்விரு துறைகள் சார்பான கல்வி இருபக்கமும் தேவைப்படுகிறது. இந்த இயலிலும் முன் இயல்களிலும் நான் கிறித்துவ இறையியலில் தேர்ச்சி பெற என்ன தேவைப்படுகிறது என்பதை விளக்கியிருக்கிறேன். அது மொழியைப் போலவும் அதனுடன் தொடர்புள்ள கலாச்சாரம் போலவும் மிகச் சிக்கலானதாகக் காணப்பட்டிருக்கும். அதனால்தான் ஒரேநேரத்தில் பல மதங்கள் பற்றிய இறையியலை நான் விளக்குவதற்கு விருப்பமின்மையைக் கூறியுள்ளேன். இன்னும் சில பத்திகளில் புத்த மதத்தைப் பற்றிய ஒரு குறைந்த அளவு அறிவேனும் பெறுவது எவ்வளவு கடினமானது, கிறித்துவத்துடன் அதை ஒப்பிடும் போது எவ்வளவு கஷ்டங்கள் ஏற்படுகின்றன என்பதை விளக்கும் போது என் தயக்கம் உறுதிசெய்யப்படும் என்றும் நம்புகிறேன்.

புத்த மதத்திலும் கிறித்துவத்திலும் மீட்பு: ஒப்பீட்டு இறையியல் பணிக்கு நான்கு தேவைகள்

இந்நூல் வரிசையின் ஒன்றான தாமியென் கோவ்ன் எழுதிய பௌத்தம் - ஒரு மிகச் சுருக்கமான அறிமுகம் என்ற மிகச் சிறப்பான படைப்பை நான் எனக்கு வழிகாட்டியாகக் கொள்கிறேன். புத்த மதத்தினைக் கற்பதில் ஈடுபடுவோரே அதனை விளக்குவதிலும் வகைப்படுத்துவதிலும் எவ்வளவு சிக்கல்களைச் சந்திக்கிறார்கள் என்பதைக் கூறி அவர் தொடங்குகிறார். அதன் உள்ளார்ந்த பன்முகத் தன்மையைக் காலங்கள், இடங்கள், மரபுகள், சிந்தனைக் குழுக்கள், இனங்கள் போன்றவற்றால் விளக்குவதோடு அது எவ்வாறு 'மதம்', 'தத்துவம்', 'வாழ்க்கை வழி', 'அறவியல் ஒழுங்குமுறை' போன்ற எந்தச் சொல்லிற்கும் ஒத்துவராததாக உள்ளது என்றும் காட்டுகிறார். கிறித்துவத்துடன் ஒப்பிடும்போது கடவுள் அல்லது தெய்விகம் என்ற கருத்துகளும்கூட உதவுவதில்லை. ஏனெனில் கிறித்துவ அர்த்தத்தில் புத்த மதத்தை ஓர் ஆத்திக மதம் என்று சொல்ல முடியாது. கிறித்துவ மீட்பின் இறையியல் பற்றி முன்பு சுருக்கமாகப் பேசியதில் கண்டதுபோல இதுபோன்ற சிக்கல்கள் கிறித்துவக் கோட்பாடுகளிலும் உண்டு: படைப்பு, விதி, பாவம்,

இயேசு கிறிஸ்து, திருச்சபை, மறுமைக் கோட்பாடு. இரு சமயக் கருத்துகளும் சில இடங்களில் ஒன்றுபடுவதுபோலத் தோன்றும். ஆனால் இந்த ஒப்புமைகள் ஏமாற்றுபவை என்பது விரைவில் விளங்கிவிடும். புத்த மதத்தில் புத்தர் வகிக்கும் பங்கினின்றும் மிகவேறுபட்ட ஒரு பங்கினைக் கிறித்துவத்தில் இயேசு கிறிஸ்து வகிக்கிறார்: இரண்டிலும் வழிபாடு, பிரார்த்தனை, தியானம் ஆகியவற்றை ஒப்பிடுவது மிகக் கடினம். ஏனென்றால் இவற்றின் அர்த்தங்களும் நடைமுறைகளும் இரு மதங்களிலும் மிக வேறுபட்டவை. உலகத்திலும் மானிட இருப்பிலும் எவை தவறானவை என்பது இரண்டிலும் சில நேரங்களில் ஒத்துச் செல்கிறது, ஆனால் அதிகமான வித்தியாசங்களோடும் காணப் படுகிறது. முக்கிய நூல்கள், அவற்றை மரபாக விளக்கும் முறை, அவற்றின் பயன்பாடு ஆகியவை புத்த மதத்தினரின் சிந்தனை யை உருச்செய்யும் முறை பைபிளிலிருந்தும் கிறித்துவ இறை யியல்களிலிருந்தும் தத்துவங்களிலிருந்தும் பெருமளவில் வேறுபட்டவை (மேலும் புத்த மத நூல்கள் பல மேற்கத்திய மொழிகளுக்குள் பெயர்க்கப்படவில்லை). இது கவலைப்படு வதற்கான யோசனை அல்ல, குறைந்தபட்சம் ஒரு மொழியையும் கலாச்சாரத்தையும் முழுமை பெறக் கற்பதற்குத் தேவையான யுக்திகளும், நீண்டகால ஈடுபாடும் தேவைப்படுகின்ற இந்தப் பணியின் சிக்கலை விளக்கும் செயல்தான்.

மீட்பை (பௌத்தர்கள் நிர்வாணம் என்பார்கள், இதற்குக் கிறித்துவத்தில் இணைச் சிந்தனை கிடையாது) வைத்து நோக்கும் போது இந்தக் கஷ்டங்கள் இன்னும் கூர்மையடைகின்றன. அது அர்த்தப்படுவது அந்தந்த யதார்த்தக் கட்டமைப்பையும் பொருத்திருக்கிறது. இப்பிரபஞ்சத்தைப் பல கோடிக்கணக்கான ஆண்டுகளாகப் பரிணாம, மற்றும் தேய்தல் சுழற்சிக்கு ஆட்பட்ட உலக அமைப்புகளாகப் பார்க்கும் பார்வை பௌத்தத்தில் உண்டு. இதற்குள் பிறப்பிற்கு ஆறு தளங்கள் உள்ளன. ஒருவரது கர்மவினைக்கேற்ப (அவர்கள் செய்த நல்வினை, தீவினை) இவற்றிற்குள் மனிதர்கள் ஊடாடுகிறார்கள். அடுத்து நான்கு மேன்மையான உண்மைகள்-துன்பம், எழுச்சி, இடைநிறுத்தம், மற்றும் எட்டுவகைப் பாதைகள் (நன்னோக்கு, தீர்மானம், பேச்சு, செயல், வாழ்க்கை, முயற்சி, கவனிப்பு, தியானம் ஆகியவை) உள்ளன. புறஒப்பீடு மிகக் கடினமாகத் தோன்றுவது தியானம்

பற்றிப் பேசும்போதுதான். பொதுவாக தியான அமைப்பு ஜானம் (ஞானம்-மெய்ம்மறந்த நிலை) எனப்படும் எட்டுவகையான தியான நிலைகளில் முன்னேறுவது. இவற்றோடு ஏழாவதாக புத்தர் 'உள்ளுணர்வு சார்ந்த ஜானம்' அல்லது 'விபாசனம்' என்பதையும் சேர்த்தார். இங்கு ஆளுமை மாற்றம் ஏற்பட்டுக் கொண்டே செல்லும் ஒரு பாணியை (சுயம் என்பதைக்கூட இது கேள்விக்குள்ளாக்குகிறது) நாம் காண்கிறோம். இதற்குள் புகுந்து அனுபவம் பெறாமல் இதைப் பற்றி ஒன்றும் கூற முடியாது. இதுவும் ஒரு உள்ளொளியில் முடிவடையும் 'தீவிரப் படுத்தலின் ஒரு பயணம்'தான் – இதனை அடையாதவர் இதைப்புரிந்துகொள்ளவோ வார்த்தைகளில் வருணிக்கவோ இயலாது.

நல்லது, புத்தமதத்தின் அறவொழுக்கப் பாதையைக் கடைப் பிடித்து அதனை அடைவதில் தீவிர முயற்சி மேற்கொள்ளலாமே என்ற கவர்ச்சியான எண்ணம் தோன்றுகிறது. ஆனால் கிறித்துவ சமயத்தைக் கடவுளற்ற அறநோக்கமாகப் பார்ப்பதுபோன்று இதுவும் பௌத்த மத முக்கியப் பிரிவுகளுக்குள் தவறானதே. எந்த ஒரு மரபிற்கும் குறுக்குவழிகள் கிடையா. ஒவ்வொரு மரபும் ஒரு தனித்த சிக்கலான சூழ்நிலைக்களம். இவை தங்கள் தங்கள் நூல்களைப் பொருள் விளக்கம் செய்யும் மரபுகளாலும் தங்கள் மரபில் பங்கேற்போரை மாற்றக்கூடிய நடைமுறை வழிகளைக் கடைப்பிடிப்பதாலும் ஏற்படுகின்றன. ஒவ்வொரு மரபிற்கும் தனித்த 'தீவிரப்படுத்தும் பயணங்களின்' தொகுதி இருக்கிறது. அவற்றை வருணிக்கின்ற வழிவகைகளும் இருக்கின்றன.

இறையியல் சார்ந்து இவற்றில் இலட்சியபூர்வமாக எப்படி ஈடுபடுவது?

கிறித்துவத்திலும் பௌத்த சமயத்திலும் காணப்படும் பார்வைகள், தீவிரங்கள் பற்றி நன்கறிந்த, அவற்றைப் பற்றி விவாதிக்கக்கூடிய விவாதக்காரர்கள்தான் இதற்கான முதல் தேவை என முன்னரே சொல்லப்பட்டது.

தங்கள் தங்கள் மரபுகளின் இதயத்திலிருந்து உருவாகும் இறையியல் ஒழுக்கச் சந்திப்பினைக் கண்டறிந்து வரைவது இரண்டாவது தேவை. ஒரு பல சமய உரையாடலில் ஈடுபட

8. அரபாசன மஞ்சுஸ்ரீ, திபெத்திய கலை நாள்காட்டியிலிருந்து 1990

பௌத்தத்திற்கும், கிறித்துவத்திற்கும் வெவ்வேறு காரணங்கள் இருக்கக்கூடும். அவை ஒன்றாக இருக்கத் தேவையில்லை. தங்கள் மரபுக்கு வெளியே இருப்பவர்களை நோக்குவது பற்றியும் இரு மதங்களுக்கும் இடையில் வெவ்வேறு பாதைகள் இருக்கலாம். தங்கள் பாதைகளைப் பற்றி உரையாடலில் ஈடுபடு வதற்கான, அவற்றை ஆழமாக விவாதிப்பதற்கும் கையாளு வதற்குமான-பௌத்த, கிறித்துவத் தலைப்புகளில் பலருக்கு ஈடுபாடு இருக்கலாம்.

மூன்றாவது தேவை, கிறித்துவத்திற்கும் பௌத்தத்திற்கும் பொதுவான சிந்தனையாளர்களை வரவேற்பது. இறையியலிலும் சமய ஆய்விலும் நாம் ஈடுபாடு காட்டும் இரு சமயங்களின் மரபுகளிலும் பங்கேற்பாளர்கள், பங்கேற்பாளர் அல்லாதவர் களை நாம் எப்படி ஈர்த்துக்கொள்வது என்பது ஒரு கூர்மை யான விஷயம் ஆகும். உயர்வு மனப்பான்மைச் சிக்கல்களால் இப்பாதை நிரம்பியுள்ளது. பங்கேற்பாளர்கள் தமக்குத்தான் சமய உள்ளறிவு இருப்பதாகச் சொல்லக்கூடும். மீட்பு பற்றிய விஷயத்தில் இதில் பௌத்த அறத்தையும் தியானத்தையும் பல்லாண்டுகள் பின்பற்றியதால் உண்டான யதார்த்தத்தைப் பற்றிய அனுபவம் என்பதும் அடங்கும். 'புறத்தார்கள்' தாம் சார்பின்றி இருப்பது பற்றியும், அல்லது அதிக நடுநிலையோடு, 'புறவயமாக' ஆராய்வது பற்றியும் சொல்லலாம். இந்த தர்ம சங்கடத்தைப் போக்கும் வழி, மீட்பின் அக்கறையான அடிப் படை வாழ்க்கையை உருவாக்கும் முறை பற்றியதில் 'புறத்தார்' எவரும் இல்லாமல் பார்த்துக்கொள்வதேயாகும். ஒவ்வொரு வரும் குறிப்பிட்ட சில அறச்சார்புகளுடனும், ஒவ்வொரு விதத்தில் வாழ்க்கை யதார்த்தத்தை உள்வாங்கிக் கொண்டும் தான் வாழ்கின்றார்கள். ஆகவே பௌத்தத்திற்கும் கிறித்துவத் திற்கும் அப்பாலானவர்கள் பற்றிய பிரச்சினை என்பது இவ்விரு சமயத்தார்களுக்கிடையிலான பிரச்சினைதான் – அதாவது ஒவ்வொரு சமயத்தைச் சேர்ந்தவர்களும் அந்தந்த மதத்திற்கு 'உள்ளிருப்போர்'தான். பிறரிடமிருந்து கற்றுக்கொள்வதற்கோ பிறருக்குக் கொடுப்பதற்கோ ஏதுமில்லை என்று தங்களைத் தாங்களே பிரித்துக்கொள்பவர்கள்தான் மீட்பின் பல்வேறு வழி களைப் பற்றிய விவாதத்திலிருந்து விலக்கப்படுவோர்.

நான்காவது தேவை, இதில் ஈடுபடுவதுதான்: பன்முக உரையாடலில் ஈடுபடுவது, நடைமுறை ஒத்துழைப்பில் ஈடுபடுவது, எல்லைகளுக்கப்பாலான கற்கும் வழிகளில் ஈடுபடுவது, இவையெல்லாம் எங்கு இட்டுச் செல்கின்றன என்று காண்பது. முன் மூன்று தேவைகளும் முழு அளவில் பூர்த்திசெய்யப்படாவிட்டாலும்கூட இந்நான்காவது முறை அவசியமானது. நம் காலத்தின் ஒரு நம்பிக்கை அடையாளம் சமயங்களுக்கிடையிலான உறவுகள் பற்றி மோசமான தகவல்களே வந்து கொண்டிருக்கும் நேரத்தில், மேற்சொன்ன பல சமய உரையாடலை மேற்கொள்ளும் எத்தனையோ தனிமனிதர்கள், குழுக்கள், நிறுவனங்கள் இருக்கிறார்கள் என்பதுதான். இவற்றின் சில போக்குகளில் சிலவழிகளில் ஈடுபடுவதில் மேற்கண்ட தேவைகள் ஓரளவு வடிகட்டப்படுகின்றன. என்ன நிகழ்கிறது என்பதை வெளிப்படுத்தும் நூல்களும் பெருகி வருகின்றன.

இவற்றால் என்ன நேரிடுகிறது என்பது சில பேர் ஒப்பு இறையியல் வாயிலாக வேண்டுவதுதான்: மீட்பிற்கான வழிகள் பற்றிக் குறிப்பிட்ட அடிப்படைகளின் வாயிலாக மதிப்பிட்டுக் கூறும் ஒரு நுகர்வோர் கையேடு, ஒவ்வொரு பங்கேற்பாளரின் நேர்மையையும் சீர்குலைக்கின்ற பெரும்பாலோர் கருத்து இப்படித்தான். இதற்கு மாற்று, பங்கேற்போர் இரண்டாவது வழியைப் பின்பற்றுவதுதான். அதாவது பிறர் மீது தனது சமயக் கருத்துகளைத் திணிக்காத ஒரு வழி, பிறரைக் கூட்டேற்புச் செய்யாத வழி, அவர்களது பார்வைகளைச் சிதைக்காத ஒரு வழியைக் கண்டுபிடிப்பதுதான். இது நிகழ்ந்துவிட்டால், ஒருவருக்கொருவர் இடையிலான உபசாரத்தினை நேர்மையாகப் பின்பற்றுவோர் அளவில் உண்டாகக்கூடிய, ஏற்பினை அடைவதால் ஏற்படக்கூடிய விளைவுகள்தான்: எல்லாத் தரப்புகளிலும் இது முன்னறிய ஒண்ணாதது. பிறருடன் ஈடுபட்டு அதனால் உண்டாகும் மீட்பின் வழிகளைப் பற்றிய நீண்ட வரலாறுதான்.

மீட்பின் வழிகளைப் பற்றி அறிவதற்கும் உபசரிப்பைக் கடைப்பிடித்தற்கும் இறையியல் மற்றும் சமய ஆய்வு அளிக்கக் கூடியவை யாவை? கல்வித் துறைக்கும், சமயக் குழுக்களுக்கும், சமூகத்திற்கும் பொறுப்புகளை உடையது இந்தத்துறை என வருணித்துள்ளேன் நான். அவற்றின் தேவைகள் இந்த இயலில்

விவரிக்கப்பட்டதுபோல மீட்பு விஷயங்களில்தான் மிகவும் அழுத்தம் தருபவையாக உள்ளன. மீட்பின் எல்லையும், அதன் பன்முகத் தீவிரங்களும் நடப்பு உலகில் உண்மை, அழகு, நடைமுறை சார்ந்த அவசரக் கேள்விகளைப் பலதுறைகளின் ஊடாகச் சமய அர்த்தம், நிகழ்வுகள் வாயிலாக ஆராய சமயத் துறையில் கல்வித்துறையின் ஈடுபாட்டைக் கேட்டு வலியுறுத்து வனவாக உள்ளன. அதுபோலவே அவ்வெற்றின் எல்லை, தீவிரங்கள், அவசரங்கள் ஆகியவை ஒவ்வொரு மரபையும் பிற மரபுகளுடன் ஆழமான தொடர்பில் ஆராய வலியுறுத்து வனவாக உள்ளன. ஆகவே இந்த இயலில் மீட்பு என்னும் தலைப்பில் வருணிக்கப்பட்டவற்றின் குறிப்புகளும் முன்பு இரண்டாம் இயலில் இத்துறையை வடிவமைக்கச் சொல்லப் பட்ட விளக்கத்தையே வலியுறுத்துகின்றன. இந்தத் துறையில் ஒருவர் பொறுப்பான முறையில் ஈடுபடுவது நமது உலகினைக் குணப்படுத்துவதில் அதற்கான வழியைக் கொண்டிருக்கிறது.

பகுதி III
திறன்களும் துறைகளும் முறைகளும்

இயல் 8

கடந்த காலத்திலிருந்து நிகழ்காலத்திற்கு: பிரதிகளும் வரலாறும்

நீங்கள் இறையியலில் ஈடுபட விரும்பினால் எத்தகைய திறன்களும் சிந்தனை முறைகளும் உதவக் கூடும்? முன்னிரு பகுதிகளும் இத்துறையை வரைந்து காட்டியதோடு அதனைச் சற்றே ஆராயவும் செய்தன. அந்த ஆராய்ச்சியின் நோக்கம், இறையியலாளர்கள் சிந்திக்கும் விதம் பற்றிய ஒரு சிறிய அறிமுகத்தைத் தருவதுதான். ஆனால் அந்தச் சிந்தனைக்கு ஆதாரம் என்ன? இத்துறையில் நீங்கள் இப்போதுதான் முதல் முதலாக ஈடுபடுகிறீர்கள் என்றால், நீங்கள் எங்கே தொடங்குவது?

இறையியலில் புதிதாக ஈடுபடுபவர் எதைக் கற்றுக்கொள்ள வேண்டும் என இந்தப் பகுதி காட்ட முனைகிறது. நெருக்கமான சம்பந்தமுடைய இரு விஷயங்களுக்குத் தேவையான திறன் களை இந்த இயல் சொல்கிறது: ஒன்று, பிரதிகளைப் படித்தல், விளக்குதல், அவற்றைப் பயன்படுத்துதல்; இன்னொன்று வரலாற்றைப் படிப்பதன் வாயிலாகக் கடந்த காலத்திற்குள் நுழைய முனைதல். அடுத்த இயல் இறையியலில் பயன்படும் புரிந்துகொள்ளல், அறிதல், முடிவெடுத்தல் போன்றவற்றை விசாரிப்பதோடு, அவற்றில் ஒரு தொடக்கக் கல்வியாளன் எப்படி மேம்படலாம் எனவும் சொல்கிறது. இறையியலில் புரிந்துகொள்ளல், அறிதல், முடிவெடுத்தல் இவற்றில் குறிப் பிடத்தக்க அளவு பிரதிகளோடும் வரலாற்றோடும் சம்பந்தப் பட்டிருப்பதாலும் இந்த இரு இயல்களும் தமக்குள் நெருக்க மாகத் தொடர்புபடுகின்றன.

இறையியலில் பிரதிகள்

ஒரு 'பிரதி' என்பது சொற்களின் தொகுதி. அது ஒரு வாக்கிய மாகவோ, கவிதையாகவோ, நூலாகவோ, கடிதமாகவோ, வழிபாட்டுக் குறிப்பாகவோ, சலவைப் பட்டியலாகவோ இருக் கலாம். சமயக் குழுக்கள், சூழல்கள், தனிப்பட்ட வாழ்க்கைகள் ஆகியவற்றின் உருவாக்கத்தில் முக்கியமான பங்குவகிப்பதால் பிரதிகள் நன்மையையும் தீமையையும் செய்ய அளவற்ற ஆற்றலுடையவை. இறையியல் பிரதிகளைக் கையாளக் கற்பதன் அவசரம், அவை பயன்படுத்தப்படும் தவறான வழிகளால் சாத்தியப்படுத்தப்படுகிறது. புனித நூலுக்குத் தவறான விளக்க மளிப்பது என்னும் பொதுவான தவறைப் பற்றிக் கூறும்போது இதனை ஜான் பௌகர் என்பார் சொல்கிறார். ஒரு பிரதியை (ஒரு செய்யுள் அல்லது வாக்கியம் என்னும் அர்த்தத்தில்) அதன் வரலாற்று, இலக்கியச் சூழலிலிருந்து பிரித்தெடுத்து, காலமோ, சூழலோ, தொடர்புடைய மக்களோ யாருமே அதற்குத் தேவை யில்லாததுபோலவும், அவற்றின் வார்த்தைகள் மட்டும் முழு உண்மையைக் கொண்டிருப்பதுபோலவும் காண்பதில் இத்தவறு வெளிப்படுகிறது:

> கிறித்துவ வரலாற்றில் புனித நூல்களின் வார்த்தைகளுக்கும் உள்ளடக்கத்துக்கும் வரலாறும் ஆளுமைகளும் எவ்வித வேறுபாடு களையும் உண்டாக்காதவை போல புனித நூல்களைப் பயன் படுத்துதல் பயங்கர விளைவுகளை ஏற்படுத்தியுள்ளது. ஒரு பிரதியை அதன் சூழலிலிருந்து பிரித்தெடுத்து அது ஒரு காலங்கடந்த உண்மை என்பதுபோலக் கையாண்டதால், யூதர்களைக் கொலை செய்ததற்குக் கிறித்துவர்கள் புனித நூலின் ஆதரவைப் பெற்றனர் (மத்தேயூ 27:25); அதேபோலச் செய்துதான் கிறித்துவர்கள் தாங்கள் சூனியக்காரிகள் என்று நம்பிய பெண்களைக் கொல்வதற்கும் ஆதரவு பெற்றனர் (யாத்திராகமம் 22:18); அதேபோலப் பிரதியைப் பிரித்தெடுத்துதான் கிறித்துவர்கள் அடிமை முறையையும் கருப்பர் இன ஒதுக்கலையும் நியாயப்படுத்தினர் (ஆதியாகமம் 9:25); இம்மாதிரிப் பிரித்தெடுத்துதான் ஒருபால் சேர்க்கையாளர்களைக் கொல்வதற்கான உரிமையைப் பெற்றனர் (லேவியராகமம் 20:13); இதேபோலச் செய்து ஒரு பனுவற்குறிப்பினின்றும் (ஆதியாகமம் 3:16) கிறித்துவர்கள் பெண்களைத் தங்கள் உடலையோ, நிதியையோ, வாழ்க்கையையோ காப்பாற்றிக் கொள்ளமுடியாத

‘ஒருவகைக் குழந்தைகள்’ என்று சொல்லி ஆண்களுக்கு அவர்களை அடிமையாக்க ஆதரவு பெற்றனர் (ஜான் பௌகர், வாழ்வதற்கு ஓராண்டு- A Year to Live என்ற நூலில்)

இம்மாதிரி எடுத்துக்காட்டுகளைப் பார்க்கும்போது, அல்லது வாழ்க்கையைச் செம்மையாக்க உதவும் வேறு எடுத்துக் காட்டுகளின் உண்மையையும் காணும்போது, தொடங்குவோன் ஒருவன் எவ்வாறு ஓர் இறையியல் பிரதியை அணுகுவது?

சொற்கள் மேற்கொள்ளும் சேர்க்கை

நீங்கள் இப்போதுதான் இறையியலைத் தொடங்குபவர் ஆனால், உங்கள் தாய்மொழியில் படிக்கக் கற்றுக்கொண்டவர் நீங்கள் எனக் கொள்கிறேன். அப்படியானால், ஒரு பொதுப்புத்தி நிலையில் தெரியவந்துள்ளதைத்தான் பல அடிப்படைக் கோட்பாடுகள் தெளிவுபடுத்துகின்றன என்பது நல்ல செய்தி. எல்லாவற்றினும் அடிப்படையான கோட்பாடு, நிகோலஸ் லாஷ் சொல்கின்றது போல, வார்த்தைகள் வழக்கமாக ‘அவை கொள்கின்ற சேர்க்கை யால்’தான் பொருள் பெறுகின்றன (நிகோலஸ் லாஷ், ஒரு கடவுளில் மூன்று வழிகளை நம்புதல் - Believing three ways in one God, 12). பெரும் அளவிலான வார்த்தைகளில் இது உண்மை என்பது புலப்படும் – பிற குறிப்புகள் எதுவும் இன்றி ‘அவர்’ போன்ற சொற்களுக்கோ பலவித உருபுகளுக்கோ எப்படிப் பொருள் கொள்வது? ‘on’ என்ற சொல் ஆங்கிலச் சொற்களோடு வருகிறதா, பிரெஞ்சுச் சொற்களோடு வருகிறதா என்பதைப் பொறுத்து அதன் அர்த்தம் மிக மாறுபடும். ‘படைப்பு’ என்ற சொல்லை இறையியலில் பயன்படுத்தினால் ஓர் அர்த்தம்; புதிதாகச் செய்யப்பட்ட ஒரு தொப்பி படத்தின் கீழ் பயன் படுத்தினால் வேறு அர்த்தம். சரியான அர்த்தத்திற்கு வந்து சேரக் குறைந்தது ஒரு வாக்கியமேனும் தேவை. ஆனால் அந்த வாக்கியம்தான் இருக்கும் பத்தியைப் பொறுத்துப் பல்வேறு அர்த்தங்கள் கொள்ளக்கூடும். அதுபோலவே ஓர் இயலில் ஒரு பத்தியும், ஒரு நூலில் ஓர் இயலும் தங்கள் சூழலைப் பொறுத்துப் பொருள் தரக்கூடும்.

ஒரு வாழ்க்கை வரலாற்று நூலோ, வரலாற்று நூலோ அன்றி ஒரு புதினம் என்றால் நீங்கள் படிப்பதை மிக வேறாகப்

9. சினாயில் கிடைத்த கிரேக்க விவிலிய நூலின் பண்டைச்சுவடி- (இங்கு யோவானின் நற்செய்தியின் தொடக்கப்பகுதி காட்டப்பட்டுள்ளது). இது கன்றின் தோலின் மீது அன்சியல்(ஒருவித சதுர வடிவ) எழுத்தினால் ஒரு பக்கத்திற்கு நான்கு தம்பங்களாக உள்ளது. கி.பி.நான்காம் நூற்றாண்டின் இறுதியில் எகிப்திய மொழியில் எழுதப்பட்டது போலும். சினாய் மலையில் 1844-59 பகுதியில் புனித காதரீன் குருமடத்தில் கண்டெடுக்கப்பட்டது.

புரிந்துகொள்ள முடியும். இதைத்தான் ‘இலக்கிய வகை’யின் பாதிப்பு என்கிறோம். ஆதியாகமத்தின் தொடக்க இயல்கள் வரலாறா, அறிவியல் கூற்றுகளா, சமயக்கூற்றுகளா, புராணிகமா, பெரும் வம்சாவளிக் கதையா, அல்லது வேறொன்றா என்பதைப் பற்றிப் பலவித விவாதங்கள் உள்ளன. நூல்களும் தங்களுக்குள் பலவிதச் சேர்க்கைகளை ஏற்படுத்திக்கொள்ள முடியும். ஒரு தொடரின் ஒரு பாகம், இன்னொரு நூலுக்குப் பதிலுரை, அல்லது விவிலியத்தின் ஒரு பகுதி என்பதுபோல. விவிலியத்தின் ஒரு பகுதியாகச் சேர்ப்பது, அதாவது ‘புனித நூற்றொகை’யில் ஒன்றாக இருப்பது, ஒவ்வொரு புத்தகத்தையும் வாசித்தலை வேறுபடுத்தியுள்ளது. எடுத்துக்காட்டாக, உன்னதப்பாடல்

அல்லது சாலமோனின் ஞானம் என்பது ஓர் அற்புதமான காதல் பாட்டு. ஆனால் யூதர்களோ அன்றித் தொடக்க காலக் கிறித்துவர்களோ நம்பிக்கையாளரின் அல்லது கடவுளின் மக்களின் இதயங்களோடும் ஆன்மாக்களோடும் தொடர் புள்ளது என்று கருதாவிட்டால் அதைப் புனித நூலில் சேர்த் திருக்க மாட்டார்கள். புனித நூற்றொகையின் பகுதியாக இருப்பது வழக்கமாகக் கிறித்துவர்கள் பழைய ஏற்பாடு, புதிய ஏற்பாடு என்பவற்றின் தொடர்புக்கும் அவசியமானது. அவை ஒன்றையொன்று எப்படி விளக்கப் பயன்படுகின்றன என்பதற்கு அவசியம். நாம் ஏற்கெனவே (ஆறாம் இயலில்) புதிய ஏற்பாட்டில் நான்கு நற்செய்திகள் ஒன்றாக இருப்பது அவற்றைத் தனித்தனியே புரிந்துகொள்வதில் எப்படி உதவு கின்றது என்பதைக் கண்டோம்.

புனித நூற்றொகையிலுள்ள நூல்களே (புனித நூற்றொகை யைத் தீர்மானிப்பது, யூதர்களுக்கும் கிறித்துவர்களுக்கும் பலவித சர்ச்சைகளை உள்ளடக்கிய ஒரு நீண்ட செயல் முறை ஆகும்) தாங்கள் சேர்ந்திருக்கும் இடத்தைப் பொறுத்து வெவ்வேறுவிதமாகப் புரிந்துகொள்ளப்படுகின்றன. வழி பாட்டில் பலவித பணிகளை அவை புரிகின்றன – சிறப்பு நாள் களுடனும் அவற்றின் வழிபாட்டுடனும் எவ்வித வாசகங்கள் தொடர்புபடுத்தப்படுகின்றன, வழிபாட்டுப் பாடல்களில் கடவுளின் எவ்விதமான விவிலியப் படிமங்கள் கையாளப் படுகின்றன என்பனவற்றை அவை தீர்மானிக்கின்றன. பல விளக்கவுரை மரபுகள் தோன்றுகின்றன, தங்கள் தங்களுக் குரிய கோட்பாடுகளை ஏற்படுத்திக் கொள்கின்றன – இவற்றுள் தொடர்ந்துவரும் ஒன்று, பிரதியில் பல்வேறு 'தளங்களை' அல்லது 'அர்த்தங்களை'க் காண்பது. எடுத்துக்காட்டாக, எகிப்திலிருந்து இஸ்ரேல் விடுதலை பெறுவது என்பது நேர்ப் பொருளில் விடுதலைப் பயண வரலாற்றைக் குறிக்கிறது என்று கொள்ளலாம். அல்லது பிற எல்லா மீட்புகளுக்கும் (யாவற்றிற்கும் மேலாக, கிறித்துவர்களுக்கு இயேசுவின் வாயிலாகக் கிடைக்கும் மீட்பு) உருவகப் பொருளில் பயன் படுத்தலாம்; முன்னோக்கிப் பார்க்கும்போது சுவர்க்கத்தில் அல்லது கடவுளின் இராச்சியத்தில் கிடைக்கும் மீட்பின் நிறைவைக் குறிக்கப் பயன்படுத்தலாம்; பாவத்திலிருந்து

மேலான பண்புகளை நோக்கி ஒருவன் திரும்புவதைக் குறிக்கும் படிமமாகவும் பயன்படுத்தலாம்.

குறித்த சில நூல்களுக்கும், போதனைகளுக்கும், செயல் முறைகளுக்கும் மட்டும் அழுத்தம் தந்து விவிலியத்திலுள்ள பிற யாவற்றையும் அவற்றின் வாயிலாக விளக்கும் புதிய இயக்கங்களும் எழுந்துள்ளன. 'விசுவாசத்தால் நியாயப்படுத்தல்' என்ற பவுலின் சிந்தனையை மையப்படுத்தியதாலும், தூய ஆவியின் பங்கினை வலியுறுத்தும் பெந்தெகோஸ்துக் கருத்தினாலும் சீர்திருத்த இயக்கத்தில் ஏற்பட்ட செல்வாக்கு பற்றி முன் இயல் குறிப்பிட்டது. இதுபோலவே பெருநிகழ்வுகள் புதிய வாசிப்புகளை உருவாக்குகின்றன – ஜெர்மனியில் யூதப் படுகொலைக்குப் பின்னர் யூதர்களைப் பற்றிய கூற்றுகளுக்குப் புது அர்த்தங்கள் ஏற்படுகின்றன.

ஆகவே விவிலியப் பொருள்விளக்கங்கள் கிளைத்துச் செல்வது முடிவின்றித் தொடர்கிறது. 'படைப்பு' அல்லது 'கடவுள்' ஆகிய சொற்கள் சேருமிடங்கள் எல்லையற்றவை. ஒரு குறித்த காலத்தில் ஒரு குறித்த வாக்கியத்திலுள்ள சொற்கள் எந்த அர்த்தத்தைக் கொண்டன என்பதைத் தீர்மானிப்பது மிக முக்கியம் – ஆனால் அந்த அர்த்தங்களோடு வரம்பு கட்டுவது இயலாத ஒன்றாகும். பால் ரிக்கோர் (Paul Ricoeur) என்னும் தத்துவவாதி கூறுவதுபோல, செவ்வியற் பிரதிகளில் தங்கள் மூலச் சூழலைத் தாண்டியும் செயல்படுகின்ற 'எஞ்சுதல்' அல்லது 'மீவளம்' என்னும் இயல்பு அர்த்தநிலையில் காணப் படுகிறது. ஆகவே புதிய விளக்கங்களும் உரைகளும் எல்லை யற்றுத் தொடர்ந்து செல்லும். பல நூற்றாண்டுகளாகப் புனித நூல்கள் புதியபுதிய சூழல்களில் பயன்படுத்தப்படுகின்றன, அவற்றின் முக்கியத்துவம் என்பது அவை எழுந்த காலச் சூழல்கள் அளவில் அல்லது அவற்றுக்கு இணையான நிகழ்வுகள் அளவில் மட்டுமே சுருங்கிப்போவதில்லை.

ஒரு பெருநூலைக் கையாளத் தெரிந்துகொள்வதற்குத் தொடக்கநிலையாளர்க்குக் கிடைக்கும் அடிப்படைச் சாதனம் விளக்கவுரைதான். விவிலிய நூலில் வைத்துப் பார்த்தால், ஒரு நல்ல விளக்கவுரை, நூலின் பின்னணியை அதன் காலத்தோடும், தொடர்ந்துவரும் விளக்கங்களின் நீண்ட வரலாற்றோடும்

வாசகர்க்கு அறிமுகப்படுத்தும். ஒரு நூலும் அதன் கருவிகளான வார்த்தைகளும் எத்தகைய சேர்க்கையைக் கொண்டிருக்கின்றன என்பதை நுண்ணுணர்வோடு விளக்கவுரை தேடிப் பயன்படுத்து கிறது. இதற்கு கிரேக்க, ஹீப்ரூ ஆய்வுகள், பிற மத்தியக்கிழக்கு அல்லது கிரேக்க இலக்கியத்திலிருந்து ஒப்பீடுகள், தொல்லியல் முடிவுகள், வரலாற்று ஆய்வுகள் எனப் பல்வேறு கல்வித் துறை களையும் அது பயன்படுத்தலாம்.

இதற்கு மிக ஆழ்ந்த புலமை தேவைப்படுகிறது. ஆனால் அடிப்படை விஷயம் தெளிவானது: ஒரு நல்ல உரையோடு ஒரு பிரதியைப் படிக்கத் தொடங்கும் மாணவர் சொற்கள், வாக்கியங்கள், பத்திகள், இயல்கள், நூல்கள், இலக்கிய வகைகள், சூழல்கள், விளக்க மரபுகள், இறையியல்கள் ஆகிய வற்றினூடான முக்கியத் தொடர்புகளைக் கண்டறியும் திறன் களைப் பெறக் கற்றுக் கொள்கிறார். இத்திறன்கள் ஒரு வாழ்க்கை முழுவதும் கூர்மைப்படுத்தப்பட வேண்டியவை, அவற்றைக் கற்றுக்கொள்ளும் ஒரே வழி ஏற்கெனவே அவற்றைக் கற்றவர் களிடமிருந்து நீங்களும் கற்று அவற்றைக் கையாளுவதுதான்.

ஆனால் பல விளக்கவுரைகள் தங்கள் பிரதியின் அர்த்தங் களைக் கறாரான எல்லைக்குட்படுத்தி விடுகின்றன என்பது தான் சோகமானது: அவை 'எஞ்சு பொருளை'த் தேடுவதே யில்லை. இதனால் விளக்கங்களுக்கும் நூலுரைகளுக்கும் கெட்ட பெயர் ஏற்படுகிறது. ஆனால் அவ்வப்போது நமக்கு நன்மணிகளும் கிடைக்கின்றன: நூற்பிரதி இட்டுச்செல்லும் விஷயங்களைச் சிறந்த புலமையோடும் இரசனை நோக்கோடும் இணைத்துத் தேடும் சிறந்த விளக்கவுரை ஒன்று கிடைத்து விடலாம். அப்படிப்பட்ட விளக்கவுரை, நூலுக்குப் பின்னிருப்பது, உடனிருப்பது யாது என்று மட்டும் தேடாமல், எதிரிலிருப்பது, முன்னிருப்பது யாது என்றும் தேடுவதால் அதன் தொடர்பு பல புதிய அர்த்தங்களை அளிப்பதாக உள்ளது. மிகச் சிறப்பாக, அது ஓர் ஆசிரியரின் கடவுள் மீதான பெருவிருப்பத்தைத் தீவிரமாகக் கருத்திற்கொண்டு, அப்பிரதியோடு கடவுளின் ஈடுபாட்டினை அதன் வழிகாட்டும், மாற்றும் திறனை அதன் அர்த்தத்திற்கான திறவுகோலாகக் கொள்ளலாம். உரோமர்களுக்கு எழுதப்பட்ட திருமுகத்திற்கு எர்னஸ்ட் கேஸ்மன் எழுதிய சிறந்த உரையை நான் முதன்முதலாகப் படித்தபொழுது நான் அனுபவித்த

அசைக்கவியலாத கவர்ச்சி, பூரிப்பு, சவால்கள் ஆகியவை இப்போது அப்படியே என் நினைவுக்கு வருகின்றன.

மூலமொழியில்தான் வாசிக்க வேண்டுமா?

ஆரம்ப மாணவருக்கான ஒரு முக்கியக் கேள்வியை நான் தொடாமலே நழுவிவிட்டேன்: விவிலியத்தையும் பிற மூலங்களையும் நீங்கள் அதன் மூலமொழியிலே படிக்கப் போகிறீர்களா? முதலிலேயே இதை எதிர்கொள்வது பயனுள்ளது. ஏனென்றால் ஒரு மொழியைக் கற்பது என்பது ஒரு நீண்ட நிகழ்வு, மிகுதியான முனைப்பும் விருப்புறுதியும் அதற்குத் தேவைப்படுகின்றன. உலகின் பல பாகங்களிலுள்ள பல்கலைக்கழக இறையியல், சமயக் கல்விப் படிப்புகளை நோக்கினால், புனித நூல்களுக்கான மொழிகளில் – அரபு, கிரேக்கம், ஹீப்ரூ, பாலி அல்லது சம்ஸ்கிருதம் – ஏதேனும் ஒன்றையாவது கற்க வேண்டும் என்ற நோக்கிலிருந்து அவை விலகிச் செல்வதைக் காணலாம். ஒவ்வொரு மொழியின் முக்கியத்துவமும் அதன் பாரம்பரியத்திற்கேற்ப வேறுபடுகிறது. சான்றாக, அரபு மொழி தெரியாத எவரும் குரானைப் போதிப்பது பற்றி முஸ்லிம் பாரம்பரியத்தில் நினைத்துப் பார்க்கவும் இயலாது. ஆனால் கிறித்துவப் பாரம்பரியத்தில் கிரேக்கமோ ஹீப்ரூவோ தொடர்ந்து நீண்டகாலப் பகுதிகளுக்குத் தெரியாத சமூகங்கள் உள்ளன. இன்றும் பல கிறித்துவத் திருமறைப் பயிற்சிகளுக்கு இவ்விரு மொழிகளைக் கற்கும் தேவை இல்லை. இன்னும் உயர்நிலைப் புனித நூல் கல்விகளுக்குத்தான் இம்மொழிகளில் ஒன்றையோ சிலவற்றையோ கற்க வலியுறுத்தும்போக்கு உள்ளது. மாணவர்கள் உயர்நிலைக் கல்விக்குச் செல்லவில்லை என்றால் இது நிகழ்வதில்லை.

ஆனால் கிறித்துவத்தைக் கற்பதில் இலட்சியபூர்வமானது கிரேக்கம், ஹீப்ரூ இரண்டையும் கற்பது என்பதில் ஐயமில்லை (மேலும் இலத்தீனையும் மறைநூல் தொடர்பற்ற பிற சில மொழிகளையும் கற்பதும் பயன்படலாம்). சில பல்கலைக் கழகங்களிலும் திருச்சபைகளிலும் இவ்விரு மொழிகளையுமோ அல்லது குறைந்தது ஒன்றையேனுமோ கற்க வேண்டும் என்பது வலியுறுத்தப்படுகிறது. இது எவ்வளவு தூரம் யதார்த்தமான

பயனுடையது என்பதை விவாதிப்பதற்கு முன்னால் இதனால் என்ன பயன் கிடைக்கிறது என்பதைச் சொல்வது நல்லது. கொரிந்தியருக்குப் பவுல் எழுதிய இரண்டாவது திருமடலைப் பற்றி சக ஆசிரியர் ஒருவருடன் சேர்ந்து நான் ஒரு நூல் எழுதிய போது இதற்குச் சாதகமாகக் கிடைத்த அனுபவங்களைச் சொல்ல முடியும் (ஃபிரான்சிஸ் யூங், டேவிட் எஃப். ஃபோர்டு, Meaning and Truth in 2 Corinthians).

திருமடலின் இலக்கிய வகை, நோக்கம், அதற்கும் செப்துவாஜின்த்துக்கும் (பவுல் பயன்படுத்திய ஹீப்ரூ புனித நூல்களின் கிரேக்க மொழிபெயர்ப்பு) உள்ள தொடர்பு, அர்த்தம் (வெவ்வேறு தலைப்புகளில்), வரலாற்றுப் பின்னணி, சமூகச் சூழல், இறையியல் மற்றும் உண்மை என அதன் பல்வேறு அம்சங்களைப் பற்றியும் நாங்கள் எழுதத் தீர்மானித்தோம். அதன் ஒவ்வோரிடத்திலும் நாங்கள் எப்படி மொழிபெயர்ப்பின் பிரச்சினைகளை எதிர்கொண்டோம் என்பது கவர்ச்சியான விஷயம். அதனால் நாங்கள் எங்கள் சொந்த மொழிபெயர்ப்பில் ஈடுபட நேர்ந்தது. அவ்வாறு செய்யும்போது அந்தக் கடிதத்தின் பல்வேறு முக்கிய அம்சங்கள் தெளிவாயின. பிரதியுடன் படைப் பாற்றல் கூடிய முறையில் ஈடுபடும் ஒரு செயல்தான் மொழி பெயர்ப்பு. கிரேக்க மொழியில் உள்ளதாக நாங்கள் புரிந்து கொண்டவற்றை ஆங்கிலத்தில் வெளிப்படுத்த முனைவதே அதன் பல பரிமாணங்களைத் திறக்கின்ற, அதற்கு விளக்க மளிக்கும்போது ஏற்படும் பிரச்சினைகளைச் சந்திக்கின்ற செயலாகும். அந்தப் பிரச்சினைகள் யாவை?

முதலாவது, ஒரு கிரேக்கச் சொல் என்ன உணர்த்துகிறதோ அதேபொருளை ஆங்கிலச் சொல் உணர்த்துவதில்லை. எனவே சாத்தியமாகின்ற மொழிபெயர்த்தல்களோடு நாங்கள் விளை யாட வேண்டியதாயிற்று. பரந்த சூழல்களில் அதே கிரேக்கச் சொல் வெவ்வேறிடங்களில் என்ன அர்த்தத்தில் பயன்படுத்தப் பட்டுள்ளது என்பதைக் கண்டறிந்து, சரியான ஆங்கிலச் சொல் லையோ தொடரையோ தீர்மானிக்க முயன்றோம். ஆங்கிலத் தோடு ஒப்பிட கிரேக்கம் மிக வித்தியாசமான அமைப்பும் இலக்கணமும் கொண்டது.

இரண்டாவதாக, நவீன ஆங்கிலச் சிந்தனைக்குச் சற்றும் இணைகள் இல்லாத சூழல்கள் மற்றும் சிந்தனைப் போக்கு

களுடன் தொடர்புற்றதாகக் காணப்படுகின்ற பவுலின் மொழியி
லிருந்த அதிர்வுகளை நாங்கள் உணரலானோம். அக்கால இளம்
திருச்சபைகள் வலைப்பின்னலின் 'உட்குழு' மொழியை அவர்
பயன்படுத்தினார். நாங்கள் யூகிக்க மட்டுமே கூடிய சூழல்
களுக்கும் சச்சரவுகளுக்கும் தொடர்புக் குறிப்புகள் அவரது
மொழியில் காணப்பட்டன. அவருக்கே உரித்தான விசித்திர
நடையமைப்பும் இருந்தது.

மூன்றாவதாக, எங்கள் புரிந்துகொள்ளல் எப்படிப் பல தலை
முறைகளிலான மொழிபெயர்ப்புகளாலும், விளக்கங்களாலும்,
பயன்பாடுகளாலும் தொடர்புறுத்தல்களாலும் உருவாக்கப்
பட்டிருந்தது என்பதை மூலப் பிரதியுடன் மிக நெருக்கமாகப்
போராடுவது உணர வைத்தது. அவற்றுக்குச் செவி கொடுக்கவும்
மதிப்பளிக்கவும் வேண்டியிருந்தது; அவற்றை நாங்கள் மறந்துவிட
முடியாது; ஆனால் கிரேக்க மூலத்துடன் நாங்கள் புதுப்பித்துக்
கொண்ட தொடர்பினால் அவற்றை இயன்ற அளவு சோதிக்க
வேண்டியிருந்தது. இந்தத் தொடர்பு பல வழிகளில் எங்களுக்கு
விடுதலையளிக்கக் கூடியதாக இருந்ததோடு, பவுலின் ஒட்டு
மொத்தமான பொருள் குறித்து நாங்கள் கொண்டிருந்த யூகங்
களையும் கருத்தாக்கங்களையும் ஒரு புதிய கோணத்தில் பார்ப்
பதற்கு உதவியாகவும் இருந்தது. காலங்காலமாக, மொழிபெயர்ப்
புடன் போராடுவதனாலேயே புதிய இறையியல் வெளிச்சங்கள்
கிடைத்துள்ளன.

மொழிபெயர்ப்பின் ஒவ்வொரு கட்டத்திலும் ஆங்கிலச்
சொற்களை நாங்கள் தீர்மானித்துக்கொண்டே வந்தபோது
நாங்கள் நிராகரித்த மாற்றுச் சொற்களைப் பற்றிய பிரக்ஞையும்
எங்களுக்கிருந்தது. பிரதியின் அர்த்தமும் உண்மையும் பற்றிய
எங்கள் தீர்மானங்களின் பின்னணியில் அவற்றின் இன்மை
அவற்றை ஏன் நிராகரித்தோம் என்ற புரிந்துகொள்ளல் பயன்
தருவதாயிருந்தது.

இப்படிப்பட்ட அனுபவப் பின்னணியில், கிரேக்க மொழி
யை அறிவதில் இரண்டுவிதப் பயன்கள் இருக்கின்றன எனக்
கூறலாம். முன் இயலில் கூறியபடி சொற்களின் சேர்க்கையால்
பொருள் உண்டாகிறது என்பதைப் புரிந்துகொள்ள அது
உதவுகிறது. பவுல் பயன்படுத்திய சொற்கள், பிற கிரேக்கச்

சொற்களோடு சேர்ந்திருந்தன, அவை யாவும் கிரேக்க மொழியைப் பேசிய ஒரு கலாச்சார, மொழிச் சமுதாயத்தோடு பின்னிப் பிணைந்திருந்தன. இரண்டாவது, முரண்படும் மொழியாக்கங்களையும், விளக்கங்களையும் கொண்ட ஒரு நீண்ட பாரம் பரியத்தைச் சந்திக்கும்போது மூலப்பிரதியை அறிந்தாலன்றி, அத்துடன் ஆக்கபூர்வமாக ஈடுபடுவதோ உங்கள் தீர்மானங்களை நம்புவதோ இயலாதது.

இதேபோன்ற விஷயங்களை ஹீப்ரு மொழி கற்பதற்கும் சொல்ல முடியும்-கூடுதலாக இன்னும் சில நன்மைகள் அதில் உள்ளன. ஹீப்ரு மொழியை நெருக்கமாக அறிதல், யூதப் புனித நூல்களின் விளக்கங்கள் என்னும் பெருங்கருவூலத் திற்குத் திறவுகோலாக அமைகிறது.

ஆகவே நமது இலட்சியம் தெளிவாகிறது: ஆழ்ந்து இறை யியலைப் புரிந்துகொள்ளவும் தீர்மானம் செய்யவும் வேண்டு மானால் இந்த மொழிகளை எவ்வளவு நன்றாகக் கற்க முடியுமோ அவ்வளவு நன்றாகக் கற்க வேண்டும் என்பதே அது. ஆனால் எவ்வளவு தூரம் அத்தியாவசியமானது இது?

இதற்கு எதிரான வாதம் இப்படிச் செல்கிறது: பழங்கால மொழிகளில் நல்ல தேர்ச்சி அடைய நீண்ட காலமும் பல வகைத் திறன்களும் தேவைப்படுகின்றன. கிடைக்கும் கால அவகாசத்தில் பலபேர் வழக்கமாகத் தாங்கள் புனித நூல் களைப் படிக்கும் விதத்தில் ஒரு வேறுபாடு ஏற்படுத்தும் அளவுக்கு அம்மொழிகளில் உயர்ந்த தரத்தினை எட்டுவ தில்லை. இப்பெரும்பான்மையினர் சிறந்த அறிஞர்கள் எழுதிய உரைநூல்களைப் படித்தாலே நல்ல தேர்ச்சி அடைய முடியும். பிறகு இதன் வேறுபல துறைகளிலும் கவனம் செலுத்தும் விதமாக அவர்கள் விடுவிக்கப்படுகிறார்கள். மொழிகளைக் கற்பதற்கென அதிக நேரத்தைச் செலவிடாமலே ஒரு முழுமை பெற்ற கல்வியை அவர்களால் அடைய முடிகிறது. புனித நூல்களின் மொழிகளைக் கற்றுத் திறனைத் தக்கவைத்துக் கொள்வதற்குச் சமமான சிக்கலான பணிகள் பல இறையியலில் உள்ளன. ஒருவரே இப்பணிகள் யாவற்றையும் செய்ய இயலாது. பின்னால் அவர்களுக்கு இந்த மொழிகள் தேவைப்படும் களத்தில் ஈடுபட்டால் அவர்கள் படித்துக்கொள்ளட்டும். ஆகவே முடிவு

என்னவென்றால், மொழிகள் இன்றியமையாதவைதான், ஆனால் சிறப்பாக அதில் ஈடுபடுகின்ற சிலருக்கு மட்டும்.

இது கௌரவத்துக்குரிய ஒரு வாதம்தான், மேலும் கிடைக்கும் காலமும் ஆற்றலும் சுருங்கியவையாக இருப்பதால் பயன் வழி நோக்கில் ஒரு வேலைப் பிரிவினையை அடிப்படையாகக் கொண்டு அமைந்துள்ளது. ஆயினும், புனித நூல்களின் ஒரு மொழியையேனும் படிக்காவிட்டால் எதை இழக்கிறார்கள் என்பதைத் தொடங்குவோர் அறிந்துகொள்ளத்தான் வேண்டும். சில நல்ல காரணங்களால் அவர்கள் ஒரு மொழியையும் படிப்ப தில்லை என முடிவு செய்தால் அதற்கு ஈடுகட்டப் பல வழிகள் உள்ளன-உரைகோள் நூல்கள், பிற எழுத்துசார் உதவிகள் போன்றவை. இவற்றையெல்லாம்விடச் சிறந்தது புனித நூல் மொழிகளைப் படிக்கத் தெரிந்த சகமாணவர்கள் அடங்கிய ஒரு குழுவில் சேர்ந்து அந்நூல் விளக்கத்தினை விவாதிப்பது.

நான் ஏன் புனித நூல் மொழிகளைப் பற்றிப் பேசுகிறேன் என்றால், தொடக்க மாணவர்கள் எடுக்க வேண்டிய முக்கியமான முடிவு அவற்றைப் பற்றியதேயாம். ஆனால் பிற மொழிகளுடைய முக்கியத்துவத்தையும் குறைத்துச் சொல்ல முடியாது-குறிப்பாக சமயப் பாரம்பரியங்களில் பயன்படுத்தப்படுவதும் புலமைசான்ற நூல்களை உடையவையுமான மொழிகளை. கிறித்துவத்தைப் பற்றிய ஆய்வில் அவ்வாறு பயன்படக்கூடிய மொழிகள் இலத்தீன், ஆங்கிலம், ஜெர்மன், ஃபிரெஞ்சு ஆகியவை எனலாம்.

இறையியல்சார் பொருள்கோள்

ஒரு நூலை இரண்டாவது முறை நீங்கள் வாசித்தால் அது எவ்வளவு வித்தியாசமாக இருக்கிறது என்று ஆச்சரியப்படுவீர்கள். அதன் கட்டமைப்பு, அதன் கதாபாத்திரங்கள், மிக முக்கியமான நிகழ்வுகள், ஒட்டுமொத்தத் தரம், பிற போன்றவற்றில் உங்களுக்கு வேறு வகையான உணர்வுகளே உருவாகலாம். இதற்குக் காரணம் என்ன? இரண்டாம் முறை படிப்பதும் அதே புத்தகம்தானே?

இக்கேள்விக்கான விடைக்கு இரு பக்கங்கள் இருக்கின்றன. ஒன்று, உங்கள் மறுவாசிப்பு, அந்நூல் புதிய புரிந்துகொள்ளலை யும், விளக்கங்களையும் அளிக்கவல்லது என்பதால் அதன் அர்த்த வளத்தை அறிகிறீர்கள். இரண்டாவது, நீங்கள் மாறியிருக்கிறீர்கள்

என்பதை இது காட்டுகிறது. ஒருவேளை நீங்கள் அப்புத்தகத்தின் முதல் வாசிப்பிலேயே அதன் செல்வாக்கினை உணர்ந்திருக் கலாம், அது இரண்டாவது வாசிப்பில் புதிய பார்வைக் கோணத்தை உங்களுக்கு அளித்திருக்கலாம். ஒருவேளை அந்நூலைப் பற்றி, ஆசிரியரைப் பற்றி, அதன் காலத்தைப் பற்றி விளக்க உரை யாசிரியர் ஒருவரை நீங்கள் படித்திருக்கலாம். ஆகவே அதற்குக் கடந்த காலத்திலும் இப்போதும் அளிக்கப்படும் விளக்கங்களை நீங்கள் அறிய வந்திருக்கலாம். அல்லது விளக்கம் அளிப்பதன் புதிய திறன்களில் நீங்களே பயிற்சி பெற்றிருக்கலாம் அல்லது வாழ்க்கையில் மாற்றம் ஏற்படுத்தக்கூடிய மிக முக்கிய அனுபவம் ஒன்று உங்களைப் பாதித்திருக்கலாம். இதனால் அந்த நூலின் வாசிப்பினால் அல்லாமல், வேறு விதமாக உங்கள் நூல் ஏற்பினை வளப்படுத்தும் மாற்றம் நிகழ்ந்திருக்கலாம். அல்லது, அந்நூல் வேறு மொழியில் இருந்தால், நீங்கள் அந்த மொழியை அறிந்து, மூலத்தோடு மொழிபெயர்ப்பை ஒப்பிடக்கூடிய ஆற்றல் பெற்றிருக்கலாம்.

உரைகோள் என்பது விளக்கமளிக்கும் கலையும் அதன் கொள்கையும் ஆகும். அதன் நோக்கம், ஒரு பிரதியைப் புரிந்து கொள்ளலின் இரு கூறுகளையும்-பிரதியின் உலகம், வாசகனின் உலகம் என்ற இரண்டையும்-இணைத்துக் காண்பதாகும் – மறு வாசிப்பின் அனுபவத்தில் காணப்படுவதைப் போல. இறை யியல் பொருள்கோளுக்கான ஒரு சிறந்த அறிமுகம் கூறுவது போல, 'பொருள்கோள் இரண்டு பிரதேசங்களின்-ஒருபுறம், கையிலிருக்கும் கலைப்படைப்பு அல்லது பிரதி பற்றியது, மறு புறம் அதைப் புரிந்துகொள்ள உதவும் மக்களைப் பற்றியது'. (வெர்னர் ஜி. ஜீன்ராண்ட், Theological Hermeneutics: Development and significance, 1). இந்தப் பிரதேசங்கள் ஒவ்வொன்றும் சிக்கலானவை, மேலும் இவற்றுக்கிடையேயான எதிரெதிர் செயல்விளைவு சிக்கல் தன்மையைப் பெருக்குகிறது.

பொருள்கோள் தெளிவாகவே இந்த இயலின் ஆரம்பத்தில் ஆராயப்பட்ட திறன்களான பிரதிகளின் அர்த்தங்களைச் சொற்கள் வாயிலாகவும் அவற்றின் சேர்க்கைகள் வாயிலாகவும், மொழியியல், இலக்கியக் கல்வி, வரலாறு, தொல்பொருளியல் போன்ற பல்வேறு துறைகளின் உதவியைப் பயன்படுத்தியும் புரிந்துகொள்ளக் கற்றல் போன்றவற்றைத் தழுவிக்கொள்கிறது.

ஆனால் அப்பகுதி (புனித நூல்களின் மொழிகளைக் கற்பதா, வேண்டாமா என்ற விவாதத்தைத் தவிர), பிரதியின் உலகம், வாசகர் உலகம் இவ்விரண்டிற்கும் இடையிலான இயங்கியல் உறவை ஆராய முன்வரவில்லை. ஆயினும் இங்கு மிகப் பெரிய பிரச்சினைகள் உள்ளன. நீங்கள் மறுவாசிப்பில் ஈடுபடும்போது அந்நூலின் சிக்கலான தன்மைக்குச் சில எல்லைகள் உள்ளன- குறித்த ஒரு புத்தகத்தை ஒரு நபர் இரண்டாம் முறை படிக்கிறார். ஆனால் பல்வேறு வரலாற்றுக் காலங்களினூடே செல்கின்ற பல்வேறு கலாச்சாரப் பின்னணிகள், பொருளாதார, சமூகச் சூழல்கள், நாகரிகங்கள், மதங்கள்; சிலநேரங்களில் மனிதர்கள் தங்கள் உயிர்களைக் கொடுக்கவும் தயங்காத அளவு வரலாற்றுக் காரணிகளூடே பொதிந்துள்ள, சக்தி வாய்ந்த மரபுகளாலும் கல்வியாலும் காப்பாற்றப்படும் பல்வித முரண்பாடான விளக்கங்கள்; மேலும் பல்வேறு உரை விளக்கக்காரர்களின் மனநிலை, உளவியல், ஆன்மிக வேறுபாடுகள் போன்ற பல்வேறு சூழல்களினூடே வேறு பல இறையியல் பிரதிகளின் ஏற்பினைச் சிந்தித்துப் பாருங்கள். இந்த உரைகோள் படர்ந்து பரவும் பாங்கு பற்றிய தெளிவு சமீப நூற்றாண்டில் பெருகியுள்ள நிலையில், இறையியல், தத்துவம், வரலாறு, இலக்கியம், பிற மானிட அறிவியல்கள் ஆகிய துறைகளில் பொருள்கோள் ஒரு மிகப்பெரிய வளர்ச்சித்துறையாக உருவெடுத்திருப்பதில் வியப்பில்லை.

கிறித்துவ மரபில் மட்டும் இறையியல் பொருள்கோள் துறையில் (இந்நேரத்தில் பிற சமயங்களுக்கும் இதை ஒத்த சிக்கலான பொருள்கோள் மரபுகள் இருக்கின்றன என்பதை நினைவிற்கொள்வது முக்கியம்) நல்ல புலமை பெறுவதற்கு வரலாற்றினூடே நீங்கள் செல்லவேண்டுவது தேவை. இதன் ஒரு பகுதியாக, மொழி, அர்த்தம், உண்மை, செய்தித்தொடர்பு பற்றிய செம்மையான கல்வி வளர்ந்திருந்த, கிறித்துவத்திற்குப் பிறப்பளித்த ரோமானியப் பேரரசின் ஹெலனிய கலாச் சாரத்தின் பங்களிப்பை அறிவதும், யூதப் புனித நூல்களின் விளக்க மரபுகளின் கொடைகளை அறிவதும் தேவைப்படும். ஹெலனியம், எபிரேயம் என்னும் இந்த இரு இழைகள், கிறித்துவத்தின் உருவாக்கத்திற்கும் (அதனோடு ஒரு பகுதி யாக மேற்கத்திய கலாச்சாரத்திற்கும்), விவிலியம் எழுதப்பட்ட

முறைக்கும், அதற்கு விளக்கங்கள் அளிக்கப்பட்ட முறைக்கும் உதவியுள்ளன. இவற்றின் இடைத்தொடர்புகள் பற்றிய கல்வி மிக சுவாரசியமானதாக அமையும். கிறித்துவ வரலாற்றின் ஒவ்வொரு நிலையும், விவிலியத்தின் ஒவ்வொரு மொழி பெயர்ப்பும், திருச்சபைக்குள் ஏற்பட்ட ஒவ்வொரு கலாச்சார மாற்றமும் இதில் தங்கள் பங்களிப்புகளை அளித்துள்ளன. இவற்றோடு மிக முக்கிய மனிதர்களின் விளக்கவுரைகளும் தங்கள் மேலான செல்வாக்கைப் பதித்துள்ளன. இது வெறும் தொகுப்புச் செயல்முறை மட்டுமல்ல. மிகுந்த அளவு மறதியும், பொருட்படுத்தாமல் ஒதுக்கலும், பெருத்த மோதல்களும் இச்செயல்முறையில் நிகழ்ந்தன. இன்றைய பொருள்விளக்கக் காரர்களின் மீது எந்தக் காலப்பகுதிகளும் எந்த முக்கிய உரைக் காரர்களும் மிகுந்த செல்வாக்குடையவர்களாக இருக்கிறார்கள் என்பதைக் காண்பது ஓர் ஒளிதரக் கூடிய பயிற்சியாக அமையும். சிலர் முதலாம் நூற்றாண்டை விட்டு இருபதாம் நூற்றாண்டிற்கு-இடையில் முக்கியமான எதுவும் நிகழாததுபோலத் தாவி விடுகிறார்கள்; வேறு சிலர் திருச்சபையின் முதல் ஐந்து அல்லது ஆறு நூற்றாண்டுகளுக்கு மிகுந்த தலைமையளிக்கிறார்கள்; இன்னும் சிலர் இன்றைய நோக்கில் மத்திய காலத்தையோ, அல்லது சீர்திருத்த இயக்கத்தையோ, அல்லது நவீன காலத்தையோ கற்பது மிக அவசியம் என்று கருதுகிறார்கள்.

வரலாற்றில் எவ்வித முன்னுதாரணமும் காட்டவியலாத வகையில், வாசகர்களுக்கும் பிரதிகளுக்குமான இடைவினை யில் ஏற்படும் சிக்கல்களில் அதிகமாகக் கவனத்தைக் குவித்தது நவீன காலம்தான். உரைகோளின் கொள்கைகள் மீது மிகுந்த அளவு சிந்தனையைச் செலுத்த இது காரணமாகியுள்ளது. முக்கியமாக ஐரோப்பாவில் பொருள்கோள் வளர்ச்சி ஏற்படக் காரணமானவர் பத்தொன்பதாம் நூற்றாண்டின் இறையியலாளர் ஒருவர்-ஃப்ரீட்ரிக் ஷ்லியர்மேக்கர் (1768-1834). மேலும் சில முக்கியச் சிந்தனையாளர்கள் என வில்லியம் டில்தே (1833-1911), மார்ட்டின் ஹைடெக்கர் (1889-1976), ருடால்ஃப் பல்ட்மன் (1884-1976), ஹான்ஸ் ஜியோர்ஜ் கடமர் (பிறப்பு 1900), பால் ரிக்கோர் (பிறப்பு 1913), யோர்கன் ஹேபர்மாஸ் (பிறப்பு 1929) போன்றவர்களைக் குறிக்கலாம். ஆனால் தொடக்க இறையிய லாளனுக்கு இவற்றில் எது முக்கியம்? மையமான பொருள்

கோள் பிரச்சினைகளில் மிகுந்த எச்சரிக்கையோடிருப்பது மிக முக்கியமானது. பிரச்சினைகளை மனத்தில் உயிர்ப்போடு வைத்திருந்தால், இந்தக் கொள்கைகளின் எளிய அறிவோடு, பொருள்கோள் பற்றிய வினாக்களோடு விளக்கவுரைகளில் ஈடுபடுவது, காலப்போக்கில் சிறந்த இறையியல் ஈடுபாட்டாள னாக வளரத் துணை செய்யும் திறன்களை மெதுவாக உருவாக்கும்.

ஆனால் அப்பிரச்சினைகள்தான் என்ன? ஒரு பிரதியை நீங்கள் சந்திக்கும்போது சிந்திக்கவேண்டிய வழிகாட்டற் குறிப்பு களாக நான் அவற்றைச் சுருக்கித் தருகிறேன்.

பிரதிகளுக்கு விளக்கமளிப்பதற்கான வழிகாட்டல்கள்

1 சொல், வாக்கியம் போன்றவற்றிலிருந்து ஒரு காலத்தின் தொகுதியாக இருக்கின்ற முக்கிய நூல்கள் வரையிலும், பிற்காலங்களின் அவற்றின் ஏற்பு வரையிலும் ஒவ்வொரு அர்த்த அலகிற்குமிடையிலுள்ள இடையுறவுகளைப் பற்றி வினா எழுப்புக.

2 அது வழிபாட்டிலக்கியமா, நீதிக்கதையா, வரலாற்றுச் சாட்சியமா, சட்டமா, தீர்க்கதரிசனமா, போற்றிப்பாடலா, கடிதமா, விவேக அறவுரையா, பிரார்த்தனையா, வேறேதாவதா என அந்தப் பிரதியின் இலக்கிய வகை பற்றி வினா எழுப்புக.

3 பிரதியின் ஆசிரியர் பற்றிக் கேள்வி எழுப்புக. ஒரு பிரதியைப் புரிந்துகொள்வதற்கு ஆசிரியரைப் பற்றிப் புரிந்துகொள்வது எவ்வளவு அவசியம் என்பதைப் பற்றிய விவாதம் உண்டு. இருந்தாலும், ஆசிரியரின் உள்நோக்கம் என்ற அளவில் ஒரு பிரதியின் அர்த்தம் மட்டுப்படாவிட்டாலும், குறைந்த பட்சம், அந்த ஆசிரியர் என்ன சொல்ல முனைகிறார் என்பதையாவது அறிந்துகொள்ள வேண்டும். குறிப்பாக மற்ற நூல்களின் வாயிலாக, அந்த ஆசிரியரைப் பற்றிக் கொஞ்சமேனும் அறிதல், அவரது உள்நோக்கம் என்ன என்பதை அறிய மிக உதவியாக இருக்கும்.

4 பிரதியின் காலச்சூழலைப் பற்றி வினவுக. சூழலென்பது அக்காலப் பகுதியின் பின்னணியில் நிகழ்ந்த சம்பவங்களை மட்டுமல்ல, அப்பிரதியின் படைப்பு நிகழ்ந்த நிலைமைகள்-அக்காலச் சமூக இயக்கம், அதன் பொருளாதார ஒழுங்கமைவு,

அதன் கலாச்சார அமைப்பு, அதன் சமூக உளவியல் போன்ற வற்றை உள்ளடக்கியதும்தான். இன்னொரு காலத்தின் அல்லது கலாச்சாரத்தின் 'பொதுப்புத்திக்குள்' நுழைவது புலமையின் ஒரு சிறந்த கலையாகும்.

5. இன்றைக்கும் அந்தப் பிரதியின் உற்பத்திக்கும் இடையிலான காலப்பகுதி பற்றி வினவுக: இடையில் குறுக்கிடும் விளக்கங்களால் (அவற்றின் சூழலையும் கணக்கிலெடுத்துக் கொண்டால்) எவற்றை அறிய முடியும்?

6. உங்களைப் பற்றி வினவிக் கொள்க. உங்கள் சொந்த யூகங்கள், முற்சார்புகள் பற்றி நேர்மையாகச் சிந்திக்க. எவரும் நடுநிலையாளர் கிடையாது, எங்கோ எதிலோ நின்று கொண்டிருக்கிறார்கள். இந்தப் பிரதியின் விளக்கவுரையைப் பாதிக்கக் கூடிய பிரச்சினைகளில் நீங்கள் எங்கே நிற்கிறீர்கள்? உங்கள் பின்னணி, அதன் சிறப்பான ஈடுபாடுகள், சார்புகள் இவற்றைப் பற்றி என்ன சொல்ல இயலும்? குறித்த பிரதியில் உங்கள் 'ஆர்வம்' என்ன? ஏன் இதில் ஈடுபட்டிருக்கிறீர்கள்?

7. பிரதியின் உண்மையைப் பற்றி வினவுக. இந்தக் கேள்வியைச் சிலர் அடைப்புக்குள் இட்டுவிடுகிறார்கள். ஆனால் அது பொது விதியல்ல: இது மெய்ப்பிக்க வேண்டிய ஒரு கேள்வி. அடுத்த இயலில் இதைப் பற்றிய விவாதம் தொடரும். எல்லா வற்றினுக்கும் மேலாக, அப்பிரதியின் இறையியல் உண்மை பற்றிய வினா உள்ளது. எத்தனை இறையியலாளர்கள் இறையியல் உண்மைகள் பற்றிய கேள்விகளே எழுப்பாமல் புனித நூல்களுக்குத் தொகுதி தொகுதியாக விளக்கவுரைகளை எழுதியிருக்கிறார்கள் என்பது விந்தையானது.

8. 'சந்தேகபூர்வமான' கேள்விகளைக் கேட்க – பிரதியைப் பற்றியும் உங்களைப் பற்றியும். நாம் தவறிப் போகவும் நம்மை நாமே ஏமாற்றிக் கொள்ளவும் எத்தனையோ விதமான வேறுபட்ட வழிகள் உள்ளன. அதற்கு எச்சரிக்கையாக இருக்க இந்த வழிமுறை தேவை. இக்காலத்தில் 'சந்தேகத்தின் உரைகோள்' என்பதைப் பற்றிய ஆர்வம் மிகுந்துள்ளது. எப்படிப் பிரதிகளும் அவற்றின் உரைகளும் ஏமாற்றுபவை யாகவும், திசைதிருப்புபவையாகவும், ஒடுக்குபவையாகவும் இருக்கக் கூடும் என்பதை ஆராயும் துறை இது. 'சந்தேகத்தின்

சிந்தனையாளர்க'ளான மார்க்ஸ், நீட்ஷே, ஃப்ராய்டு, ஃபூக்கோ போன்றோர் தீவிரமாக ஐயப்படும் ஓர் ஒளியூட்டல் மரபினை வளர்த்திருக்கிறார்கள். தாங்கள் உண்மையற்றதான, ஆரோக்கியமற்றதான, ஒடுக்குமுறை சார்ந்ததான மரபுகளி லிருந்து மக்களை விடுவிப்பதற்கு முயன்ற 'எதிர்மறை-மரபாக' இதனைக் காண இயலும். விவிலிய விளக்கங்கள் இதன் பாதிப்புக்குப் பெருமளவு உள்ளாகியிருக்கின்றன. நீங்கள் அச்சந்தேகங்களைச் சந்தேகத்தின் சிந்தனையாளர்கள் மீதே திருப்பினாலும், அவர்கள் எழுப்பிய வினாக்களைச் சந்தித்தே ஆக வேண்டியுள்ளது. கொள்கையாளர்களில் செல்வாக்கு வாய்ந்தவராகிய பால் ரிக்கோர், மரபுகளைத் தீவிரமாகப் புறக்கணிக்கும் சந்தேகவாதிகளின் கொள்கை களையே சந்தேகப்படும் 'காத்தலின் பொருள்கோள்' என்பதற்கும் சந்தேகத்தின் பொருள்கோளுக்குமிடையே ஒரு தொடர்ந்த இழுவிசை இருப்பதைக் காண்கிறார். இவ்விரண்டையும் ஒன்றிணைக்கும் சாத்தியம் உண்டு என்று அவர் நினைக்கவில்லை; ஆனால் அவர் காத்தலின் பொருள் கோளுக்கு முதன்மை தருகிறார்; இருப்பினும் சந்தேகக் கொள்கையின் தீவிர கேள்விகளை அவர் மறப்பதில்லை.

9 பிரதியில் கற்பனையடிப்படையிலான, நடைமுறைசார்ந்த உட்குறிப்புகள் என்னென்ன என்பதை வினவுக. பிரதிகள் பலவித வழிகளில் மாற்றங்களை விளைவிக்க வல்லவை யாகவும், ஏற்புடையவையாகவும் இருக்கக் கூடும். ஒரு வளமான பிரதியைப் படிக்கும்போது உங்களைச் சுற்றித் தன்னிச்சையான வேலியொன்றை நீங்களாக எழுப்பிக் கொண்டாலொழிய, அது அர்த்தம், அழகு, உண்மை, நடைமுறைச் செயல் இவை சார்ந்த உங்கள் முழு உலகத் துடனும் தொடர்புபட்டியங்கும். ஒரு பிரதியை மட்டும் நீங்கள் விளக்குவதாக நினைக்கவே முடியாது: உங்களை யும் உங்கள் உலகத்தையும் அது கேள்விக்குள்ளாக்கி விளக்கங்கள் தரும். மொழி மற்றும் பிரதிகள் வாயிலாக மக்களை மாற்றமடையச் செய்யும் உறவில் இருக்க விரும்பும் ஒரு கடவுளைச் சாட்சியப்படுத்தும் பிரதிகளைப் பொறுத்தவரை இக்கூற்று இன்னும் உண்மையாகும்.

இவை யாவும் கடினமான தேவைகளாகப் படக்கூடும், ஆனால் இன்றைய நவீன உரைக் கொள்கைகளுக்கு முன் பல நூற்றாண்டுகளாக நல்ல உரையாசிரியர்கள் செய்து வந்த வகைமாதிரியான விஷயங்களை நீங்களும் பின்பற்றுகிறீர்கள் என்பதை நோக்குவதற்குத் தேவையான ஓர் எச்சரிக்கைப் பட்டியலாக இது அமைகின்றது. எடுத்துக்காட்டாக, உங்கள் ஈடுபாடு, குறித்த சில பிரதிகள் எவ்வகையான கடவுளைச் சாட்சியப்படுத்துகின்றன என்பதைக் காண்பதாயின், சில கேள்விகள் பொருத்தமற்றவையாகத் தோன்றக்கூடும்- எடுத்துக்காட்டாக, ஒரு பிரதியில் காணப்படும் நிலவியல் பற்றிய நுட்பக்குறிப்புகள், உங்கள் முடிவுகளைப் பெருமளவு பாதிக்காது. ஆனால் இம்மாதிரித் தோற்றக் கடினப்பாடு களில் காணப்படும் இன்னொரு கூறு பத்தாவது வழிகாட்டற் குறிப்புக்கு நம்மை இட்டுச்செல்கிறது.

10 விளக்கவுரைக்காரர்களின் சமூகம் ஒன்று உங்களுக்குத் தேவை என்பதை அறிந்தேற்கவும். இதுவரை கொடுக்கப் பட்ட வழிகாட்டல்கள் அனைத்தையும் ஒரு தனிநபரே செய்ய இயலுவது போன்ற தனிப்பட்ட ஆளுமை முறையிலும் பயன்படுத்தலாம். ஆனால் இங்கு இதுவரை சொல்லப் பட்ட நீங்கள் என்பது ஒருமையல்ல, பன்மை. மொழி என்பதே சமூகவயமானது, எனவே உரைகோளும் அப்படியே. நம்மோடு பிற உரைக்காரர்களும் எப்போதுமே இருக் கிறார்கள், அவர்கள் பிரதி வாயிலாகவோ அன்றி நேராகவோ. நீங்கள் ஒன்றுக்கு மேற்பட்ட உரைச் சமூகங்களிலும் இருக் கலாம். பொதுவாகக் கிறித்துவ விவிலியத்தை உரை விளக்கம் செய்வோர், ஒரு கல்விச் சமூகத்திலும், சமயச் சமூகத்திலும் உறுப்பினர்களாக இருப்பது கண்கூடானது. ஆனால் கல்விச் சமூகத்திலுள்ள பலர் ஒரு ‘எதிர்மறை மரபின்’ பகுதியாகவோ அன்றி சமயச்சார்பற்றவர்களாகவோ இருப்பதும் உண்மையே. ஆனால் உங்கள் தொடர்புகள் எத்தகையவை ஆனாலும், குறித்த விஷயங்களில் அவர் களோடு நீங்கள் மாறுபட்டாலும், நீங்கள் நம்புகின்ற ஒரு அல்லது ஒன்றுக்கு மேற்பட்ட சமூகக் குழுக்களில் நீங்கள் பங்கேற்காமல் பயனுள்ள விளக்கவுரைகள் இயலும் என எதிர்பார்க்க முடியாது. ஒரு கல்விச் சூழலில் மூத்த, அனுபவம்

வாய்ந்த விளக்கவுரையாளர்களிடம் நீங்கள் பயிற்சி பெறுவதன் வாயிலாக இத்தகைய சமூகங்களில் உங்களுக்கு அனுமதி கிடைக்கும். இத்தகைய பயிற்சியாளர் மரபுகளின் ஆரோக்கியம், உற்சாகம் இவற்றைப் பொறுத்து நிறைய விஷயங்கள் ஏற்படுகின்றன.

ஆகவே நீங்கள் இறையியலில் தீவிரமாகவே ஈடுபடத் தொடங்கிவிட்டீர்களானால், இன்னும் சில முக்கியமான கேள்விகள்: யாருடன் நான் ஈடுபடுவது? இத்துறையில் மிகச் சிறப்பானவர்களோடு யார் என்னை அறிமுகம் செய்வார்கள்? உங்கள் பெற்றோருடனான தொடர்பைப் போலவே, இதிலும் கருத்துமாறுபாடும், கலகங்களும் உண்டு. ஆனால் முதலில் அதற்குப் பெற்றோர் வேண்டுமல்லவா? ஆனால் புலமையுலகத்தில் நாம் யாரைப் 'பெற்றோரா'கத் தேர்ந்தெடுத்துக் கொள்கிறோம், நமது 'சகோதர-சகோதரிய'ராக எவர் இருப்பார்கள் என்பதைத் தேர்ந்தெடுக்கும் வாய்ப்பும் பொறுப்பும் கூடுதலாகக் கிடைக்கின்றன.

வரலாறு

மானிடப் பழங்காலத்தில் என்னென்ன நிகழ்ந்தன என்பதைக் கண்டறியும் முயற்சியே வரலாறு என மிக எளிமையாக வரையறுத்தால், ஒரு வரலாற்றாளனாக இருப்பதற்குரிய பல திறன்களை இந்த இயலின் தொடக்கப் பகுதியிலேயே பார்த்து விட்டோம். காரணம் என்னவென்றால், மானிடப் பழமையில் நிகழ்ந்த பலவற்றிற்குச் சாட்சியங்கள் பிரதிகள் வடிவிலேயே உள்ளன. எனவே பிரதிகளுக்கு விளக்கமளிப்பது என்பது வரலாற்றாசிரியனாக இருப்பதன் ஒரு முக்கியமான, அவசியமான பகுதியாகும். வரலாறும் உரைகோளும் தங்களுக்குள் சிக்கலான பல வழிகளால் ஒன்றையொன்று பயன்படுத்திக் கொள்கின்றன. உரைகோள் நிலையிலிருந்து நோக்கினால், வரலாறு பிரதிகளுக்கு விளக்கமளிக்க உதவ முடியும். வரலாற்று நிலைப்பாட்டிலிருந்து நோக்கினால் பிரதிகளும் அவற்றின் விளக்கங்களும் பழங்காலத்தில் என்ன நிகழ்ந்தன என அறிவதன் ஒரு பகுதியே. ஒரு தொடக்க நிலையாளன் எப்படி வரலாற்றுத் துறைக்குள் புகுவது?

மூலங்களும் கதைகளும்

முன்பகுதி நிறைவுபெற்ற விதம் ஒரு சிறந்த எடுத்துக்காட்டாகும்: நல்ல வரலாற்றாசிரியர்களிடம் பயிற்சியாளனாகச் சேர்வது. நல்ல வரலாற்றாசிரியர்களிடம் சேர்ந்தபின் நிகழும் கொடுக்கல் வாங்கல்கள், விவாதங்கள், செய்து காட்டல்கள், எடுத்துக் கொண்ட வேலையைத் திறம்பட முடித்தல் என்பவற்றிற்கு இணையே கிடையாது. அப்படிப்பட்ட கற்றல்முறையில் என்ன நேர்கிறது என்பதைச்சுட்டிக்காட்டுவது பயனுள்ளதாக அமையும்.

'கல்விசார்' மற்றும் 'விமரிசனபூர்வ' வரலாறு என்பதை அறிவது முக்கியமானதாகும். வாய்மொழி மூலமோ, எழுத்து மூலமோ எல்லாச் சமூகங்களும் தங்கள் பழங்காலத்தை நினைவுகூரும் வழிகளை வைத்துள்ளன. தாங்கள் தங்கள் அனுபவ எல்லைக்கு அப்பாலான காலங்களில் நிகழ்ந்தவற்றை ஞாபகம் வைத்துச் சொல்வதன் வாயிலாகவோ, கண்டுபிடிக்க முயல்வதன் வாயிலாகவோ, பழமையின் அடிப்படையிலான கதைகளைச் சொல்வது மூலமாகவோ தனிப்பட்ட நபர்களும் வரலாற்றாசிரியர்களே. இதனை விமரிசனத்துக்கு முந்தைய வரலாறு எனலாம்-அப்படிச் சொல்வது அதன் முக்கியத் துவத்தைக் குறைவுபடுத்துவதல்ல. ஆனால் விமரிசனபூர்வ வரலாறு என்பது பலவகைகளில் வித்தியாசமானது.

ஒரு குறித்த காலத்தில் மெய்யாகவே என்ன நிகழ்ந்தது என்பதைத் தீர்மானிப்பது, அதற்கான மெய்ம்மைகளை நிர்ண யிப்பது என்பது சம்பந்தமான விஷயங்களை அறுதியிடும் நோக்கத்தைக் கொண்ட ஒரு கூட்டு முயற்சிதான் விமரிசனபூர்வ வரலாறு ஆகும். அது முதற்கண் மூலங்களை கவனிப்பது. தொல்பொருள் ஆய்வுச் சான்றுகள், பழங்காலப் பொருள் எச்சங்கள், அக்காலத்திலும் பிறகும் செய்யப்பட்ட பதிவுகள், கல்வெட்டுகள், வரலாற்றுக் குறிப்புகள், நாட்குறிப்புகள், இலக்கியம், கலைகள், சட்டங்கள், செய்தித்தாள்கள் வாயிலாகக் கிடைக்கும் எவ்வித சாட்சியங்களையும் எடுத்துக்கொள்கிறது. என்ன நிகழ்கிறது, அதன் முக்கியத்துவம் என்ன என்பதைக் கவனிக்காதிருப்பினும், எத்தகைய மறைமுக சாட்சியத்தையும், அது எடுத்துக் கொள்கிறது. மூலங்களை அவற்றின் காலப் பின்னணியில் வைத்துப் புரிந்துகொள்ள வேண்டும். என்ன

நிகழ்ந்தது என்பதற்கான சாட்சியமாக அவற்றின் மதிப்பென்ன என்பதை உணர்வது தேவை. விமரிசனபூர்வ வரலாற்றுக்கு மூலங்களை விமரிசனபூர்வமாக மதிப்பிடும் செயல்முறை மிக மையமானது. முடிவுகளை எடுக்க, ஒரு சான்று எந்தக் காலத்தைச் சேர்ந்தது என மதிப்பிடுவதும் உயிரானவையாகின்றன. ஆறாம் இயலில் இயேசு தொடர்பான ஒரு சான்று தரப்பட்டது: புதிய ஏற்பாட்டில் சேர்க்கப்படாத சில நற்செய்திகள் எக்காலத்தைச் சேர்ந்தவை என்பது பற்றி ஆழமான கருத்து வேறுபாடுகள் உள்ளன. காலக்கணிப்பு பற்றிய இந்த முடிவால் வரலாற்று இயேசுநாதரின் வடிவம் பாதிப்புக்குள்ளாகிறது.

மூலங்களை விமரிசனபூர்வமாக மதிப்பிடும் செயலோடு கண்டடைந்த சான்றுகளுக்கிடையே அர்த்தபூர்வமான தொடர்பு களை உருவாக்கி ஒரு நம்பகத்தன்மை வாய்ந்த கதையை உருவாக்கும் முயற்சியும் நிகழ வேண்டும். ஒரு குறித்த காலப் பகுதியின் 'பொதுப்புத்திக்குள்' தன்னை இயல்பாக உணரும் அளவிற்கு ஒரு வரலாற்றாசிரியன் அதில் 'மூழ்கியிருப்பது', மூலங்களை மதிப்பிடுவதைப் பாதிப்பது போலவே, அடையப் படும் தீர்வுகளின் தன்மையையும் பாதிக்கிறது. அதுபோலவே அக்காலப் பகுதியையோ அதன் சில கூறுகளையோ மீட்டுருவாக்க முற்பட்ட பிற வரலாற்றாசிரியர்களின் பணிகளும் உள்ளன. இவ்வாறு ஒருங்கிணைத்த கூறுகள் கதை ரூபத்தில்தான் இருக்க வேண்டுமென்பதல்ல – புள்ளியியலும், பிற மானிட அறிவியல் களும் உள்ளன. எடுத்துரைப்பு ரூபமான வரலாற்றை விமரிசனம் செய்தாலும், வரலாற்று முடிவுகளை காலப்போக்கில் என்ன நிகழ்ந்தது என்னும் கதை வடிவமாகச் சொல்வதே அடிப்படை யான வடிவம் என்பதில் இன்னும் வரலாற்றாசிரியர்கள் மத்தியில் ஒருமிப்பு உள்ளது.

ஆகவே தொடக்க வரலாற்றாசிரியனாக முயலும் மாணவருக்கு மூலங்களை விமரிசனபூர்வமாக மதிப்பீடு செய்வதும், என்ன நிகழ்ந்தது என்பதைப் பற்றிய நம்பகமான ஒரு கதையை உருவாக்குதலும் உயிரான இரு விஷயங்கள் ஆகும்.

தீர்ப்பினை உருவாக்கலும் முடிவுகளை எடுத்தலும்

வரலாற்றை விவாதிக்கும்போது முன் இயல்களிலிருந்து கொடுக்கப்

பட்ட ஓர் எடுத்துக்காட்டு, இயேசுவைப் பற்றியதும் ஏற்கப்படாத நற்செய்திகளைப் பற்றியதும் ஆகும். குறித்த மெய்ம்மை பற்றிய தீர்ப்புகள் இறையியல் விவாதங்களுக்கு முக்கியமானவையாக அமைவதற்குக் கிறித்துவத்திலும் மற்ற மதங்களிலும் எல்லை யற்ற, இயலக் கூடிய வேறு எடுத்துக்காட்டுகளும் உண்டு.

ஆனால் சில சர்ச்சைகள் பிறவற்றைவிடச் சிக்கலானவை, பன்முகத்தன்மை கொண்டவை. முன்நவீனத்தன்மை, நவீனத் தன்மை, பின்நவீனத்தன்மை பற்றி முதல் இயலின் கூற்று களைப் பார்க்கவும்: அவை மெய்ம்மைகள் அடிப்படையிலான வரலாற்றுத் தீர்ப்புகள் பலவற்றை உள்ளவாறே ஏற்கின்றன, ஆனால் சிறப்பு நுணுக்கம் வாய்ந்த வரலாற்றாசிரியர்கள் என்பவர் களின் தகுதித் திறனாகக் கருதக் கூடியவற்றிற்கு அப்பாலும் வெகுதூரம் செல்கின்றன. அதுபோலவே இயல் இரண்டில் குறிப்பிடப்பட்ட கிறித்துவ இறையியலின் ஐந்து வகைகளுக் குள்ளும் அல்லது அவற்றில் ஏதேனும் ஒன்றிரண்டைப் பற்றியும் ஆராய நன்கு வளர்ச்சியடைந்த வரலாற்றுப் புரிந்துகொள்ளல் தேவைப்படுகிறது. திரித்துவமாகக் கடவுளைக் காண்பதாகிய கிறித்துவப் புரிந்துகொள்ளலின் வளர்ச்சி பற்றி இயல் மூன்றில் சொல்லப்பட்ட கதையும், ஏழாம் இயலில் மீட்பின் அணுகு முறைகள் பற்றிச் சொல்லப்பட்டனவும் வரலாற்றடிப்படை யிலான பணிகள்தான். இந்த எடுத்துக்காட்டுகள் ஒவ்வொன்றிலும் மாணவர் நிகழ்காலத்தில் இருப்பவர். ஆனால் அறிவார்த்த மாகவும் கற்பனாரீதியாகவும் கடந்த காலத்திற்குள் செல்லவும் முயற்சி செய்ய வேண்டும். செய்யப்படும் தீர்ப்புகளிலும் முடிவு களிலும் தவறு ஏற்பட்டால் பெரும் பிரச்சினைகள் உருவாகும். ஆகவே இவை இறையியல், அறவியல் மற்றும் பிற துறைகள் சார்ந்த மதிப்பீடுகளுடன் நெருக்கமாகப் பிணைக்கப்பட்ட வரலாற்றுத் தீர்ப்புகளையும், நுழைபுலத்தையும் நாடுகின்றன.

'வரலாற்று மெய்ம்மைகள்', 'மதிப்புகள்' இவற்றினிடையே தெளிவான வரையறையை வேண்டும் வரலாற்றாசிரியர்களும் பிறரும் உண்டு. தொல்லை என்னவென்றால், மெய்ம்மைகள் எனச் சொல்லப்படுவனவற்றை முடிவுசெய்வதிலும் மதிப்புகள் செயல்படுகின்றன என்பதே. 'வெற்றுத் தகவல்கள்' என்பன வற்றிலிருந்து மெய்ம்மைகள் என்பனவற்றைத் தீர்ப்பிடுவ தற்குள் பெரும் பாய்ச்சல் நிகழ்கிறது. அதைவிட முக்கியமானது,

வரலாறு எவ்வளவுக்கெவ்வளவு சிக்கலானதாகவும் பலதளம் கொண்டதாகவும் இருக்கிறதோ, இன்றைக்கான முக்கியப் பிரச்சினைகளை எந்த அளவுக்கு எழுப்புகிறதோ, அந்த அளவிற்கு அதில் மெய்ம்மை-மதிப்பு வேறுபாட்டைக் கடைப்பிடிப்பது கடினமாகிறது. ஆனால் இதற்குக் கண்டிப்பாக முற்சாய்வுகள், சார்புகள் இவற்றின் மோதல்கள் இருந்தாக வேண்டும் என்ற அவசியமில்லை. ஏனெனில் ஏதாவது ஓர் உலகப்பார்வைக்கு ஏற்றவாறு தரவுகள் சரி செய்யப்படுகின்றன. இதனால் அர்த்தப் படுவது என்னவென்றால், வரலாற்றாசிரியனின் சுயம் எனப் படும் உரைகோள், ஒரு முக்கியக்காரணி என்பதுதான். ஒரு வரலாற்றாசிரியனை அனுபவங்கள், பின்னணிகள், ஒழுங்கு விதிகள், மதிப்புகள், நம்பிக்கைகள் ஆகியவை உருவாக்கு கின்றன. வரலாற்றில் ஈடுபடும்போது, குறிப்பாக இறையியலுக்கு மிக அர்த்தபூர்வமானதாகக் கருதப்படுகின்ற வரலாற்றில் ஈடுபடும்போது, இந்த உருவாக்கம் மிக ஏற்புடையதாகிறது. எனவே கூடியவரை அது வெளிப்படையாகச் சொல்லப்பட்டு விவாதிக்கப்பட வேண்டும்.

சிறந்த உரைகோள் ஆசிரியர்களுக்கும் சிறந்த வரலாற்று ஆசிரியர்களுக்கும் இது நன்றாகத் தெரியும். அவர்கள் முற்சாய்வின் பல பரிமாணங்களைப் பற்றி எச்சரிக்கையுடன் இருக்கிறார்கள். முடிவற்ற (ஆகவே முடிவற்று விவாதிக்கக் கூடிய) தங்கள் அறிவெல்லைகள், முன்யூகங்கள் ஆகியவற்றின் முக்கியத் துவத்தையும் உணர்ந்திருக்கிறார்கள். நமது முற்சாய்வுகளைப் பகிர்ந்துகொள்ளாதவர்களிடமிருந்து நாம் பல விஷயங்களைக் கற்றுக்கொள்ள முடியும். பிரதிகளுக்கு விளக்கமளிக்கும்போது விவேகமுள்ள, ஆதாரங்களால் ஆதரிக்கப்பட்ட முடிவுகளை எடுப்பதற்கும், வரலாற்று மெய்ம்மைகள், அவற்றின் முக்கியத் துவம் ஆகியவற்றை நிர்ணயிப்பதற்கும் நமது அறிவெல்லைகளி லிருந்து மிக வேறானவையான தன்மைகளைப் பெற்ற பிறருடன் பல ஆண்டுகள் விவாதித்துதான் ஆற்றலைப் பெற முடியும். பன்னிரண்டு வயது செஸ் விளையாட்டு வீரனையோ கணித அல்லது இசை மேதையையோ காண முடியும். ஆனால் அந்த வயதில் இயேசுவின் வரலாற்றுத் தன்மையைப் பற்றி ஆராய்ந்த மிகப் பெரிய உலக வல்லுநர் இருப்பதாகக் கற்பனைகூடச் செய்யமுடியாது. தகவல்களை உள்வாங்குதலுக்குத் தேவைப்

படும் காலம் மட்டுமே இதில் விஷயமில்லை. சிக்கலான ஆய்வுகளுக்கும் விவாதங்களுக்கும் பிறரையும் தன்னையும் உட்படுத்திய பின்னர் முதிர்ச்சிபெற்ற தீர்ப்புகளுக்கும், உண்மை யாக (மிகவும் அரிது!) தோன்றக் கூடிய முடிவுகளுக்கும் வர ஒருவர்க்குத் தேவைப்படும் காலம் அது.

இந்தக் கற்றல் செயல்முறை நம்மைப் பலவிதங்களில் மாற்றவல்லது. மொழியுடனும் வரலாற்றுடனும் கடவுளுடைய ஈடுபாடு என்பது ஆய்வு விஷயமாக அமையும்போது முக்கியப் பிரச்சினைகள் என்னும் தலைப்பைப் பிடித்துச் செல்வோ மானால், நமது இறையியல் எல்லை மற்றும் முன் யூகங்களைப் பற்றிய கேள்விகளை நாம் எதிர்கொள்வது தவிர்க்கவியலாதது. புரிந்துகொள்ளல், அறிவு, பகுத்தறிவுத் தன்மை, விவேகம் போன்றவை எழுப்பும் வினாக்களை எப்படி நாம் சமாளிக்கப் போகிறோம் என்பது அடுத்த இயலுக்கு இட்டுச் செல்கிறது.

இயல் 9
அனுபவம், அறிவு, விவேகம்

இறையியலுக்குப் பயன்படும் புரிந்துகொள்ளல், அறிந்து கொள்ளல் ஆகியவை எப்படிப்பட்டவை? இந்த இயலின் வினா இதுதான். இதுவரை பல வடிவங்களில் அது முன்னாலேயே வந்திருக்கிறது. கடவுளின் மெய்ம்மை பற்றிய வினா என்பது இறையியல் ரீதியாக மிக முக்கியமானது என்பதால் கடவுளைப் பற்றிய இயல் மூன்றில் இதுபற்றி சிறப்புக் கவனம் செலுத்தப் பட்டது. அங்கும் பிற இடங்களிலும் ஏதோ ஒரேவித வடிவமான இறையியல் புரிந்துகொள்ளலும் அறிதலும் இல்லை என்பது தெளிவாக்கப் பெற்றது. ஏனென்றால் இறையியல் கேட்கும் கேள்விகள் வேறு வகையானவை. இயேசு எப்படிப்பட்ட மனிதர்? யதார்த்தத்தைப் புரிந்துகொள்ள மிக அகன்ற எல்லைப் பரப்பு அல்லது வரைவுச் சட்டகம் என்ன? நாம் கடவுளையும் பிற மக்களையும் படைப்பையும் நோக்கி எப்படிப்பட்ட நடத்தையை மேற்கொள்ள வேண்டும்? நமது ஆசைகளை எப்படி வடிவமைப்பது? எப்படி விவிலியத்திற்கு விளக்கம் தருவது? பல்வேறு சமயப் பாரம்பரியங்கள் ஒன்றோடொன்று எப்படித் தொடர்புபடுகின்றன? தீமை பற்றி என்ன சொல்வது? மேற்கண்ட, அல்லது இவற்றிற்குத் தொடர்பான கேள்வி களுக்கு விடையளிக்கப் பல்வேறு துறையறிவுகள், கலைகள், அனுபவங்கள், நடைமுறைகள், மனித சுயத்தின் கூறுகள் ஆகியவற்றின் பங்களிப்பு தேவைப்படுகின்றது. முன் இயல், பிரதிகளின் வாயிலாகக் கிடைப்பது என்ன, நாம் எப்படிப்

பழமையைப் புரிந்துகொள்ளவும் அறியவும் முயற்சி செய்கிறோம் என்று ஆராய்ந்தது. அங்கும் பொருத்தமான பிற காரணிகளின் முழுச் சூழலியல் தேவை என்பது தோற்றம்பெற்றது.

சூழலியல் என்ற படிமம் பன்மையையும் வேறுபாட்டையும் வலியுறுத்தினாலும், தேவைப்பட்ட யாவற்றையும் சொல்லிவிட வில்லை. வேறுபாடுகளை மறுக்கத் தேவையில்லாத, அல்லது குலைக்காத உள்ளுறவுகள், உடனியல்பு உறைவு, தொடர்பு, ஒருமையின் வடிவங்கள் ஆகியவையும் உள்ளன, ஆகவே வறுமை, பின்னப்படுதல், அழகு, உண்மை, நன்மை இவற்றின் நொறுங்கக்கூடிய தன்மை இவற்றினிடையே அனுபவம் கொள்ளல், புரிந்துகொள்ளல், அறிதல் போன்றவற்றின் இறுதி இலக்கு வாழ்க்கைக்கு உருக்கொடுப்பதன் விவேகத்தைப் பற்றியதும் அதற்கு அர்த்தத்தை உணர்வதும் ஆகும்.

உலகம், சுயம், மொழி

முன் இயலில் எழுந்த முக்கியக் காரணிகளைச் சுருக்கிப் பார்த்தால்: ஒரு பிரதியின் அர்த்தத்தை அல்லது கடந்தகாலப் பகுதியொன்றின் யதார்த்தத்தைப் புரிந்துகொள்ளல், அறிதல் ஆகியவற்றில் 'அறியும் பொருள்' (பிரதியும் அதன் அர்த்த உலகமும்) என்பது 'அறியும் தன்னிலை' (விளக்கவுரைக்காரரின் சுயம்) என்பதுடனும், மொழி என்னும் விசித்திர யதார்த்தத் துடனும் பிரிக்க முடியாதவாறு கட்டப்பட்டுள்ளது என்பதே.

அறிவின் தன்மையைக் காணும் தத்துவப் பிரிவுக்கு அறிவுத் தோற்றவியல் என்று பெயர். மேற்குலகின் கடந்த மூன்று நூற்றாண்டுகளில் அறிவுத் தோற்றவியல் பற்றியும் எப்படி உலகம், சுயம், மொழி இவற்றை ஒன்றுக்கொன்று தொடர் புள்ள முறையில் புரிந்துகொள்வது என்பது பற்றியும் சிறப்பாக ஆழமான விவாதம் செல்கின்றது.

கீழ்க்காணும் முக்கோணப் படத்தில் முக்கியப் பிரச்சினை களை மூன்று கோணங்களுக்கிடையில் சுயத்திற்கும் உலகத் திற்கும் இடையில் அறிவு, சுயத்திற்கும் மொழிக்கும் இடையில் அர்த்தம், மொழிக்கும் உலகிற்கும் இடையில் உண்மை என அவை எழும் முறையிலேயே காண முடியும்.

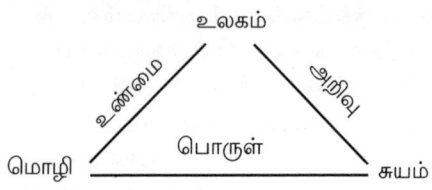

பதினாறாம் நூற்றாண்டு முதலாகப் பத்தொன்பதாம் நூற்றாண்டு வரையில் ஃபிரான்சிஸ் பேகன் (1561-1626), ரெனே டேகார்ட்டே (1596-1650), ஜான் லாக் (1632-1704), டேவிட் ஹியூம் (1711-1776), இம்மானுவேல் காண்ட் (1724-1804), சி.டபிள்யூ.எஃப். ஹெகல் (1770-1831) ஆகியோருடன் இணைத்துப் பார்க்கப்படுகின்ற மேற்கத்திய அறிவுத் தோற்ற வியலின் முக்கிய கவனம் சுயத்திற்கும் உலகிற்குமான உறவைப் பற்றியதாகவே இருந்தது. ஆனால் பத்தொன்பதாம் நூற்றாண்டிலும், குறிப்பாக இருபதாம் நூற்றாண்டிலும் மூன்றாவது கூறாகிய மொழி என்பது தொடர்ந்து பெருகும் முக்கியத்துவத் திற்கு ஆட்பட்டுள்ளது. இவற்றில் ஏதேனும் ஒரு கூறின் மீது மட்டும் கவனத்தைக் குவிக்கும் சில நிலைப்பாடுகள் – தீவிரப் புறநோக்குவாதம், தீவிர அகநோக்குவாதம், அல்லது உலகத்தை யும் சுயத்தையும் மொழியின் கட்டமைப்பாகவே காணும் தத்துவங்கள் போன்றவை உண்டு. இவற்றில் இரண்டின் தொடர்பு களை அடிப்படையாகக் கொண்டோ, அல்லது மூன்றின் இடை வினைகளைக் கொண்டோ காணும் நிலைப்பாடுகளை அதிக அளவு காண முடியும்.

மேற்குறிப்பிட்ட ஆறு சிந்தனையாளர்களின் சிந்தனைகள் மற்றும் சவால்களால் மட்டுமன்றி, இயல்பாகவே அறிவுத் தோற்றவியலின் விவாதத்திற்குள் இறையியல் ஆழமாக ஈடுபட்டுள்ளது. ஒவ்வொரு ஆற்றல் வாய்ந்த தத்துவ அறிவுத் தோற்றவியல் முன்வைக்கப்படும்போதும், இறையியல்தரும் எதிர்வினைகளின் பரப்பு இரண்டாம் இயலில் முன்வைக்கப் பட்ட ஐந்து அடிப்படை வகைகளை ஒட்டியே செல்லும் என்பது யூகிக்கப்படக் கூடியது. அதாவது சில இறையியலாளர்கள் புதிய அறிவுத்தோற்றவியல் அடிப்படையிலான நிலைப்பாட்டை உண்மை, அறிவு, அர்த்தம் இவற்றுக்கான ஆதாரமாக ஏற்றுக்

கொண்டு இறையியல் வினாக்களுக்கு விடை தேடுவார்கள்: பிற சிலர் அதை முற்றிலுமாகப் புறக்கணித்து விடுவார்கள்: இவையிரண்டிற்கும் இடையில் அதன் விமரிசனபூர்வமான பயன்பாடுகள் பல இருக்கும்.

இப்படிப்பட்ட சிக்கலான அறிவுத்தோற்றவியல் என்னும் களத்தில் ஒரு தொடக்க இறையியலாளன் எப்படித் தொடங்குவது? மீதமிருக்கும் இந்த இயலில் இந்தக் களத்தின் அறிமுகத்தை நான் மூன்று வழிகளில் செய்வேன்.

முதலில், இறையியல் மிக எளிமைப்பட்ட, பொருத்தமற்ற அறிதல் பற்றிய கருத்தாக்கங்களால் நிறைந்திருப்பதால் நான் ஒரு சாதாரண, தினசரி காணக்கூடிய ஒரு பொருளை-ஓர் ஆப்பிளை உதாரணமாக எடுத்துக்கொண்டு அதனை அணுகும் எத்தனை விதங்கள் உள்ளன என்பதை எடுத்துக்காட்டுவேன். அந்தப் பயிற்சியில் பெறும் பாடம் வாசகரை நல்ல அறிவுத் தோற்ற வியலின் பரிமாணங்களுக்கு எச்சரிக்கைப்படுத்த வேண்டும்.

இரண்டாவதாக, முன் இயல்களிலே முதன்மையான எடுத்துக் காட்டாக ஆளப்பட்ட கிறித்துவக் கடவுள் கருத்தாக்கத்தை எடுத்து, அந்தக் கடவுளுக்கு நியாயம் செய்யக்கூடிய அறிவுத் தோற்றவியலின் ஓர் எளிய வடிவம் என்னவாக இருக்கும் என வினவ முயல்வேன்.

இறுதியாக, நான் 'விவேகம்' என்பதை நல்ல இறையியலில் அல்லது இறையியல் கருத்துகள் நம்மிலிருந்து மாறுபடக் கூடிய பிறருடன் கொள்ளும் பகிர்தலில் நிகழக்கூடிய புரிந்து கொள்ளல் மற்றும் அறிதல் வகையைக் குறிக்கும் ஒரு தனித்த சொல்லாக முன்வைப்பேன்.

ஓர் ஆப்பிளை அறிதல்

ஓர் ஆப்பிளை எடுத்துக்கொள்க.

இம்மாதிரிப் பொருளுடன் 'ஆப்பிள்' என்ற வார்த்தையைத் தொடர்புபடுத்தியும், பிறகு அதனுடனான இயைபுகளை அனுபவத்தால் – பார்வை, தொடுதல், சுவை, வாசனை முதலியவற்றால் வடிவமைத்தும் முதன்முதலில் ஓர் ஆப்பிள் என்றால் என்ன என்று அறியக் கற்றுக்கொண்டீர்கள். ஆகவே ஆப்பிள்,

மொழி, உங்கள் சுயம் ஆகிய மூன்றும் தொடக்கத்திலிருந்தே இதில் சம்பந்தப்பட்டிருக்கின்றன.

ஆனால் இப்போது உங்கள் முன்னால் வட்டிலில் இருக்கின்ற ஒரு குறித்த ஆப்பிளை அறியும்போது என்ன நிகழ்கிறது? இதனைக் கேட்பது சற்றே செயற்கையாகத் தோன்றுகிறது, காரணம் இந்த அறிதல் செயல்முறை தானாக நிகழ்வது, அதன் கூறுகளுக்கு நாம் வழக்கமாக எந்தக் கவனமும் செலுத்துவதில்லை. ஆனால் அறிதலைப் பற்றி அறிந்துகொள்ள அதில் கவனம் செலுத்த முயற்சிசெய்ய வேண்டியது முக்கியம். இதற்கு உதவியாக தத்துவவாதியும் இறையியலாளருமான பெர்னார்டு லோனர்கன் அளித்த ஒரு மூன்று தள வருணனை இருக்கிறது. அது நாம் தொடங்குவதற்கு உதவி செய்யும். (இந்தத் துறையில் அவரது முக்கிய தத்துவநூல் Insight: A study of human understanding என்பது. அதனை இறையியல் முறைக்குப் பயன்படுத்தும் செயல்முறை நூல் Method in Theology. பிற எல்லா அறிவுத் தோற்றவியல்களையும் போலவே இதுவும் முரண்பாடுகள் உடையதுதான், ஆனால் நாம் சோதித்துப்பார்க்க ஏதோ ஒன்றைத் தருகிறது).

இது ஓர் ஆப்பிளா?

முதல் தளம், ஆப்பிள் சம்பந்தப்பட்ட அனுபவம். முதன் முதலில் பார்த்து இதனைப் பெறலாம். ஒரு வட்டிலில் ஏதோ ஒன்று இருப்பதை நீங்கள் பார்க்கிறீர்கள்.

ஆனால் பார்வை என்பது வெறும் வாயைப் பிளந்த பார்வை யாக இருக்கலாம். ஆனால் ஒரு கேள்வியை நீங்கள் கேட்க (அல்லது மனத்தில் நினைக்க) முற்படும்போதுதான் நீங்கள் அறிய முற்படுகிறீர்கள்-இந்தக் குறிப்பிட்ட எடுத்துக்காட்டில்: இது என்ன?

இப்போது இரண்டாவது தளம் நிகழலாம்: முன்பு கற்ற தொடர்புகள் அனுபவத்தை அளிப்பதால், உங்களுக்கு ஒரு கூருணர்வு (உட்புரிந்துகொள்ளல்) ஏற்படும்: இது ஒரு ஆப்பிள்! இந்தப் பொருளை இப்போது நீங்கள் அறிந்த முறை இது.

ஆனால் உங்கள் உட்புரிந்துகொள்ளல் தவறாக இருக்கலாம். இது பிளாஸ்டிக்கிலோ பிளாஸ்டரிலோ செய்யப்பட்ட ஒரு

போலி ஆப்பிளாக இருக்கலாம். ஆகவே உங்கள் உட்புரிதலைச் சோதித்துக்கொள்ள நீங்கள் மேலும் கேள்விகள் கேட்கிறீர்கள். அதை நீங்கள் தொடலாம், முகர்ந்து பார்க்கலாம், அல்லது கடிக்கலாம்: எப்படி அது தொடுவுணர்ச்சிக்குப் படுகிறது, அதன் மணம் என்ன, அல்லது சுவை என்ன? உங்கள் முதல் உட்புரிதலுக்குள் புதிய உட்புரிதலை இது உருவாக்கலாம்: ஆம் சரிதான்! இதுதான் தீர்ப்புரைப்பது, சோதித்த உள் நோக்கின் தளம். தீர்ப்புதான். தீர்ப்புரைத்தல்தான் அறிதலில் முக்கியமான கட்டம்.

இந்தத் தளத்தில்தான் ஒருவர் தமக்கு அனுபவித்தல், வினா எழுப்பல், புரிந்துகொள்ளல், அதற்குமேல் சோதிக்கும் வினாக்கள் இவற்றாலான நடைமுறையால் அறிவு இருப்பதாகப் பேச முடியும். ஆகவே நாம் சரியான கேள்விகளைக் கேட்டுப் பொருத்தமான கேள்விகளுக்கு விடையளித்திருந்தால் ஆப்பிளைப் பற்றி அதிக முரண்பாடுகள் எழ வாய்ப்பில்லை. ஆப்பிளைப் பற்றி எதுவும் பெரிய பிரச்சினை தோன்ற வழி யில்லை, ஆனால் அக்கேள்விகளும் அவற்றிற்கான விடை களும் எவை என்று தெரியாததால் பிரச்சினை எழ வாய்ப் பில்லை, அனுபவமே அறிவு என்றோ, சோதித்தறியப்படாத புரிந்து கொள்ளல் அறிவு என்றோ நினைப்பது அறிவற்ற தனம் ஆகும். அறிதல் என்பது அனுபவமடைதல் + தீர்ப்பிடுதல் + புரிந்து கொள்ளல். இந்த அறிவியக்கத்தின் இயங்கியல் பரிமாணம் வினா எழுப்புதல்தான்.

இப்போது நீங்கள் ஒரு சோதனை செய்து பார்க்கலாம்: நீங்கள் அறிவேன் என்று சொல்லக்கூடிய இன்னொரு பொருளுக்கு இந்தப் பாணி ஒத்துவருகிறதா என்று பாருங்கள். அனுபவ மடைதல், புரிந்துகொள்ளல், தீர்ப்புக்கூறல் என்ற விஷயங் களோடு முழுதும் வினாக்கள் கேட்கப்படுவது என்பதும் இல்லாமல் எந்த ஓர் அறிவையும் பெற்றிருப்பதாக உள்ளபடியே நீங்கள் கூறிக்கொள்ள முடியுமா?

மேலும் ஆப்பிளைப் பற்றிய கேள்விகள்

இதுவரை நீங்கள் ஆப்பிளைப் பற்றிய ஒரு மிக எளிய கேள்விக்குத்தான் விடை கண்டிருக்கிறீர்கள்-அது என்ன?

அந்த ஆப்பிளை அறிதலுக்கு இன்னும் பல பரிமாணங்கள் உள்ளன. அறிதல் பற்றி நாம் இதுவரை உரைத்த விஷயங்களைச் சோதித்துப் பார்த்ததோடு நாம் ஆர்வம் காட்டுகின்ற வினாக்கள் என்னென்ன என்பதுதான் திருப்புமுனைக் கேள்வி என்பதில் வியப்பில்லை.

சில கேள்விகள் அறிவியல் தேடலுக்கு இட்டுச் செல்லும். பிற பழங்களுடனான தொடர்பில் இதனை எப்படி வகைப் படுத்தலாம்? கீழே போட்டால் அது ஏன் விழுகிறது? அதன் வேதியியல் அமைப்பு என்ன? அதன் மரபியல் அமைப்பு என்ன? அதனை வளர்க்க எந்தவிதப் பருவம் ஏற்றது? மனிதர் களுக்கோ அல்லது விலங்குகளுக்கோ அதன் ஊட்டச்சத்து மதிப்பு என்ன?

சில கேள்விகள் விவசாயம் சார்ந்ததாகலாம். இந்த ஆப்பிள் எப்படிப் பயிரிடப்பட்டது? தெளிப்பான்கள் மூலம் அது பாதுகாக்கப்பட்டதா? எப்படி அந்த மரத்தைச் சீர்செய்து உரமளித்தார்கள்?

சில கேள்விகள் பொருளாதாரம் சார்ந்தவை. எவ்வளவு இதற்குச் செலவாயிற்று? யார் இதனைப் பயிரிட்டவர்கள்? யார் இதைச் சந்தைக்கு அனுப்பினார்கள்? எவ்வளவு இலாபம் இதில் கிட்டியது? ஏன் இவ்வகை ஆப்பிள் மட்டும் கிடைக் கிறது, வேறுவகை கிடைப்பதில்லை? இவற்றைப் பறித்தவர் களுக்குத் தந்த ஊதியம் என்ன? இதற்கு இறக்குமதி வரி செலுத்தப்பட்டதா? இம்மாதிரிக் கேள்விகள் எளிதில் குறைந்த பட்ச ஊதியம், வணிகக் கொள்கை, விவசாயக் கொள்கை போன்ற அரசியல் கேள்விகளோடு இணைந்து விடுகின்றன.

சில கேள்விகள் சமையற்கலை சார்ந்தவையாகலாம். இந்த ஆப்பிளை எப்படிச் சமைக்கலாம்? எந்தவிதக் கீரைகளும் மசாலாப் பொருட்களும் இத்துடன் ஒத்துச்செல்லும்?

சில கேள்விகள் சமூக, கலாச்சார ரீதியானவை. எம்மாதிரிச் நேரங்களில் ஆப்பிளை உண்கிறார்கள்? பவ்வியமாக இதனை உண்பது எப்படி? என் மகள் தன் ஆசிரியர்க்கு இதனைக் கொடுத்தால் அதன் பொருள் என்ன? உங்களை நேசிக்கும் எவரோ ஒருவரிடமிருந்து உங்களுக்கு இந்த ஆப்பிள் கிடைத் தால் அதன் அர்த்தம் என்ன? ஆப்பிள் எதனுடைய குறியீடு?

10. ஆப்பிள்கள். காலம் ஏறத்தாழ 1877-78, பால் செழான் வரைந்தது.

இலக்கியம், திரைப்படம், கலைகள் இவற்றிலிருந்து ஆப்பிள் என்பதோடு நீங்கள் இயைத்துப் பார்க்கும் அர்த்தங்கள் என்ன?

இம்மாதிரிக் கேள்விகள் அழகியல் கேள்விகளோடு இணைந்து விடுகின்றன. இந்த ஆப்பிள் அழகானதா? அதன் வடிவத்தையும் வண்ணத்தையும் எப்படி இன்னும் மேலாக இரசிப்பது? செழான் வரைந்த ஆப்பிள்கள் படத்தைப் பார்த்து இரசித்த பிறகு இந்த ஆப்பிளை எப்படிக் காண்கிறீர்கள்?

வரலாற்றுப்பூர்வமான கேள்விகளும் உள்ளன. இம்மாதிரி ஆப்பிளை முதன்முதலாக எப்போது பயிரிட்டார்கள்? விதை முதலாக உங்கள் மேஜையில் இருப்பது வரை இந்த ஆப்பிளின் வரலாறு என்ன? இது திருடப்பட்டதா? பொருளாதார, விவசாயக் கேள்விகள், வரலாற்றுடனும் பொருத்தமுடையவை.

பிறகு தனிப்பட்ட கேள்விகள் உள்ளன. உங்களுக்கு ஆப்பிள் பிடிக்குமா? உங்கள் கடந்த காலத்திலிருந்து என்ன நினைவு களை இந்த ஆப்பிள் கொண்டுவருகிறது? வெவ்வேறு விதமான ஆப்பிள்களை அவற்றின் மணத்திலிருந்து வேறுபடுத்தி அறிய உங்களுக்குத் தெரியுமா?

ஆப்பிள் கற்றுத்தரும் பாடம்

மேற்கண்ட கேள்விகள் யாவும் ஓர் ஆப்பிள் என்ற பொருளை நேராக அறிவது பற்றியவைதான். இவற்றிலிருந்து அறிதல் பற்றிய எவ்விதமான பாடங்களைக் கொள்ளமுடியும்? நான் எட்டுக் குறிப்புகளைத் தருகிறேன்.

முதலாவது, வேறுபட்ட இம்மாதிரிக் கேள்விகளைக் காணும் போது அறிதலில் சரியான, பல வகையான ஆர்வங்கள் உள்ளன எனத் தெரிகிறது.

இரண்டாவது, இந்த ஆர்வங்களுக்குப் பணி செய்யக் கூடிய பல்வேறுவித சரியான முறைகள் உள்ளன – இயற்கை அறிவியல்கள், மானிட அறிவியல்கள், வரலாறு, கலைகள், தனிப்பட்ட அனுபவம் தரும் சான்றுகள் போன்றவை இதற்கு உதவுகின்றன. ஒருவித அறிதல் முறையை மற்றவற்றினின்றும் மேலானதாகக் கருதும் அபாயமும் உள்ளது. ஆப்பிளை ஒரு சந்தைப்பொருளாகக் காணும் பொருளாதார ஆர்வம், அல்லது குறியீடாகக் காணும் இலக்கிய, கலாச்சார ஆர்வம் ஆகிய வற்றை விட அதனை வேதியியல் ரீதியாக வேதிப்பொருள் களின் கூட்டமைப்பாகக் காணும் அறிவியல் ஆர்வம் ஒருவேளை மேலானது எனப் பாராட்டப்படக் கூடும்.

மூன்றாவது, அறிவு என்பது ஒரேநேரத்தில் தனிப்பட்டது, சமூகவயமானதும்கூட. தனிப்பட்ட பகுதி தெளிவானது (ஒவ்வொருவரும் அனுபவப்படுதல், புரிந்துகொள்ளல், தீர்ப்புக் கூறல்). ஆனால் சமூகப்பகுதி பலநேரம் கவனியாமல் விடப் படுகிறது. மேலே ஆப்பிள் பற்றிக் கேட்கப்பட்ட அத்தனை கேள்விகளுக்கும் நீங்கள் போதுமான விடையளிக்க முனை வதாயின், வேறு பல மனிதர்களின் ஆராய்ச்சி, அறிவு, சாட்சியம் போன்றவற்றின் மீது அதனை அமைக்க வேண்டியிருக்கும். எனவே நாம் அறிந்திருக்கின்ற பல விஷயங்கள் நம்பிக்கையின் மீது உருவானவை. வேறு வார்த்தைகளில் சொன்னால், வேறு எண்ணற்ற மனிதர்களின் அனுபவம், புரிந்துகொள்ளல், தீர்ப்பு ஆகியவற்றை நாம் நம்புகிறோம்.

ஆகவே நாம் என்ன அறிகிறோம் என்பதிலுள்ள முக்கியமான கூறு, யாரை நாம் நம்புகிறோம் என்பது. அறிதலில் செயல்படும் பெரிய அளவான விஷயம், யார் மீது நம்பிக்கை வைப்பது

சரியானது என முடிவு செய்வதாகும். நம்பகத்தன்மையின் அடிப் படையிலான கௌரவம் சிதையும்போது அல்லது அழிக்கப் படும்போது அதிர்ச்சி அலைகள் உருவாகின்றன – எடுத்துக்காட் டாக, ஆய்வு முடிவுகளை அறிவிப்பதில் ஓர் அறிவியலாளரோ ஒரு குழுவான அறிஞர்களோ ஏமாற்றிவிடும்போது, ஒரு மதிப்புப் பெற்ற பார்வை நூல் தவறாக இருக்கும்போது, ஓர் அகழ்வாராய்ச்சியில் தொல்லியலாளர் ஒருவர் சான்றுகளைத் தாமாகவே உருவாக்கும்போது, காவல்துறையினர் ஒருவர் பொய்ச்சாட்சியம் கூறும்போது, ஓர் ஆசிரியர் வேண்டுமென்றே தவறான தகவல்களை அளிக்கும்போது, பெற்றோர் ஒருவர் குழந்தைகளை ஏமாற்றும்போது, நமது கணவரோ மனைவியோ குழந்தையோ பொய்சொல்லிப் பிடிபடும்போது அதிர்ச்சிகள் உருவாகின்றன.

நான்காவது, அறிவு அந்தக் கணத்தில் பெருமளவு நிகழ்வ தாயினும், நமக்குக் காலப்போக்கிலேயே கிடைக்கிறது. அறிவு பற்றி ஆதிக்கக் கருத்து, 'ஒரு பார்வை' என்பதாக அமைகிறது. ஆனால் அந்த ஆப்பிளை 'ஒரு பார்வை'க்கு உட்படுத்தல் என்பது அடிப்படை அனுபவம் ஒன்றையும் தரவில்லை. அதைப் பற்றித் தெரிய வருவது, நீங்கள் கேட்கும் கேள்விகளையும் பயன்படுத்தும் முறைகளையும் பொருத்திருக்கிறது. வினா 'அது என்ன?' அல்லது 'அது என்ன நிறம்?' என்பதாக இருந்தால் உங்கள் பதில் அந்தக் கணமே கிடைப்பதாகவும் சரியாகவும் இருக்கும். ஆனால் பூச்சிகொல்லிகள் எப்படி அதை பாதித்திருக்கின்றன என்பது கேள்வியானால், அதற்கு விடைகாண நேரமாகும். மேலும் வேதியியலில் பல்வேறு துறைகளில் பல ஆண்டுகள் செய்த பணிகளின் ஒருங்கிணைப்பினாலும், பகுப்பாய்வில் பல ஆண்டு பயிற்சி உள்ளவர்கள் கண்டுபிடித்த சோதனைகளாலும்தான் சாத்தியமாகும். பொதுவாகச் சொன்னால், மிக முக்கியமான வகை அறிதல்களாயின் அவற்றிற்குக் காலம் அதிகம் எடுக்கும்: ஒரு மொழியை, ஒரு நபரை, ஒரு கல்வித் துறையை, ஒரு கலையை, ஒரு மதத்தை அறிதல் என்பதுபோல. பல நேரங்களில் அந்தக் கணமே கிடைக்கும் அறிவென்று தோன்றுவதுகூட உண்மை யில் நீண்டகால அனுபவம், புரிந்துகொள்ளல், தீர்மானித்தல் இவற்றின் விளைவாகும். சான்றாக, ஒரு வீக்கத்தை மருத்துவர் பார்த்தவுடனே மிகவிரைந்து நோயறிதலைச் செய்கிறார்.

ஐந்தாவதாக, 'இது ஓர் ஆப்பிள்' என்பதுபோல அறிவின் ஓரலகு தனித்திருப்பது போலத் தோன்றினாலும், மேலும் வினவுதல் அந்த ஓரலகு பிற அலகுகளோடு எவ்வளவு நெருக்க மான தொடர்புடையதாக இருக்கிறது என்பதை விளக்கிவிடும். ஓர் ஆப்பிளை அறிதலே, வினாக்களை எழுப்புவதனாலும், தொடர்புகளைத் தேடுவதாலும், வேளாண்மை, பொருளாதாரம், அரசியல், சமையற்கலை போன்ற பல அறிவியல்களோடு இணைவுறக் கூடும். அறிவின் இந்த இணைவுத்தன்மை ஓரலகின் இயைபினைப் பிறவற்றோடு வைத்துநோக்கி அதன் நம்பகத்தன்மையைச் சோதிக்கும் வழிமுறையைத் தந்திருக் கிறது. இது இயைபியம் (coherentism) எனப்படுகிறது. இப்பார்வை யோடு வரலாற்றுப்பூர்வமான இழுவிசை கொண்ட (எதிரான) ஒரு நோக்கு அடிக்கட்டுமானவியம் (foundationism). மனிதனின் அடித்தளமாக அமையும் சில அனுபவங்கள், நம்பிக்கைகள், அடிப்படை உண்மைகள் ஆகியவற்றின் தனித்தன்மையை வலியுறுத்துவது இது.

ஆறாவது, அறிவின் தொடர்புள்ள தன்மை மேலும் அதிக மாக அறியப்படும்போது அதற்கு இன்னும் இன்றியமையாத தாக மொழி அமைகிறது. ஆப்பிளின் அறிவு பற்றிய விவாதம் முழுதும் மொழியில்தான் நடைபெற்றது, எனவே நாம் விவாதித்த அறிதலின் பல்வேறு வடிவங்களில் மொழி ஒரு முக்கியப் பகுதிக் கூறாக அமைகிறது. சில தீவிரமான பார்வைகள் 'மொழியே யதார்த்தத்தைக் கட்டமைக்கிறது', நாம் அதிலிருந்து ஒருபோதும் வெளிவர முடியாது, நமது சிந்தனைகளையும், பார்வைகளையும் ஊடுருவிச் செல்கிறது, நமது 'உலகத்தை' உருவாக்குகிறது என்கின்றன. பெரும்பாலான நோக்குகள், மொழி தன்னைத் தவிரப் பிற யதார்த்தத்தை எவ்விதம் குறிக்கிறது என்பது பற்றிய கருத்துகளைக் கொண்டிருக்கின்றன, எனவே மொழி எப்படி யதார்த்தத்திற்குத் தொடர்புகொள்கிறது என்பது பற்றிப் பெரும் விவாதங்கள் உள்ளன.

ஏழாவது, மேற்கண்ட நடைமுறை முழுதுமே மானிட அறிதலை அடிப்படையாகக் கொண்டது. தனிப்பட்ட மனிதர்கள் அனுபவித்தல், புரிந்துகொள்ளல், தீர்மானித்தல் என்பவற்றிற்கு அப்பால் 'புறவயமான' புரிந்துகொள்ளல் என ஒன்று கிடையாது, 'புறவயநோக்கு' எனச் சொல்லப்படுவது வழக்கமாக, நம்பகத்

தன்மைகொண்ட ஒரு குழு மெய்யானது எனத் தீர்ப்புக் கூறிய ஒன்றுதான். எனவே அறிதலில் மானிட அடிப்படையிலான நோக்கினை அடைவது – வேதியியலாளர்கள் ஆப்பிளைப் பகுத்தாராயும் பயிற்சி, அல்லது செழானின் தீவிர கலைப் பயிற்சி, மூலங்களை மதிப்பிடவும், என்ன நிகழ்ந்தது என்பதைத் தீர்மானிக்கவும் வரலாற்றாசிரியனின் திறன் போன்றவையும் – இன்றியமையாதது.

எட்டாவது, அறிதலின் இந்த முழுச் செயல்முறையும் தவறாகக் கூடியது. ஒவ்வொரு நிலையிலும் செயலிலும், தவறுகள் நிகழ வாய்ப்புள்ளது. அறியும் பொருள், அறிதல் செயல்முறை போன்றவை எவ்வளவுக்கெவ்வளவு கடினமாக உள்ளனவோ அந்த அளவுக்கு அது களைவதற்குக் கடினமான தவறுகளையும் கொள்ளக்கூடும். ஆனால் நீங்கள் எப்போது தவறு செய்கிறீர்கள் என எப்படி அறிவது? இதற்கு ஒரே வழி, அனுபவமடைதல், வினவுதல், புரிந்துகொள்ளல், சோதித்தல், தீர்மானித்தல் ஆகிய செயல்முறைகள் யாவற்றையும் பிறரது திருத்தலுக்கு வாய்ப் புள்ளதாக வெளிப்படையாகச் செய்வதுதான். அப்படியானால், அறிவு என்பது தவறக் கூடியது மட்டுமல்ல, திருத்தப்படக் கூடியது என்றும் ஆகிறது. தவறுகளைக் கண்டுபிடிக்கும் அதே வழிகளாலேயே அது திருத்தப்படவும் கூடும்.

ஒரு பொருளுள்ள அறிவுத்தோற்றவியல் என்பது மேற்கண்ட அறிதலின் பண்புகளையேனும் நியாயப்படுத்தும் வகையில் அமையும், உலகம், சுயம், மொழி இவற்றின் அர்த்தபூர்வமான தன்மையை அது ஒத்துக்கொள்ளும். பலவிதமான ஆர்வங் களையும் முறைகளையும் அது கணக்கிலெடுத்துக் கொள்ளும். எப்படி அறிதல் சமூகவயமானது, காலவயமானது, தொடர்பு களாலானது என்பதையும் நோக்கும். கணிப்புகள் தவறாகி விடலாமென எப்போதும் எச்சரிக்கையாக இருப்பதாகவும் அமையும்.

ஆப்பிளின் எதிர்காலம்: முடிவுசெய்தலும் செயலும்

ஆப்பிளைப் பற்றி மேலும் ஒரு முக்கியமான வினாஎழுப்பும் தளம் இருக்கிறது: அதை வைத்து நாம் என்ன செய்வது? நாம் செயல்பட முடிவெடுக்கும் தளம் இதுதான். நீங்கள் அதை

உண்ணப் போகிறீர்களா? சமைக்கப் போகிறீர்களா? விதைக்கப் போகிறீர்களா? விற்கப் போகிறீர்களா? ஓவியம் வரையப் போகிறீர்களா? யார் மீதாவது எறியப் போகிறீர்களா? அதைப் பற்றிச் சிந்திக்கப்போகிறீர்களா? அதை வைத்துச் சோதனையில் ஈடுபடப் போகிறீர்களா? சில வகை அறிதல்கள் அதன் மீது செயல்படும் இவ்வகைத் தீர்மானங்களை உள்ளடக்கியவை யாகவே இருந்தன. அதைத் தொடுதல், கடித்தல், அதன் வேதியியலை ஆராய்தல். இம்மாதிரி முடிவுகள் அனைத்தும் ஆப்பிளின் எதிர்காலத்தைப் பாதிப்பவை. ஆப்பிளின் யதார்த்தம் என்பது கடந்தகாலத்தியதும் நிகழ்காலத்தியதும்தானா, அல்லது எதிர்காலத்தியதும் ஆகுமா? எப்படி அறிதல் எதிர்காலத்தோடு தொடர்புறுகிறது?

அனுபவமும் புரிந்துகொள்ளலும் தீர்ப்புக் கூறலும் முடி வெடுத்தல் என்பதோடு தொடர்புறுவதுதான் நிகழ்காலத் திற்கும் எதிர்காலத்திற்கும் இடையிலுள்ள சந்திக்கும் தளம். மெய்யாகவே மிகுந்த நடைமுறை முக்கியத்துவம் வாய்ந்தது இது. ஆப்பிளின் எதிர்காலத்தை இன்னும் நாம் முடிவுசெய்து விடவில்லை. அதன் எதிர்காலத்தை அறிய வேண்டுமானால் அதற்கான விடைகள் நமது முடிவெடுத்தலால் பாதிக்கப்படும் என்பதை அறிய வேண்டும். உண்மையில் நமது அறிதலில் எப்போதும் ஓர் எதிர்காலப் பார்வை இருக்கவே செய்கிறது. கேள்விகளைத் தேடும்போது நமக்குள் ஏதோ ஒரு நோக்கமோ அல்லது ஆர்வமோ இருக்கிறது. எனவே நிகழ்கால அறிதலி லேயே எதிர்காலத்திற்கான திசைப்படுத்தல் உள்ளது. அதுவே நாம் எப்படிக் கேள்விகேட்கிறோம், என்ன கண்டுபிடிக்கிறோம் என்பதை நிர்ணயிக்கும் காரணியாகிறது. எதிர்கால மாற்று களை வெளிப்படுத்துவதில் மொழி சிறப்பாகக் கவனத்திற் குரியது. சுயமும் உலகமும் நடைமுறை முடிவுகளால் மாற்ற மடைகின்றன. சமையல் புத்தகம், ஆப்பிளை வெவ்வேறு விதமாகச் சமைப்பது எப்படி எனச் சொல்கிறது. உண்பவனும் ஆப்பிளும் இரண்டுமே என்ன வகைச் சமையல் என்ற முடிவால் மாற்றமடைகின்றனர். மேற்செல்லும் வாழ்க்கையின் ஒரு பகுதியே ஆன அறிதலில் உலகம், சுயம், மொழி என்ற மூன்றும் ஒன்றாக இணைகின்றன.

ஆப்பிளுக்கு அப்பால்: பொருத்தமான அறிதல்

ஆப்பிளோடு நாம் வெகுநேரம் செலவிட்டுவிட்டோம். அறிதலின் மிக முக்கியமான சில கூறுகளை நாம் உணர்வதற்கு இப்படி எளிமையான ஓர் எடுத்துக்காட்டைக் காண்பது பொருத்த மானதேயாகும். ஆனால் இப்படி அறிமுகநிலை அறிவுத்தோற்ற வியலில் மூழ்குதல் என்பதன் இறுதி நகர்வு நாம் ஆப்பிளுக்கு அப்பால் செல்லும்போது என்ன நிகழ்கிறது என்பதுதான்.

அனுபவமடைதல், புரிந்துகொள்ளல், தீர்ப்புச் செய்தல், முடிவெடுத்தல் ஆகியவை இப்போதும் உள்ளன. ஆனால் வித்தியாசமான பொருட்களுக்கு வித்தியாசமான முறைகள் தேவைப்படுகின்றன- ஓர் இழப்பு, கனவு, ஒரு சட்ட அமைப்பு, ஒரு பாட்டு, அல்லது ஒரு காதலர் போன்றவற்றை அனுப விப்பது ஆப்பிளை அறியும் செயல்முறையிலிருந்து மிக வித்தியாசமானதாக இருக்கும். அவற்றிற்குப் பொருத்தமான வினவல், புரிந்துகொள்ளல், தீர்ப்புரைத்தல், முடிவெடுத்தல் போன்றவையும் வித்தியாசமாக இருக்கும். எடுத்துக்காட்டாக, உணர்ச்சியும் கற்பனையும் வாழ்க்கையில் மிக முக்கியமானவை. நமது அறிதலை ஆழமாகப் பாதிக்கின்றன. ஆனால் ஒரு சாதாரண ஆப்பிளை அறிவதற்கு அவை பொருத்தமானவை அல்ல.

எப்படிக் கலைகளும் பலவித தொடர்புச் சாதனங்களும் நமது அறிவை உருப்படுத்துகின்றன என்பதற்குச் செழானின் ஆப்பிள்கள் ஒரு தொடக்கமாக அமையும். நாவல்கள், திரைப்படங்கள், விடியோக்கள், தொலைக்காட்சி ஆகிய யாவும் நமது உலகச் சித்திரங்களை வடிவமைப்பதில் பங்குவகிக் கின்றன. ஆனால் அவற்றின் வளத்தினை நாம் எப்படி நியாயப் படுத்துகிறோம் அல்லது அவற்றின் மூலமாகப் பெறக் கூடிய வற்றின் நம்பகத்தன்மையை எப்படிச் சோதிக்கிறோம்? மேலே படத்தில் கண்ட முக்கோணத்தின் ஒரு முனையாக மொழியைப் பார்த்தோம். ஆனால் வேறு ஆற்றல்மிக்க தொடர்புச் சாதனங் களின் பிம்பங்கள், இசை, நடனம், சமிக்ஞைகள் போன்ற வற்றால் அறியப்படுவனவற்றையும் சேர்க்குமாறு அதை நாம் விரிவுபடுத்திக்கொள்ள வேண்டும்.

அந்த முக்கோணத்தின்படி, உலகம் என்பது ஆப்பிளைவிட மிகச் சிக்கலானது; தொடர்புச் செய்கையின் ஒரே ஒரு கூறுதான்

மொழி என்பது; மேலும் மூன்றாவது முனையான சுயம் என்பதும் அசாதாரணமான வடிவங்களையும் பரிமாணங்களையும் கொண்ட ஒன்று. நாம் யார், நாம் எப்படி அனுபவத்தை அடைகிறோம் என்பது நமது முன்னாள் வாழ்க்கை, நமது பாலினம், நமது வயது, நமது ஆரோக்கியம், இன்னும் பல டஜன் கணக்கான காரணிகளைப் பொறுத்துள்ளது. சுயம் என்பது எப்போதுமே சமூகவயமானது, ஆகவே எவ்விதப் புரிந்து கொள்ளல் சமூகங்கள், மரபுகள் ஆகியவற்றின் பகுதியாக நாம் இருக்கிறோம் என்பது மேலும் சிக்கல்களை உருவாக்குவது.

இவை யாவற்றாலும் பெறப்படும் மாபெரும் முடிவு ஒன்று உள்ளது: ஒவ்வொரு நிகழ்விலும் செயல்படும் எண்ணற்ற காரணிகளால், தனித்தவற்றிற்கு நமது அறிவு முக்கியத்துவம் அளிக்கவேண்டும். குறிப்பிட்ட விஷயத்திற்கான அறிவைத் தேடுகின்றபோது அதற்கான பொருத்தமான அறிதல்முறையை நாடவேண்டும். அதேசமயம் சுயம், மொழி இவற்றின் பொருத்தமான கூறுகளைக் கணக்கிலெடுக்க வேண்டும். அறிதலின் அமைப்பு, இயங்கியல் பற்றி அனுபவமடைதல், புரிந்து கொள்ளல், தீர்ப்புச்செய்தல், முடிவெடுத்தல் என்பதாக நான் பொதுமைப்படுத்த முனைந்துள்ளேன். அறிதலைப் பற்றிய சுயபிரக்ஞையை உருவாக்க இது உதவும் எனக் காண்கிறேன். ஆனால் இந்தச் செயல்களில் ஈடுபடும்போது எண்ணற்ற வேறுபாடுகள் உள்ளன. ஒரு குறிப்பிட்ட எடுத்துக்காட்டிற்கு அவற்றைச் சொல்வது, ஒரு தோட்டத்தின் வழியை உலகப் படத்தைக் கையில் வைத்துக்கொண்டு தேடுவது போலாகும். உலகப்படங்களுக்குப் பயனுண்டு, ஆனால் நமது வழிகளை அறிதல் என்பது பெரும்பாலும் தோட்டங்கள், உள்ளூர்ப் பாதைகள் ஆகியவற்றைத் தேடுவதுபோல.

ஆகவே 'ஏற்புடைய அறிதல்' என்பதுதான் வழிகாட்டும் சொல். அதைப் பின்பற்றுவது பெருமளவு தொல்லைகளில் கொண்டு செல்லும். ஆனால் அதேசமயம் அறிவுத்தோற்ற வியலின் சேதமுண்டாக்கும் பல தவறுகளிலிருந்து – இவற்றை 'பொருத்தமற்ற அறிதல்' என்னும் தலைப்பில் தொகுக்கலாம் – நம்மைப் பாதுகாக்கும். இறையியலில் இது சிறப்பு முக்கியத்துவம் வாய்ந்தது. அங்கு பல அறிவுத்துறைகள் குவிகின்றன. உணர்ச்சியோடு ஈடுபடும் ஆர்வங்களும் மேற்கொள்ளல்களும்

கேள்விக்குள்ளாக்கப்படும். பெருமளவிலான, நீண்டகால உலகச் சமூகங்களும் மரபுகளும் கவனிக்கப்படும். உலகம், சுயம், மொழி இவற்றின் யதார்த்தமே அபாயநிலையில் இருக்கும். இறையியல் எழுப்பும் அறிதல் பற்றிய வினாக்களை எளிமைப்படுத்தி நோக்கலாமெனத் தோன்றும். ஆனால் இது நம்பிக்கையாளர்கள், நம்பிக்கையற்றவர்கள், கல்வியமைப்புசார் துறைகள் யாவற்றிலும் ஏற்படும் குறைபாடுதான்.

முன் இயலில் பிரதிகள், வரலாறு இவை தொடர்புடைய பொருத்தமான அறிவு என்பது என்ன என்பதைப் பார்த்தோம். (அனுபவம், புரிந்துகொள்ளல், தீர்ப்புச்செய்தல், முடிவெடுத்தல் என்னும் கூறுகளையுடைய லோனர்கனுடைய நான்கு தள அறிவுத்தோற்றவியலைப் பயன்படுத்த அவரது Method in Theology நூலில் ஏழாம் இயல் முதல் பத்தாம் இயல் வரை நோக்கவும்). இந்த இயல் இதுவரை விரிவாக ஓர் ஆப்பிளைப் பற்றி மட்டுமே பார்த்துள்ளது. வரலாறோ, பிரதிகளோ, ஆப்பிளோ யாவும் தனிப்பொருள்களின் மூன்று வகைகள்தான். இறையியலுக்கு ஏற்புடைய மற்ற விஷயங்களுக்குப் பொருத்தமான அறிதல் முறைகளைச் சோதித்து ஆராய்வது மிகச் சுவாரசியமாக இருக்கும். இவற்றில் மானிட நடத்தை, உளவியல்; அரசுகள், சமூகங்கள், பொருளாதாரங்கள், நிறுவனங்கள், கலாச்சாரங்கள்; இயற்கை உலகமும் அதன் பரிணாமமும்; இசை, கட்டடக்கலை, திரைப்படங்கள்-யாவும் அடங்கும். இவை யாவற்றையும் பற்றி ஆழ்ந்த தத்துவ விவாதங்களும் இருக்கின்றன. கடவுளைப் பற்றி அறிவதை மையப்படுத்த நான் இங்கு சில முக்கியமான பரப்பெல்லைகளில் கவனம் செலுத்துகிறேன்.

கடவுளை அறிதல்

கடவுள் தொடர்பாகப் பொருத்தமான அறிதல் என்றால் என்ன? மூன்றாம் இயல் ஏற்கெனவே இக்கேள்வியை எழுப்பியது. கிறித்துவக் கருத்தாக்கமான 'திரித்துவமாகக் கடவுள்' என்பதில் ஈடுபடுவதற்கு முன் 'கடவுள்' என்பதற்கான பல்வேறு அர்த்தங்களை விவாதித்தது. பிறகு அந்தத் திரித்துவக் கடவுளை நிச்சயப்படுத்துவதில் என்னென்ன உள்ளடங்கியிருக்கிறது என்று ஆராய்ந்தது. இந்த இயலில் அறிவுத்தோற்றவியலின்

அடிப்படைகளை அறிந்ததன் ஒளியில் அந்த ஆராய்ச்சியை இன்னும் கொஞ்சம் நீட்டிப் பார்க்கலாம்.

அறியப்படுதல்

ஆப்பிளுக்கும் கடவுளுக்குமான ஒரு வெளிப்படையான வித்தியாசம் என்னவென்றால், ஆப்பிள்போலக் கடவுள் ஓர் உலகப் பொருள் அல்ல. நாம் கண்ணால் நோக்கி உறுதிப்படுத்து கின்ற ஒன்றாகக் கடவுள் இல்லை. அப்படி உறுதிப்படுத்துகின்ற ஒன்று கடவுளாக இருக்கலாம், ஆனால் திரித்துவக் கடவுள் அல்ல. இங்கே சூழல் தலைகீழானது: கடவுளைப் பற்றிய மானிட அறிதலில் மிக முக்கியமான கூறாகக் கிறித்துவர்கள் நம்புவது என்னவென்றால் 'கடவுள் மனிதர்களை அறிந்துள்ளார்' என்பது. ஆப்பிளுக்கு நம்மைத் தெரியாது, நாம் அதை அறிவதில் அது ஏதும் சொல்லப்போவதில்லை. இந்த விஷயத்தில் கிறித்துவக் கடவுள், ஆப்பிளைவிட ஒரு மானிடனைப் போன்றவர். ஆனால் ஒரு மனிதனை அறிவது, கிறித்துவக் கடவுளை அறிவது ஆகியவற்றிலுள்ள வித்தியாசங்களுள் ஒன்று என்னவென்றால், கடவுளை எப்படி நாம் அறிகிறோம் என்பதில் கடவுளுக்கு மிக முக்கியமான ஈடுபாடு உண்டு என்ற நிலைப்பாடு. கடவுளை அறிதல் என்பது அறிபவனைக் கடவுள் ஏற்கெனவே அறிந்திருக் கிறார் என்பதை எப்போதுமே உள்ளடக்கியிருக்கிறது.

எனவே படைக்கப்படுவதில் உள்ளதுபோல இந்தக் கடவுளை அறிவதிலும் உள்ளவாறே ஒப்புக்கொள்ளும் ஒரு தீவிரத் தன்மை, ஏற்புத்தன்மை, சார்புத் தன்மை காணப்படுகிறது. எல்லாவித செயலூக்கமான வினவுதல்கள், தேடுதல், புரிந்துகொள்ளல், தீர்ப்புச் செய்தல், முடிவெடுத்தல் (இயல்கள் 3, 4, 5 ஆகியவற்றின் விவாதங்களைப் பார்க்க) ஆகியவற்றை இது தடுக்கவில்லை. ஆனால் எவ்வாறோ கடவுளை அறியும் செயல்முறை நம் கட்டுப் பாட்டில் உள்ளது என்று நாம் கற்பனை செய்வதை இது தடுக் கிறது. பொருத்தமான அறிதல் என்பது அறிபவர் கட்டுப்பாட்டில் உள்ளது, நிர்ணய அளவுகோல்கள், முறைகள் ஆகியவற்றைத் தேர்ந்தெடுப்பது அவரே என்ற ஒற்றைச் சிந்தனை உள்ளவர்களை இது புண்படுத்தும். ஆனால் அறிய முனைபவர், குறித்த சில வழிகளில் அறியப்பட விரும்புகின்ற ஒரு கடவுளால் ஏற்கெனவே

அவர் அறியப்பட்டவர் என்று எவ்வாறோ நம்பிக்கை வைத்து விட்டார் என்றால், அது அறிதல் முறையை மாற்றியமைத்து விடுகிறது. குறைந்தபட்சம், ஒத்துணர்வு சார்ந்த நம்பிக்கையான 'அறியும்போதே கடவுளால் அறியப்படுதல்' எனக் கற்பனை செய்தலில் பயிற்சி இறையியல் அறிதலில் தேவைப்படுகிறது. இறையியல் சொற்களில், இது படைப்பு, வெளிப்பாடு, கருணை ஆகிய சிந்தனைகளின் உள்ளிருப்பதாக ஒருவர் சிந்திக்கும் முறையை உள்ளடக்கியுள்ளது.

எனினும் இதுகூட ஒரு கிறித்துவத் திரித்துவக் கடவுளை அறிவதற்கான கருத்தாக்கமாக இல்லாமலிருக்கலாம். திரித்துவ மாகக் கடவுள் என்பதை அறிய எப்படி அவை பொருத்தமாக உதவக் கூடும் என்று ஆராய்ந்து பார்ப்பதற்காக முன்பு ஆப்பிளை அறிதல் என்னும் தலைப்பில் பார்த்த எட்டுப் பாடங்களையும் அவற்றை உடனே தொடர்ந்துவந்த முடிவெடுத்தல் மற்றும் செயல் பற்றிய பாடத்தையும், நான் இங்கு ஞாபகப்படுத்துகிறேன்.

கடவுளை அறிய ஒன்பது பாடங்கள்

இந்தப் பிரிவின் நோக்கம், கிறித்துவக் கடவுளை அறிவதற் கான வினாக்கள், மற்றும் நியதிகளின் முக்கியப்பாதைகளைக் கோடிட்டுக் காட்டுவதாகும்.

1. ஆர்வங்களும் வினாக்களும்: மற்றவிதமான தேடல்களில் போலவே இங்கும் மிகப் பொருத்தமான ஆர்வம், உண்மை யைப் பற்றியது. அந்த ஆர்வம், இந்தக் கடவுளைப் பற்றித் திசைப்படுத்தப்படும்போது, ஒட்டுமொத்தமாகப் படைப்பின் தொடக்கம், பண்பு, காப்பாற்றுதல், நோக்கம் ஆகியன பற்றிய உண்மையைப் பற்றியும், இயேசு கிறிஸ்துவைச் சிறப்பாக உள்ளடக்கிய வரலாற்றின் உண்மை பற்றியும், கடவுளின் ஆவியில் பங்கெடுப்பதை உள்ளடக்கிய மனித மேம்படுதலின் உண்மை பற்றியும் வினா எழுப்புதலை உள்ளடக்கியுள்ளது. கடவுளைப் படைப்பவராகவும், காப்பவராகவும், தொடர்ந்த மாற்றங்கள், அருட்பேறுகள் ஆகியவற்றை அளிப்பவராகவும் காண்பது, அனைத்தும் தழுவிய கடவுள் யார் என்ற ஆர்வத்திற்கோ முன்யூகத்திற்கோ இட்டுச்செல்கின்றது. எடுத்துக்காட்டாக, கடவுள் மீதான புனித நூல்களின் சாட்சியம், பிற சாட்சியங்கள்

பற்றிய உண்மை, வெவ்வேறு கிறித்துவத் தீர்வுகளுக்கான சவால்கள், மாற்றுகள் போன்றவற்றை உள்ளடக்கிய வேறுபல தேடல்களுக்கான ஆர்வத்தையும் அவை கொண்டுள்ளன.

ஆனால் 'ஆர்வங்கள்' என்ற சொல் கடவுளை ஆராயும் போது சுயநலத்துடனோ, ஒருசார்புடனோ, முற்சார்புகளுடனோ, அல்லது குறுகிய பார்வையுடனோ ஒருவேளை நாம் செல்லக் கூடிய வழிகளைச் சந்தேகத்தோடு பார்க்க வேண்டும் என்ற ஒரு விமரிசன அழுத்தத்தையும் கொண்டதாகும். கடவுளைப் பற்றிய வினவுதல்கள் இட்டுச்செல்கின்ற ஆய்விற்குத் திறந்த மனத்துடன் இருக்க வேண்டும். அதற்கு எதிரான 'சுயநல ஆர்வங்க'ளால் ஏற்படும் திரிபுகளுக்கு நம்பிக்கையாளர்களோ, நம்பாதவர்களோ எவரும் ஆட்படாதவர் கிடையாது.

2. அறிமுறைகள்: உண்மை மீதான ஆர்வத்துடன் முழுமை யாகத் தேட வேண்டுமானால், பல அறிமுறைகள் பொருத்த மானவை ஆகலாம். பிரதிகளுக்கு விளக்கமளித்தல், படைப்பு பற்றியும் பிற வரலாற்று நிகழ்வுகள் பற்றியும் தீர்ப்புகளைச் செய்தல், வாதங்களை மதிப்பிடுதல், நம்மை நாமே நன்கு புரிந்துகொள்ளல், இன்னும் பலவற்றில் இவை நமக்கு வழி காட்டும். இந்தக் கடவுளின் உண்மை பற்றிய வினாக்களுக்கு அது வரும்போது தன்னை யார் என்று தனது போக்கிலேயே அறிவிக்கும் கடவுளின் சுதந்திரத்துக்கு முன்னால் எல்லா முறை களும் அவற்றின் எல்லையை அடைந்துவிடும் வாய்ப்பிருக்கிறது.

கடவுளின் சுதந்திரம், மனித ஆய்வின் எல்லாவித முறைகள் ஆகியவற்றின் இடையில் காணப்படும் இந்தச் சந்திப்புத்தளம் பற்றிக் கிறித்துவ இறையியலாளர்களுக்குள் ஆழ்ந்த வேறுபாடுகள் உள்ளன. ஒரு துருவத்தில் இந்த முறைகள் முக்கியமானவை அல்ல, ஏனெனில் இவற்றிற்குக் கட்டுப்படாமல் இருக்கக் கடவுளுக்குச் சுதந்திரம் உண்டு, வழக்கமாக அவர் அப்படித்தான் செய்கிறார் என்ற எண்ணம் உள்ளது. இன்னொரு துருவத்தில், கடவுளின் சுதந்திரத்திற்கும் மானிட முறைகளுக்கும் போட்டி ஒன்றும் இல்லை, ஆனால் அந்தக் கடவுளே இவை வாயிலாகத் தான் வெளிப்படுகிறார் என்ற சிந்தனை உள்ளது. கிறித்துவ வட்டத்திற்கு அப்பாலோ இந்தக் கடவுள் உண்மையானவர் என்று உறுதிப்படுத்துவதில் மானிட முறைகள் தோல்வியடை கின்றன என்ற பார்வை பலருக்கு உள்ளது.

தொடக்கக்காரருக்கு மிகச் சில செவ்வியல் சிந்தனை யாளர்கள், பிரதிகள் ஆகியவற்றுடன் போராடுவதைத் தவிர வேறு வழியில்லை. கடந்த காலத்திலிருந்தும், இப்போதைய உரையாசிரியர்களிடமிருந்தும் கொஞ்சம் கொஞ்சமாக ஆழ் நோக்குகளைச் சேகரித்தும், முக்கியமான தொடர்புகளை ஏற்படுத்தியும், பிரதி 'திரும்பக்கேட்கும்' கேள்விகளைத் தீவிர மாக எடுத்துக்கொண்டும் ஆராய வேண்டும். இக்கேள்வி களை எதிர்கொள்வது, இறையியலில் வழிபாட்டின் பங்கினை ஆராய்வதை உள்ளடக்கியதாகும்.

3. தனிப்பட்ட அறிதலும் சமூக அறிதலும்: ஆப்பிளை அறியும்போது, நாம் எவ்வளவுக்கெவ்வளவு விசாரணை யில் ஈடுபடுகின்றோமோ அவ்வளவுக்கவ்வளவு நாம் பிறரால் கண்டுபிடிக்கப்பட்டவற்றை நம்பியாக வேண்டும் என்பதை உணர்ந்தோம். ஆப்பிளின் எடுத்துக்காட்டிலேயே சமூகத்தால் கொள்ளப்பட்டுவரும் நம்பிக்கை என்பது முக்கியம் என்றால், கடவுளைப் பற்றிய கூற்றுகளில் அது இன்னும் அதிகமாகும் என்பதில் வியப்பில்லை. திரித்துவக் கடவுளை அறிவது என்பது தவிர்க்கவியலாதவாறு சமூகவயமானது, மற்றவர்கள் சாட்சியங் களில் நம்பிக்கை வைப்பதையும், வழிபடுவோரின், மற்றும் புனிதநூல்களின் விளக்கவுரையாளர்களின் சமூகத்தில் உறுப் பினராக இருப்பதையும், எல்லாமக்களுக்கும் தொடர்பான கடப்பாடுகளையும் உள்ளடக்கியது, திரித்துவக் கடவுளைப் பற்றி அறிவதும் விளக்கவுரைகளின் மரபினூடாகவும் (இப்படிப் பட்ட புரிந்துகொள்ளலைப் புறக்கணிப்போரையும் உள்ளடக்கி) இறையியலைக் கற்கும் கல்விச் சமூகங்கள் பிற சமூகங்கள் இவற்றின் வாயிலாகவும் நிகழ்வதால் அதுவும் சமூகவயமானதே.

இறையியலைத் தொடங்குவோர், தங்கள் தொடர்புகள், தங்கள் மீதான செல்வாக்குகள் பற்றியும் கூடியவரை நேர்மை யாக இருக்க வேண்டும். சமய, கல்விசார், மதச்சார்பற்ற மரபு களின் விசுவாசத்தில் முரண்பாடுகள் ஏற்படலாம். படைப்புக் கடவுளின் அழைப்பினால் முழுப்படைப்பையும் ஒருவர் தமது சொந்தச் சமூகமாகப் பார்க்கும் நோக்கிற்கும், மறுபுறம், இயேசு கிறிஸ்துவைப் பின்பற்ற அழைப்பு விடுக்கப்பட்டுக் குழுவாக மாறிய தமது சமூகத்திற்கும் இழுவிசைகள் இருப்பதனைத் திரித்துவக் கடவுளின் நம்பிக்கைக்குள்ளாகவே ஒருவர் உணரக்

கூடும். பிந்தைய சமூகத்திலும் ஆழ்ந்த பிளவுகள் உள்ளன. யார் புனிதமானவர்கள், புனிதமற்றவர்கள் (ஆவி நிரம்பியவர்கள்) என்று வேறுபாடு பார்ப்பதனால் இது ஏற்படுகிறது. எனவே கடவுள் கருத்தாக்கத்தில் உருவாக்கப்பட்ட அமைப்பின் இயங்கியலில் ஒத்திசைவு அற்றுப்போகும் சூழல் உருவாகிறது. இம்மாதிரியான பல்வேறுபட்ட சமூகங்களிடையிலும் இறையியல் விவாதங்களை நடத்துகிறது. சமூகத்தன்மையற்ற இறையியலைத் தேர்ந்தெடுக்கலாகாது.

4. உடனடி அறிதலும் நீண்டகால அறிதலும்: திரித்துவக் கடவுளை அறிதலில் உள்ள கால அடிப்படைக் கூறினை மூன்றாம் இயல் தெளிவுபடுத்தியது. இந்தக் கடவுள் மக்களின், சமூகங்களின் கதைகளாலும் வரலாற்றாலும் அறியப்படுகிறார். திரித்துவக் கோட்பாடு வளர்ச்சியடையப் பல நூற்றாண்டுகள் ஆயின. இதிலிருந்து அடையும் பாடம் என்னவென்றால், ஒளி பெறும் கணங்கள் எப்போதும் நிகழலாம், ஆனால் இக்கடவுளைப் பற்றி அறிவது ஒரு கணப்பொழுதிலோ உடனடியாகவோ நிகழும் என எதிர்பார்க்கலாகாது என்பதே. மாறாக, அது படிப்படியாகத் திரண்டு வளர்கின்ற ஒன்றாகவும், நீண்டகாலத்தியதாகவும், பல சூழல்களிலும் விவாதங்களிலும் சோதித்தறியப்பட்டதாகவும், வெவ்வேறிழைகளால் பின்னப்பட்டதாகவும் உள்ளது. வரலாற்றில் தற்செயலாக நிகழக்கூடிய நிகழ்ச்சிகள் கடவுள் தம்மைத் தாமே வெளிப்படுத்திக்கொள்பவர் என்ற கருத்தோடு இணைந்தும் உள்ளது. கடவுளை அறிதலின் சமூகத் தன்மையோடும் இது இணைந்துள்ளது: காலப்போக்கில் மக்களிடையே நிகழ்வதற்குக் கிறித்துவத்தில் முக்கியத்துவம் அளிக்கப்படுகிறதே ஒழிய 'உள்ளமைந்த' உடனடி அல்லது தனிப்பட்ட அனுபவங்களுக்கு முக்கியத்துவம் தரப்படுவதில்லை. எனினும் உடனடி அறிதலுக்கும் நீண்டகால அறிதலுக்குமிடையிலான உறவு பற்றிய விவாதங்கள் தொடர்ச்சியாக நிகழ்கின்றன.

இறையியலுக்குப் பொருத்தமான ஆய்வுவகைகள் மீது இது தனது விளைவுகளை ஏற்படுத்துகிறது. பிரதிகள், வழிபாடுகள், வாழ்க்கை முறைகள், நம்பிக்கைக் குழுக்கள், பல நூற்றாண்டுகளாகக் கடவுள் பற்றி அளிக்கப்பட்ட சாட்சியங்கள், பல்லாண்டுகளாகத் தம்மை நம்பிக்கையும் ஞானமும் கொண்டவர்களாக நிரூபித்தவர்களின் தீர்ப்புச்செயல்கள் ஆகிய நீண்ட காலத்தன்மை

கொண்டவற்றிற்கு அழுத்தம் அளிக்கப்படுகிறது. கடவுளிட மிருந்து நேரடியாக ஒளிபெற்றதாகச் சொல்லப்படுவது, உடனடி யாக ஒருவரை ஏற்கவைப்பதாகத் தோன்றுகின்ற ஒளிமிக்க வாதங்கள் போன்றவற்றை ஏற்காமலிருப்பதில்லை, ஆனால் அவையும் காலத்தின் சோதனைகளையும், நீண்டவிவாத வரலாற்றில் உருவாகிய அளவுகோல்களையும் கடந்து வர வேண்டும்.

5. தனித்த அறிதலும், பிறவற்றோடு தொடர்புடைய அறிதலும்:

கடவுள் பற்றிய அறிதலைத் தனித்த அறிதலாகவோ அல்லது பிற துறைகளுடன் தொடர்புடைய அறிதலாகவோ எவ்வளவு தூரம் நோக்கலாம் என்ற தீராத விவாதம் இறை யியலில் காணப்படுகிறது. இந்தப் பிரச்சினையின் ஒரு வடிவம் நம்பிக்கையையும் (தனியான இறையியல் அறிவாக அமைவது) பகுத்தறிவையும் (எல்லா மனித அறிதல்களுக்கும் பொதுவானது) எப்படி இணைத்து நோக்குவது என்பதாகும். நம்பிக்கையும் பகுத்தறிவும் முரண்பட்டவை எனச் சில சிந்தனைக் குழுக் களும், தோற்றமுரண் உள்ளதாகச் சில குழுக்களும், ஒன்றை மட்டும் மற்றதன் மீது வலியுறுத்திச் சில குழுவினரும், அவற்றினிடையே போட்டியற்ற தன்மையைச் சில குழுவினரும் வலியுறுத்துகின்றனர்.

இரண்டாம் இயலில் விளக்கப்பட்ட இறையியலின் ஐந்து வகைகளும் பலவகையான நம்பிக்கை-பகுத்தறிவு உறவுகள் மொத்த இறையியலையும் எப்படி வடிவமைக்கின்றன என்பதைக் காட்டுகின்றன. இரண்டாம் இயலில் சொல்லப்பட்ட இருபதாம் நூற்றாண்டு இறையியலாளர்களுள் பார்த், கிறித்துவ இறை யியலின் தனித்தன்மையையும் அதன் கடவுள் பற்றிய அறிவை யும் பாராட்டிக் கூறுகிறார். பிற பல அறிவுத்துறைகளிலிருந்து பகுத்தறிவினால் கடவுளின் இருப்பையும் அவரது இயற்கை யையும் காட்டுகின்ற இயற்கை இறையியல் என்பதை அவர் மறுக்கிறார். புனிதநூலின் சாட்சியத்தால் வெளிப்படுத்தப்படும் திரித்துவக்கடவுளை அவர் மையப்படுத்துகிறார். கார்ல் ரானரும் திரித்துவக் கடவுளையே நம்பினாலும், பிற பல அறிவுத்துறை களோடும் பல தொடர்புகளை ஒத்துக்கொள்கிறார். பிற கருத்துச் சட்டகங்கள் விசுவாசத்தை வலிந்தேற்கச் செய்யாமலே, அவர் தத்துவ மற்றும் பிறதுறை அறிவுகளால் விசுவாசத்தைப் புரிந்து

கொள்ளலாம் என்பதையும் அதன் பகுத்தறிவியல்பையும் காட்டுகின்றார்.

கிறித்துவ இறையியலின் ஆரோக்கியத்திற்கு இந்த இரு அணுகுமுறைகளுமே இருப்பது தேவை எனலாம். திரித்துவக் கொள்கையை இருவகையாகவும் அறியலாம்: தந்தையும் படைப்பவருமான கடவுள் யாவற்றையும் கடந்தவர், வேறுபட்டவர் என்றாலும் அவரே யதார்த்தத்தின் எல்லா அறிவுப் பரப்புகளையும் தங்களுக்குள்ளும் கடவுளுடனும் தொடர்புபடுத்திப் பார்க்கத் தூண்டுகிறார்; மகனான கடவுளும் பிரணவமும் (Logos: வார்த்தை, பகுத்தறிவு, பகுத்தறிவு மூலம்) முதல் நூற்றாண்டில் யூதர்களை இரட்சித்த தனித்தவர்களாகவும் அதேவேளை படைப்பும் வரலாறும் தங்களுக்குள் இணைபவராகவும் காணப்படுகின்றனர்; தனிப்பட்ட மக்கள் மீது இயேசு கிறிஸ்துவால் வழங்கப்படுவதாகவும், படைப்பில் ஈடுபட்டுள்ள கடவுளின் ஆவியாகவும் தூய ஆவி என்பது நோக்கப்படுகிறது.

6. **மொழியும் சுட்டுதலும்:** 'சமயச்சார்பான மொழி' என்பதில் பல பிரச்சினைகள் உள்ளன. அவை எந்த ஒரு சமயத்துடனும், அல்லது சிக்கலான உலகப்பார்வைகளுடனும் தொடர்புபடுத்தி விவாதிக்கப்படவேண்டியவை. உருவகங்கள் ('கடவுள் ஒரு மலை'), பிற அணிசார் மொழிகள் (குறியீட்டியம், முற்படிமவியல், உவமைக்கதைகள், தொடர் உருவகங்கள் மற்றும் பிற) ஆகியவை புரிந்துகொள்ளப்பட வேண்டியவை. ஒப்புமையின் பங்கு (ஒத்தத் தன்மைகளையும், வேற்றுமைகளையும் ஒருங்கே கொண்ட பிரயோகங்கள் - 'கடவுள் மனிதர் போன்றவர், ஆனால் நீங்கள் இருப்பதுபோல அல்ல') ஆகியவற்றையும், எப்படி மொழி யதார்த்தத்தைச் சுட்டி அல்லது தொடர்பு படுத்திக்காட்டுகிறது என்பதையும் இது உள்ளடக்கியுள்ளது.

கடவுளைத் திரித்துவமாகக் காண்பது இந்தத் தலைப்புகளின் மீது எப்போதுமே விவாதங்களைத் தூண்டி வந்துள்ளது. சில தனித்த கூறுகளையும் கொண்டுள்ளது. கடவுள் படைப்பாளராக, எல்லா மனித வகைப்படுத்தல்களையும் தாண்டியவராக இருப்பதால் எவ்வாறு மொழிக்குள் அடக்க இயலும் என்பது தடுமாற்றங்களைத் தூண்டியுள்ளது. கடவுளை வார்த்தை

களில் 'உள்ளடக்கிவிட்டீர்கள்' என்று சொல்வது மாயையே அல்லவா? குறித்த அளவு தன்னடக்கம் உள்ளவராக உங்களைக் காட்டிக் கொள்ள எதிர்மறைகளை மட்டுமே பயன்படுத்த வேண்டுமா? வார்த்தைகளின் போதாமையை உணர்வதால் எப்போதும் மௌனம் மட்டுமே முடிவாக வேண்டுமா? முழு வெளிப்பாட்டையும் நிகழ்த்திவிட்டதாக அன்றி மனித மொழி-குறிப்பாக அவருக்கான சாட்சியத்தின் வடிவில்-கடவுளை நம்பகமாகவே சுட்டக்கூடும் என்பதற்கு இயேசு கிறிஸ்து மீதான விசுவாசம் நம்பிக்கை அளிக்கிறது.

'பேச்சை அளிக்கும்' தூய ஆவியை நம்புதல் கடவுளுக்கும் மனிதமொழிக்குமான தொடர்பினை விவாதிப்பதில் மேலும் ஒரு பரிமாணத்தைக் கூட்டியுள்ளது. தொடர்புகொள்வோருடன் நெருக்கமாகவும் சுதந்திரமாகவும் தானும் தொடர்புகொள்பவர் கடவுள் என்றால் தொடர்ந்த, புதிய, கடவுளை வெளிப்படுத்தும் 'மொழிச்சம்பவங்கள்' ஏற்படலாம்-மேலும் இவை வழிபாடுகள், இசை, கட்டடங்கள், அர்த்தபூர்வச் செயல்கள், வாழ்க்கைகள் இவற்றுடன் தொடர்புபடுத்தப்படலாம்.

மொழியினால் கட்டமைக்கப்படும் உருவாக்க நிகழ்வுகளும் இருக்கலாம். நான் உங்களுக்கு வாக்களிக்கிறேன்; நான் உங்களை மன்னிக்கிறேன்; நான் உங்களை ஆசீர்வதிக்கிறேன்-போன்றவை 'நிகழ்த்து தொடர்கள்' எனப்படும். மொழி இந்நிகழ்ச்சிகளைக் குறிப்பிடுவதில்லை, அவற்றை நிகழ்த்துவதாக அமைகிறது. கடவுளோடு தொடர்புபடுத்துவதில் இவை முக்கியப் பங்கு வகிக்கின்றன.

ஒரு முடிவு என்னவென்றால், மொழி என்பது பலவகை களில் கடவுளோடு தொடர்புபடுத்தக் கூடும். வெளிப்பாட்டு வகைகள் அனைத்தையும் ஒரே வடிவத்திற்குள் குறுக்கிவிட முடியாது. தனது உறுப்பினர்களுக்குள்ளான இயங்கியல் இடைவினையாகத் திரித்துவம் அமைவதுபோலவே மொழியின் வகைகளிடையிலும் சிக்கலான இயங்கியல் இடைவினை உள்ளது. ஒப்புமைகள்-உருவகங்கள், ஏவல்கள்-'நிகழ்த்து தொடர்கள்', இறையியல்-தத்துவம் ஆகியவை சான்று நிகழ்வு களை விவாதிக்கும், சோதிக்கும், விமர்சிக்கும் வழிகளை வளர்த்துள்ளன. விவாதங்களில் நுட்பமான சிக்கல்கள் பல

இருப்பினும், அடிப்படைப் பிரச்சினைகள் இங்கு இறையியல் தீர்ப்புகளே என்பதைத் தொடக்கநிலையாளர் மனத்தில் வைப்பது முக்கியம். சான்றாக, இயேசு கிறிஸ்துவே கடவுளின் சுயவெளிப்பாடு என்று ஒருவர் கருதினால், எப்படி மொழி கடவுளைச் சுட்டிக்காட்டும் என்பதற்கு அதுவே உறுதிப்படுத்தும் காரணியாக மாறுகிறது.

7. மானிடத் தன்னிலைமை: இந்தப் பக்கத்தைப் படிப்பறிவற்றவர்களோ அல்லது ஆங்கிலம் தெரியாதவர்களோ பார்க்கும் போது ஆங்கிலத்தைப் படிக்கக் கூடியவர்களிலிருந்து வேறாகவே புரிந்துகொள்வார்கள். முன் இயல்களில் தொடர்ந்து குறிப்பிடப் பட்டு வந்துள்ள ஒன்றிற்கு இது நல்ல எடுத்துக்காட்டாகும்: புரிந்துகொள்ளல் என்பது புரிந்துகொள்பவரைப் பொறுத்தது. திரித்துவக் கடவுளை அறிவதற்கும் ஆங்கிலத்தைப் படிப் பதற்கும் உள்ள ஒப்புமைகள் என்ன? அடிப்படைத் தேவை என்பது இந்த 'மொழியை' அறிந்தவர்கள் இதைப் பேசியும் எழுதியும் உள்ளனர் என்பதே. 'கேட்டும் நம்பாமலும்' ஒருவரும் இந்தக் கடவுளை உறுதிப்படுத்துவதில்லை.

இந்தக் கடவுள் மீது விசுவாசம் வைப்பதற்கோ (வைக்காமலும் இருப்பதற்கோ) பல வழிமுறைகள் உள்ளன-இங்கு அவை நமது அக்கறை அல்ல. நடுநிலைத்தன்மை என ஒன்று கிடையாது என்பதே முக்கியம்: ஒவ்வொரு சுயமும் ஒவ்வொரு வழியில் உருவாகியுள்ளது. கடவுளைப் பற்றிச் சிந்திக்கும்போது நமது 'சுயத்தின் நடைமுறைகள்' யாவை, நமது அனுபவம், புரிந்து கொள்ளல், தீர்ப்புச் செய்தல், முடிவெடுத்தல் ஆகியவற்றை எவை வடிவமைத்துள்ளன என்பவை முக்கியமானவை. யாவற்றிற்கும் மேலாக, அறிதலின் சமூக இயல்பை நோக்க, யாரை நாம் நம்பி ஏற்றோம் என்பதும் முக்கியம். குறித்த சில சாட்சியங்களை நம்பும் ஒரு சமூகத்தின் ஒரு பகுதியாக இருப்பதைத் திரித்துவம் உள்ளடக்கியிருப்பதால், சில குறித்த நடைமுறைகளால் (வழிபாடு, நம்புதல், எதிர்பார்த்தல், அன்பு செய்தல், தவறுக்கு வருந்துதல், புனித நூலைப் படித்தல் போன்றவை) மனிதத் தன்னிலை உருவாகவும் அது வழி வகுக்கிறது. இவை யாவற்றிலும், மனிதப் புரிந்துகொள்ளலுக்கு அப்பாற்பட்ட ஒரு கடவுளால் அறியப்படுதலின் முதன்மை யையும் ஏற்றுக்கொள்கிறது.

இக்கடவுளைப் பற்றி அறிதலும் தன்னிலையை (அடிமையா யிருப்பதை) உள்ளடக்கியிருக்கிறது. கல்விசார் இறையியலில் பிரதிகள், வரலாறு, தத்துவம், பிற துறைகள் போன்றவற்றின் திறன்களை அடைந்திருப்பதை இது குறிக்கிறது. இறையியலின் பல விஷயங்கள் விசுவாசத்தின் தன்னிலையும் கல்விசார் பயிற்சியால் உருவான தன்னிலையும் எப்படி இடைவினை புரிகின்றன என்பதனால் பாதிக்கப்படுகின்றன. இந்த இடை வினை பல்வேறு மனிதர்களுக்கிடையிலும் நிகழ்வது மட்டு மல்ல, ஒரே மனிதருக்குள்ளும் அவ்வப்போது நிகழ்வது என்பதோடு விசுவாசம்-பகுத்தறிவு இவற்றின் உறவின் அகவயப் பக்கத்தையும் காட்டுவதாகும்.

8. தவறு செய்யும் இயல்பும், திருத்தப்படும் இயல்பும்:

திரித்துவக் கடவுளைப் புறக்கணித்தவர்களுக்கும், வேறு கடவுள் களை உடையவர்களுக்கும் திரித்துவக் கடவுளை அறிவதாகக் கூறுவதிலுள்ள தவறுதல் தெரியும். அறிந்ததாகக் கூறுவதைக் கைவிடுவதே திருத்திக்கொள்வதற்கு ஒரே வழி. பல நூற்றாண்டு களாக நிகழும் விவாதங்கள் காட்டுவதுபோலக் கடவுளின் யதார்த்தத்தை ஏற்றுக்கொள்பவர்களுக்கும் தவறும் வாய்ப்புகள் ஏராளம். இந்த விவாதங்களின் அனைத்துத் தரப்புகளும் சரியாக இருக்க முடியாது. திரிக்கப்பட்ட அல்லது நிறைவற்ற அனுபவம், தவறாகப் புரிந்துகொள்ளல், தவறான தீர்ப்பு, விவேகமற்ற முடிவெடுத்தல், மோசமான அல்லது பொருத்தமற்ற நடை முறைகள் போன்ற, கடவுளை அறிதலுக்கான பல பரிமாணங் களில் எந்த ஒன்றும் தவறாகக் கூடும்.

கடவுள் என்ற கருத்திலேயே ஒரு தவறாகும் இயல்பின் பரிமாணம் அடங்கியுள்ளது. 'இதைவிடப் பெரியதாக எதையும் கருதயியலாது' என்ற அடிப்படையில் அமைந்த கடவுள் என்றால், எல்லாக் கருத்தாக்கங்களும் அப்படிப்பட்ட கடவுளை அடைய இயலாது குறைபட்டுப் போகின்றன. செவ்வியக் கிறித்துவ இறையியலில் ஒரு இலத்தீன் தொடரில் சுருக்கிச் சொல்லப் படும் விஷயம் 'docta ignorantia' என்பது. இது, 'கற்ற அல்லது கற்பிக்கப்பட்ட அறியாமை' எனப் பொருள்படும். தான் அறியாமலிருக்கும் நிலையை அறிந்துகொள்வது எவ்வளவு முக்கியமானது என்பதை இது அடிக்கோடிட்டுக் காட்டுகிறது.

இந்தக் கடவுளை அறிந்ததன் அடிப்படை அடையாளம், எந்த அறிதலுக்கான கூற்றையும் உள்ளடக்கியிருக்கின்ற அல்லது தாண்டிச் செல்லுகின்ற கடவுளைப் பற்றிய தனது பரந்த அறியாமையை ஒருவன் அறிந்தேற்றுக் கொள்வதே ஆகும். கடவுளைப் பற்றி ஒன்றுமே அறியாதிருக்கிறேன் என்று சொல்வதைவிட, கொஞ்சம் அறிவை வைத்துக்கொண்டு அதுவே போதும் என்று நினைப்பது மிகவும் ஆபத்தானது. அறியாமை, குறுகிய அனுமானங்கள், ஒருதலைப்பட்ட படிமங்கள், வரம்பிற் குட்பட்ட அறிவுத்திறன் ஆகியவற்றையும், பிறரிடம் நம்மைவிட ஆழ்ந்த அறிவிருக்கலாம் என்பதையும் ஒத்துக் கொள்வது: இது உண்மையின் முன்னால் தாழ்ச்சி என்னும் பண்பையும், சுயம் தீவிரமான மாற்றத்துக்குள்ளாதலையும் பொறுத்துள்ளது.

9. முடிவெடுத்தலும் செயலில் ஈடுபடுதலும்: மேற்கண்ட எட்டுப்பாடங்களையும் அறிவது நடைமுறைப் பரிமாணம். நீங்கள் முடிவெடுக்கின்ற, செய்கின்ற விஷயங்களால் நீங்கள் உருவாகிறீர்கள். உங்கள் முக்கிய முடிவுகள் உங்களை வேறொரு மனிதராக ஆக்குகின்றன. வேறுவிதமாக நீங்கள் அறியமுடியாத ஒன்றை அறிகின்ற நிலையில் நீங்கள் இருக்கிறீர்கள். மருத்துவம் படித்து, ஒரு மருத்துவராக முடிவு செய்தால், அது உங்களுக்கு முத்திரை குத்திவிடுகிறது. முன்கூட்டியே கற்பனையும் செய்ய இயலாத வழிகளில் நீங்கள் உங்களையும் பிறரையும் புரிந்து கொள்ள வழிவகுக்கிறது. ஒருவருக்குப் பதிலாக இன்னொரு வரை மணக்க நீங்கள் முடிவுசெய்தால், நீங்கள் அவரை அறிந்து கொள்வீர்கள், மேலும் அந்த முடிவோ கடப்பாடோ இல்லா விட்டால் இயலாத வழிகளில் அவரால் பாதிக்கப்படுவீர்கள். இது கடவுளை நம்பி, அதனோடு தொடர்புள்ள நடைமுறைகளிலும் உறவுகளிலும் பங்கேற்பது போன்றது.

நம்பிக்கையாளர் தனது விசுவாசத்தின் பல்வேறு கூறு களில் – அறிவு, உணர்ச்சி, கற்பனை, முடிவெடுத்தல் அல்லது கடப்பாடு ஆகியவற்றில் ஒப்பீட்டு முதன்மை எதற்குத் தருவது என்பது பற்றி ஆழமான கருத்து வேறுபாடுகள் உள்ளன. சில வகையான கிறித்துவங்களும் இறையியல்களும் இவற்றில் ஏதேனும் ஒன்றைப் பிறவற்றைவிட அதிகமாக முக்கியப் படுத்துகின்றன. இந்தக் கடவுளைப் பற்றிய அறிவுக்குக் கடப்பாடு உள்ளார்ந்ததாகத் தேவை என்பதன் மீது சர்ச்சையே கிடையாது.

மனித நட்பில் அல்லது திருமணத்தில் இருப்பதைப் போன்ற நியாயம் இது: அன்பின் கடவுளான இவர், அன்பு செய்தலின் வழியாகவும் நேசிக்கப்படுவதன் வழியாகவும் அறியப்படுகிறார்.

10. இறையியல் என்னும் விவேகம்: இந்த நூலின் மிகப் பெரிய இயல் இதுதான். இறையியலின் ஒவ்வொரு திருப்பத்திலும் புரிந்துகொள்ளலையும் அறிவையும் பற்றிய கேள்விகள் எழுவதால் இதில் ஆச்சரியம் ஒன்றும் இல்லை. பலவிதமான காரணிகள் ஒருங்கே ஊடாடுகின்ற இதுதான் ஒருவேளை மிகச் சிக்கலான இயலும்கூட. இறுதிக் கேள்வி இதுதான்: அவை அனைத்தையும் ஒருங்கிணைப்பது எப்படி?

மிகவும் பயனுள்ள ஒற்றைச் சிந்தனையாக விவேகம் என்பதை முன்வைப்பதுதான் எனது ஆலோசனை. முதலாம் இயலில் முன்வைக்கப்பட்ட பல்வகைப் பிரமிப்புகள் இடையே வாழ்க்கையையும் புரிந்துகொள்ளலையும் நல்ல விதமாக வடிவமைப்பதுதான் விவேகம். மேலும் மேலும் தகவலையோ அறிவையோ அடைவது பற்றியது மட்டுமல்ல விவேகம். யதார்த்தத்தின் மற்ற பரிமாணங்களோடு அவை எவ்விதம் தொடர்புபடுகின்றன என்பதையும் பற்றியது. எல்லாவற்றிற்கும் மேலாக, மீட்பு என ஏழாம் இயலில் விவரிக்கப்பட்ட வளர்ச்சியை ஆதரிப்பதுமாகும். வாழ்க்கையின் பரிமாணங்களான துன்பம், மகிழ்ச்சி அல்லது இருத்தலின் நோக்கம் எனக் கல்வித் துறைப் படிப்பு தனிமைப்படுத்துவனவற்றையும் விவேகம் பரிசீலிக்கிறது. ஓர் இறையியலாளன் அடைய விரும்புகின்ற, கடவுள் முன் ஒட்டுமொத்த யதார்த்தச் சூழலியலோடு தொடர்புடைய உண்மை, அழகு, நடைமுறை ஆகியவற்றைத் தழுவிய ஒட்டுமொத்த 'ஆர்வம்' என்பதாக இது அமையும். இதை ஓர் எச்சரிக்கை வடிவிலும் கூறலாம்: விவேகத்திற்கு ஏதோ ஒருவகையில் பணி புரியாத எந்த ஓர் இறையியல் தகவலையும் அறிவையும் பற்றி எச்சரிக்கையாக இருக்கவும்.

இறையியல் என்ற விவேகம் முக்கியமான சமய, தத்துவப் பாரம்பரியங்களுடன் ஆழமான ஒத்திசைவு பெற்றுள்ளது. விவேகத்தைத் தேடுதல் என்பது உலகளாவிய முயற்சி. இது ஓர் இன்பம் நல்கும் உண்மையல்ல: இத்தேடல் உணர்ச்சிபூர்வமான விவாதங்களுக்கும் வேறுபாடுகளுக்கும் வழிசெய்கிறது. சில

கேள்விக்கிடமில்லாத உறுதிப்பாடுகளையும், பிற யாவருக்கும் மேலான பார்வையையும் எடுத்துரைப்பதாகச் சொல்லி, மேற்கண்ட வேற்றுமைகளை விலக்கும் எந்தவித இறையியலும் ஏற்கத் தகுதியற்றது, விவேகமற்றது என்பது இதற்குள்ளாகத் தெளிவாகியிருக்கும். குறித்த பாரம்பரியங்களின் தனித்தன்மை களையும் ஆழங்களையும் ஒப்புக்கொண்டு அவற்றிற்கு நியாயம் வழங்கும் முறையில் இந்த வேற்றுமைகளை எதிர்கொள்வது எப்படி என்ற விவேகமே இன்றைய தேவை. இது நிகழ்வதற் கான சாத்தியப்பாடுகளை வழங்குகின்ற ஒரு துறையே சிறந்த இறையியல். இப்படிப்பட்ட விவேகத்தைக் கற்பது, கற்பிப்பது, வளப்படுத்துவது என்பது அதன் சிறப்பியல்பு. சிறிய அளவிலும், இது நிகழும்பொழுது, மிகப்பலவான சமூகங்களிலும், புனித நூல்களிலும், செவ்வியப் பிரதிகளிலும், வழிபாட்டு முறை களிலும், தனிப்பட்ட சாட்சியங்களிலும் நிறைந்து வழியும் உணர்ச்சியும் இன்பமும் மிக்க விவேகத்தை ஒருவர் பாராட்டத் தொடங்கலாம்.

பகுதி IV
எதிர்கால வாய்ப்பு

இயல் 10

மூன்றாவது மில்லெனியத்திற்கான இறையியல்

மிகப் பரந்த பொருளில் இறையியல் என்பது சமயங்களைப் பற்றிய அல்லது சமயங்கள் எழுப்புகின்ற கேள்விகளைப் பற்றிச் சிந்திப்பதாகும் (முதல் இயலைப் பார்க்க). அந்தப் பரப்பில் மட்டும் எழும் கேள்விகளைப் பற்றிய அக்கறை காட்டுவது இறையியல் எனக் கொண்டால், மனித இனம் தொடர்ந்து நீடிக்குமானால், முந்தைய மில்லெனியங்களைப் போலவே மூன்றாவதிலும் இறையியல் பொதுவாகக் கற்கப்படுவதாகவும் தேவையானதாகவும் இருக்கும் என்பதில் ஐயமில்லை. உலகச் சமயங்களோடு அடையாளப்படுத்திக் காணப்படுகின்ற, ஏற்கெனவே உலக மக்கள்தொகையின் பெரும் பகுதியான வர்கள், இன்னும் பெருகுவது தொடரும். இதுவரை எழுப்பப் பட்ட கேள்விகள் ஆர்வத்திலோ, முக்கியத்துவத்திலோ, முரண் பாடுகளுக்கான சாத்தியப்பாட்டிலோ குறையப் போவதில்லை. எனவே இறையியல் சிந்தனையின் எல்லை, அதில் பெரும்பகுதி இறையியல் என்ற முத்திரையைப் பெறும் எனக் கனவுகாணா விட்டாலும்கூட, இன்னும் பெருகுவதற்கே வாய்ப்புள்ளது.

சமயங்கள் தொடர்பாக எழுப்பப்படுகின்ற, மற்றும் பல்வேறு கல்வித் துறைகளால் தொடரப்படுகின்ற, அர்த்தம், உண்மை, நடைமுறை சார்ந்த கேள்விகளை இறையியல் பரிசீலிக்கிறது (இரண்டாம் இயலைக் காண்க). கல்வித்துறைசார் இறை யியலின் பரந்த வரையறை இதுவெனில் இத்துறை மூன்றாம் மில்லெனியத்தில் இன்னும் செழிக்க வாய்ப்பு உண்டு. ஒரு குறிப்பிட்ட இறையியல் சட்டகத்தை அதிகாரபூர்வமாகக்

கொண்டது முதலாக, எந்தவித இறையியலும் ஒப்புநிலையில் அறிவார்ந்த வரலாற்றின் ஒரு பகுதியாகக் காண்பது வரை பலவிதமான சூழல்களில் அக்கல்வி மேற்கொள்ளப்படும். இரண்டாம் இயலில் சிறப்பான கவனத்துடன் விவாதிக்கப்பட்ட, 'இறையியல்-சமயக்கல்வி' ஈரடிநிலையில் சிக்காத, கல்விசார் இறையியல் மேற்கண்ட பாணிகள் எதிலும் சம்பந்தப்படாததாக இருக்கும். ஏதோ ஒரு வடிவத்தில் இறையியல் படிக்கப்படுகின்ற கல்வி நிறுவனங்களின் எண்ணிக்கையின் மிகப்பெரிய பெருக்கம் இருபதாம் நூற்றாண்டில் ஏற்பட்டது. உலக அளவில் பார்க்கும்போது இது குறைவதற்கான சாத்தியங்கள் இல்லை. மாறாக, நிறுவனங்களும், பாடத்துறைகளும் பெருகிக் கொண்டே செல்கின்றன. அதுபோலவே இறையியலிலும் கல்விசார் வெளிப்பாடு மிகுதியாகிக் கொண்டிருக்கிறது.

எனினும், எதிர்காலத்தில் இறையியல்சார் முக்கியத்துவம் வாய்ந்த எதையும் இந்த அளவுக் கணிப்புகள் சொல்லவில்லை. முன் இயல் வாதித்ததுபோல, இறையியல் விவேகத்தைத் தேடுவது என்றால், அதிக எண்ணிக்கையினர் ஈடுபடுவது சிறந்த இறையியல் என்று ஆகாது. தொடக்கநிலையாளருக்கும் பிறருக்கும் அதிக எண்ணிக்கை என்பது குழப்பமூட்டுவதாகும். அதிகமாக வெளியிட வேண்டும் என்ற அழுத்தம், வெளியீட்டாளர்களுடைய பன்முகப்பட்ட ஆர்வங்கள், ஊடகங்கள், கல்வித்துறையின் 'மூத்த நிர்வாகம்', சமயத் தலைவர்கள், புலமையாளர் குழுக்கள், தனியார் துறைகளிலும் பொதுத் துறைகளிலும் பயன்பெறுவோர், இறையியல் பணிகளை ஆதரிக்கும் பிறர் போன்ற சக்திகள் விவேகத்தைத் தேடலுக்கு எதிராக நிற்கும். இறையியல் படைக்கப்படும் சூழல்களுக்குச் 'சந்தேகத்தின் பொருள்கோளை'ப் பொருத்திப் பார்ப்பது தேவை.

அளவா அல்லது தரமா என்ற ஜோதிடத்தில் ஈடுபடாமல் நான் இறையியலின் எதிர்கால வாய்ப்பு பற்றிய வினாத் தொடுத்தலில் ஈடுபடுகிறேன். முன் இயல்களில் வலியுறுத்தப் பட்டது போல, விசாரணைக்கு வழிகாட்டும் கேள்விகள் மிக முக்கியமானவை. அடுத்த மில்லெனியத்தில் இறையியல் எதிர் கொள்ளப்போகின்ற, ஏற்கெனவே நாம் விவாதித்த விஷயங் களிலிருந்து இயல்பாகவே எழுகின்ற ஐந்து கேள்விகளை மட்டும் நான் முன்வைக்கிறேன். முன் இயல்களின் குவிமையம்

கிறித்துவ இறையியல்தான். அதற்கான காரணங்கள் முதல் இயலிலேயே சொல்லப்பட்டன. ஆனால் கீழே தரப்படும் வினாக்கள் பிற சமயமரபுகள் சார்ந்த இறையியல்களுக்கும் (ஏற்புடைய மாற்றங்களுடன்) பொருத்தமாகப் பயன்படும் நோக்கில் தேர்ந்தெடுக்கப்பட்டவை. (Modern Theologians நூலின் பின்னுரையில் நான் எழுப்பிய கேள்விகளை அடிப் படையாகக் கொண்டவை இவை).

1. கடவுளைப் பற்றிய கேள்வி, கடவுளைத் தொடர்பு படுத்திப் பிற எல்லாவற்றையும் விவாதித்தல் என்பவை இறையியல் களத்தின் மையமாக இருக்குமா?: இக்கேள்வி நம்மை வியப்புக்குள்ளாக்கலாம், ஆனால் படிப்புகளைப் பற்றிய ஒரு மேல்நோக்கு, இந்தக் களத்தில் ஏற்பட்டு வரும் பிற வளர்ச்சிகள் ஆகியவை எவ்வகையிலும் கடவுள் (அல்லது பல்வேறு சமயப் பாரம்பரியங்களில் தழுவிக்கொள்ளக் கூடிய உண்மை எதுவாக இருப்பினும் அவை பயன்படுத்தும் ஒப்புமை யுடைய சொல் அல்லது சொற்கள்) இறையியலுக்கு மையமான சிந்தனை என ஒப்பவில்லை. இந்தக் கேள்வியை விலக்கி விடும் சமயக்கல்விசார் துறைகள் பல உள்ளன. சமயங்கள் எதனை முக்கியமாகக் கருதுகின்றனவோ அதை ஒதுக்கிவிட்டே சமயக் கல்வி அமையுமானால் அத்தகைய இறையியலே ஒரு சித்தாந்தத்தினால் ஆதிக்கம் செய்யப்படுகிறது, அச்சித்தாந் தத்தையே நாம் இறையியல் வாயிலாக விமரிசனம் செய்ய வேண்டும். இப்படிச் சொல்வது, நாத்திக, அல்லது ஐயவாத, அல்லது பிற சந்தேகச் சொல்லாடல்களை இறையியலி லிருந்து ஒதுக்குவதாகாது: இச்சிந்தனைகளே விவாதத்திற் கான அடிப்படைகளைத் திணிக்காமலிருக்கும். விவாதம், குறிப்பிட்ட விசுவாசச் சமூகங்களின் சுயபுரிந்துகொள்ளலுக்கு நியாயம் வழங்குவதாக இருக்க வேண்டும் என்பதை மட்டுமே உறுதிப்படுத்துகிறது.

'கடவுளை' மெய்யாகவே இறையியல் பாடத்திட்டநிரலில் சேர்த்து விட்டால் தேடலைத் தன்னிச்சையாக வரையறுப்பது நிகழாது. வழிபாடு, அறவியலும் அரசியலும், ஆசையும் பொறுப்புகளும், தீமையும் மனித வளர்ச்சியும், வரலாற்று விஷயங்கள், பிரதிகளுக்கு விளக்கமளித்தல், பல துறைகளின் அறிவு, உண்மை, அழகு, நன்மை பற்றிய விவேகம் என இந்த

நூலில் முன்னரே எழுப்பப்பட்ட சர்ச்சைகளுக்குள் அது இட்டுச் செல்லும். இறையியல்கள் இம்மாதிரி வட்டங்களில் ஈடுபடும் போது கிடைக்கக்கூடிய எழுச்சியூட்டும் சாத்தியப்பாடுகளின் ஒரு சிறுசுவையையே முன் இயல்கள் வழங்கியிருக்கின்றன.

2. பலதளங்களில் இறையியல் முன்யோசனைப் பொறுப் போடு எவ்வாறு இயங்க முடியும்?: 'மதிப்பளவில் நடுநிலை' யாக இருப்பது சாத்தியமில்லை என்பதைக் கல்வித்துறைகள் மேன்மேலும் உணர்ந்துவருகின்றன. ஏன், எப்படி ஒரு நிலம் விவசாயம் செய்யப்படுகிறது என்பது பற்றியே அறவியல் கேள்விகள் உள்ளன, முன்பு இரண்டாம் இயலில் கல்வித் துறைகள், சமயக்குழுக்கள், சமூகங்கள் இவை சார்ந்த அறச் சூழலியல் பொறுப்புகள் இறையியலுக்கு உண்டு என்பதைக் கண்டோம். இப்பொறுப்புகள் ஒவ்வொன்றையும் நிறைவேற்று வதில் பெரிய சவால்கள் உள்ளன.

விரைந்து வளர்ச்சியடைகின்ற துறைகளின் பெருக்கத்தில், சிறந்த சிந்தனை, ஆய்வு போன்றவற்றில் ஈடுபடுவதன் கடமை களைச் செய்பவர்கள் இறையியலாளர்கள் என்பது தெளிவாக உணரப்படுவதில்லை. அதேபோல விவேகத்தைத் தேடுவதற் கான திசைவழியில் செல்கின்ற ஆய்வுக்கும் கல்விக்கும் சம காலப் பல்கலைக்கழகங்கள், ஆய்வு நிறுவனங்கள், இறையியற் கல்லூரிகள் போன்றவற்றில் போதிய ஆதரவு இருக்குமா என்பதும் தெரியவில்லை.

மேலும் மேலும் அறிவுசார்ந்ததாகச் சமூகங்கள் மாறி வரும் போது, கல்விக்கு அதிக வளத்தைச் செலவிடும்போது, தகவல் களால் நிறைந்து வழியும்போது கற்றல், கற்பித்தல், சிந்தித்தல் ஆகியவற்றில் மேம்பட வேண்டிய தேவையை சமயச் சமூகங்கள் உணர வேண்டும். சில குழுக்கள் உணர்கின்றன, ஆனால் பொது வாக கல்விசார் படிப்பில், குறிப்பாக அதுவும் சமய உள்ளடக் கத்தைக் கொண்டிருக்கும்போது – சமயம் சார்ந்தோருக்கு பலத்த சந்தேகம் உள்ளது. அவர்களுக்கான இறையியல் பொறுப்பினை இது நெருக்கடிக்குள்ளாக்குகிறது – குறிப்பாக முரண்பாடான விஷயங்களில் பொது விவாதம் தேவைப்படுகின்ற தருணங்களில்.

ஒட்டுமொத்தமான சமூகத்தில், இறையியலின் பொறுப்பு என்பது 'சமய சம்பந்தமானது' என முத்திரையிடப்பட்ட

11. கிரீன்விச்சிலுள்ள மில்லெனியக் கவிகை மாடம்

விஷயங்களில் பொது விவாதங்களுக்குப் பங்களிப்பது மட்டு மல்ல. இறையியல் பற்றி இந்நூல் அளித்துள்ள புரிதல்கள் ஏற்றுக் கொள்ளப்படுமானால், தொழில்கள், தேசங்கள், நிறுவனங்கள், பணிகள், கலாச்சாரங்கள், பிற அனைத்து வகையான நடை முறைகள் ஆகியவற்றையும் வடிவமைப்பதற்கான பங்களிப்பாக அது இருக்க வேண்டும். குடும்பங்களிலும் உறவுகளிலும், சோகங் களிலும் மகிழ்ச்சிகளிலும், ஓய்விலும் பணியிலும் காண்கின்ற சாதாரண வாழ்க்கையை வடிவமைப்பதிலும் இறையியலுக்குப் பங்குண்டு. சமயஞானப் பாரம்பரியங்களும், புதிய சூழல் களுக்கும் சம்பவங்களுக்கும் ஏற்ப அவை கொள்ளும் புத்தாக்கங் களும் சமூகத்தின் எல்லாத் தளங்களையும் தினசரி வாழ்க்கை யையும் வடிவமைக்க உதவுகின்றன. அவை வழிவகுக்கின்ற சிந்தனைகளை ஆராய்ந்து புரிந்துகொள்வதற்கான தேவை எல்லையற்றது. இச்சிக்கலான சமூகத்தில் வெவ்வேறு பணிகள் செய்வோருக்கு மத்தியில் இறையியல் சிந்தனையில் தேர்ச்சி பெற்றவர்கள் பலர் உள்ளனர் என்பது மகிழ்ச்சிக்குரியது, இறையியல் கல்வி சமயச்சார்பான பணிகளுக்காகவே தயார் செய்வதற்கு அப்பால் இந்நூற்றாண்டில் இறையியலின் கல்வியும் இலக்கியமும் பெருகியதன் விளைவு இது. மேற்கண்டவர் களுடன் இறையியல் கேள்விகளில் அறிவார்ந்த ஆர்வம் கொண்ட

கோடிக்கணக்கான மனிதர்களையும் இணைத்து நோக்குக. இவற்றால் சமூகத்தின் பிரச்சினைகளுக்கு ஈடுகொடுக்கும் விதமான இறையியல் சிந்திப்பின் தேவை எப்போதும் கூடுதலாகவே இருக்கும்.

3. மூவிதப் பொறுப்புகளையும் நிறைவேற்றுகின்ற முறையில் எவ்விதம் கல்விசார் நிறுவனங்களை வடிவமைப்பது?: தனது வெவ்வேறு பின்னணிகளில் இறையியலின் பொருத்த மான அமைப்பொழுங்கு (polity) சார்ந்த கேள்வி இது. ஒவ்வொரு நிறுவனத்தின் வகை, அதன் வரலாறு, நிதி ஒதுக்கீடு, அதன் கூட்டமைவுகள், நோக்கம் ஆகியவற்றின் அடிப்படையில் கல்வித்துறை, சமயக்குழுக்கள், சமூகம் ஆகியவற்றிற்கான பொறுப்புகளில் வெவ்வேறுவிதமான சமநிலைப்படுத்தல்கள் தேவை. இவற்றில் ஒன்றோ பலவோ பொறுப்புகள் வகிக்காமல் இவற்றைச் சரிசெய்வது கடினம். மற்ற பொறுப்புகளைத் தீவிரமாக எடுத்துக்கொள்வதனால்தான் பொறுப்புகள் பயன்பெறுகின்றன. ஒரு குறிப்பிட்ட நிறுவனத்தில் சமநிலையை உருவாக்கும்போது முரண்பாடுகளுக்கும், கடுமையான அரசியல் மோதல்களுக்கும் வாய்ப்பு அதிகம். வெவ்வேறு சமயப் பாரம்பரியங்கள் ஒன்றாக இருக்கும் நிறுவனங்களில் இது மேலும் பெருகும்.

வெவ்வேறு கொள்கைப் பிடிப்புள்ளவர்கள் இறையியல் விவேகத்தை முழுமையாகத் தேடுவதற்குரிய சூழல்களை உருவாக்குவதற்குத் தேவையான படைப்பாற்றலைத் தேடிக் காண்பதே அடுத்த மில்லெனியத்திற்குரிய மிகப் பெரிய சவாலாக இருக்கும். நிறுவனங்கள் என்பவை மானிடச் செயல்பாடுகளுக்கான நடுநிலைச் சட்டக அமைப்புகள் அல்ல; அவை விதியொழுங்குகளையும் இறையியல்களையும் உள்ளடக்கியுள்ளன. கல்வித்துறை நிறுவனங்களுக்கேற்ற பொருத்தமான இறையியல்களுக்கான தேடல் வெகுதூரம் செல்லவில்லை.

4. உரையாடலுக்கும் ஒப்பீட்டுக்குமான இறையியலை எப்படிச் செழுமைப்படுத்துவது?: பரஸ்பரப் புரிந்துகொள்ளல், உரையாடல், வித்தியாசங்களை எதிர்கொள்ளல், தீவிர விவாதங்கள், நேர்மையான நட்புறவு: இவை யாவும் வெவ்வேறு துறைகளில், விசுவாசச் சமூகங்களில், தேசங்களில் இறையியல் விவேகத்தைத் தேடுபவர்களிடமே இல்லையென்றால் பிறகு

உலகிற்கு என்ன நம்பிக்கை இருக் கிறது? பெரும் இறையியல் பிளவுகளுக்கு ஊடாகச் சிந்திக்க முயற்சி செய்யக்கூடிய சிக்கலான இறையியல் வடிவம் பற்றி முன் இயல்கள் மிக இலேசாகத் தொட்டுக்காட்டின. ஒவ்வோர் இறையியல் பாரம்பரியமும் இப்படிப்பட்ட ஈடுபாடுகளுக்கான நியாயங்களையும் அறத்தையும் உருவாக்க வேண்டும். மேலும் ஏதோ ஒருவிதமான முழுப் பார்வை உள்ளதாகக் கருதுபவர்களும் தங்களுடையதும் ஒரு பாரம்பரியமே என்பதை உணர வேண்டும்.

பிறவகை விவேகங்கள் அல்லது அவற்றின் பிறழ்வுகளுடன் ஈடுபடுவதில் உள்ள விவேகமே எந்த ஒரு விவேகத்திற்குமா சோதனையுமாகும். அத்தகைய விவேகத்தை மிகவும் பொருட் செலவில் இன்று தேடுகின்றனர். சமூகங்களின், பிரதேசங்களின் அமைதி நெருக்கடிக்கு ஆட்பட்டுள்ளது. இந்தப் பெரிய சூழலில் கல்விசார் இறையியல் ஒரு மிகச் சிறிய பகுதியே ஆனாலும் அதன் ஆரோக்கியம் மிகவும் முக்கியமானது. ஒரே ஒரு பாரம்பரியத் திற்காகவும், அதன் சமகாலச் சிந்தனைக்காகவும், நடைமுறை களுக்காகவும் பயிற்றுவிக்கப்படுவதும் விவேகமடைவதும்கூட இன்றைய ஒப்பீட்டு இறையியலில் (இது ஒப்பீட்டுச் சமயத்திற்கு அடிப்படை) பெருக்கிப் பார்க்கப்படுகிறது. ஆனால் வாழ்க்கை யையும் சிந்தனையையும் ஒட்டுமொத்தமாக வடிவமைக்கும் வழிகளில் ஒன்றுக்கு மேற்பட்டவற்றில் தனி மனிதர்களை ஆழமாக மூழ்கச் செய்வது பொருத்தமாகாது. எனவே பலவித மான குழுக்கள், வலைப்பின்னல்கள், மையங்கள், மன்றங்கள், கலந்தாலோசித்தல்கள், பரிமாற்றங்கள் போன்றவை வளர்க்கப் படுகின்றன. இவற்றுள், முற்றிலும் வேறுபட்ட இறையியல் களைப் பின்பற்றுவோரிடையிலும் தாராளமாகத் துணிச்சலான கலந்தாய்வுகள் வழங்கும் இடங்களாகச் சில கல்வி நிறுவனங்கள் மாறியிருக்கின்றன. இம்மாதிரி நிறுவனங்களுக்கான அவசரத் தேவை மூன்றாவது மில்லெனியத்தில் இன்னும் பெருகும் என்பது தெளிவு.

5. இறையியலில் யார் ஈடுபடுவது?: இறையியலின் மையப்பொருள், அதன் பொறுப்புகள், நிறுவனங்கள், உரை யாடல்கள் பற்றிய முந்தைய கேள்விகளில் முன்யூகமாக இருப்பது இறையியலாளர் என்னும் தனிமனித ஆளுமை. மூன்றாவது மில்லெனியத்தின் இறையியல் என்பது யார் அதில் ஈடுபடு

கிறார்களோ – இந்த நூலைப் படிப்பவர்கள் உட்பட – அவர்களால் உருவாக்கப்படும். இறையியல் கேள்விகள் எல்லா இடங்களிலும் எழுவதால் சமூகத்தின் எப்பகுதியையும் சேர்ந்த இறையியலாளரை நான் குறிப்பிடுகிறேன். 'யார்' என்ற கேள்விக்கு இலட்சிய விடை என்னவென்றால்: கேள்விகளால் சூழப்பட்டவர் எவரோ, அக்கேள்விகளுக்குப் புரிந்துகொள்ளல், அறிவு, விவேகம் இவற்றுடன் கூடிய விடைகளைத் தேடக் கூடியவர் எவரோ அவரேதான். வெவ்வேறு விதமான உள் நோக்கங்களின் கலப்புகளும், வெவ்வேறுவிதமான முடிவுகளும் இதில் சாத்தியமே – இந்தத் தேடற்செயலைப் பற்றிய மாயை நீக்கம் உட்பட.

ஆனால் இறையியல் மாணவர் மேலே உள்ள முதலாவது கேள்விக்கு உடன்பாடான பதிலளிப்பவர் என்றால், (கடவுளுக்கு மைய இடம் தரும் பிரச்சினையில்) எச்சரிக்கையாக இருக்க வேண்டும். 'யார் இறையியலில் ஈடுபடுவார்கள்?' என்ற கேள்விக்குச் சாத்தியமான பதில்களில் ஒன்று: கடவுள் ஈடு படுவார். இதனை மாணவர் நிச்சயப்படுத்திக் கொண்டால், முழுப்பரப்பே மாறிவிடுகிறது. கேள்வி கேட்கப்படுதல், அறியப் படுதல், தீர்ப்புக்குள்ளாதல், எல்லா ஞானத்தின் பிறப்பிடமாகிய ஒரு மூலப்பொருளால் உறுதி செய்யப்படுதல், என்பவற்றால் கேள்விகேட்கும் களம் மாறிவிடுகிறது. இத்தகைய முழுமை யான ஏற்பைப் பல இறையியலாளர்கள் தங்கள் ஞானத்திற்கான ஊற்றாக ஒப்புக்கொண்டுள்ளனர். அவர்கள் ஆரம்ப இறையிய லாளர்கள் எதிர்நோக்க வேண்டிய மர்மமான, பிரமிக்க வைக்கும் அக்கறையாகிய கடவுள் என்ற கேள்வியை வைத்துக்கொண்டு நிற்கின்றனர்.

விரிவான வாசிப்புக்கு

இந்நூலை வாசிப்பதன் மூலம் அடையும் எல்லையிலிருந்து வாசகர்களை மேலும் அழைத்துச்செல்ல உதவும் நோக்கத்துடன் ஆலோசனைகள் வழங்கப்பட்டுள்ளன. வாசகனின் இறையியல் சிந்தனையை வளர்க்கக் கூடிய சில நூல்களைக் குறிப்பிடுவதே இதன் முக்கிய கரிசனை. பெரிய எண்ணிக்கையிலான அகராதிகள், கலைக் களஞ்சியங்கள், கையேடுகள் மற்றும் பெரிய அளவில் உதவக்கூடிய பார்வைக்குரிய படைப்புகள் இதில் இடம்பெற வில்லை. அல்லது (மொழி, இலக்கியம், கலைகள், இயற்கை மற்றும் மனித அறிவியல்கள், மெய்யியல் மற்றும் வரலாறு போன்றவற்றில்) தனிப்பயிற்சிக்கானவை, நல்ல இறையியலுக்கு அவசியமானவற்றைச் சேர்க்க முயற்சிக்கவில்லை. இந்நூலைப் போல, இதன் முக்கிய நோக்கம் கிறித்துவ இறையியல் வழியாகச் சிந்திப்பதுதான்.

விண்மீன் குறி இடப்பட்டுள்ளவை தொடக்க நிலையில் உள்ளவர்களுக்கு உதவக் கூடியவை.

பகுதி I. களத்தை விவரித்தல்

Edward Farley, *The Fragility of Knowledge: Theological Education in the Church and the University* (Fortress Press, Philadelphia 1988).

Hans W. Frei, *Types of Christian Theology,* ed. George Hunsinger and William C. Placher (Yale University Press, New Haven and London 1992).

Colin Gunton (ed.), *The Cambridge Companion to Christian Doctrine* (Cambridge University Press, Cambridge 1997), Part One.

* Trevor Hart, *Faith Thinking: The Dynamics of Christian Theology* (SPCK, London 1995).

David H. Kelsey, *Between Athens and Jerusalem: The Theological Education Debate* (Eerdmans, Grand Rapids 1993).

Ursula King (ed.), *Turning Points in Religious Studies* (T&T Clark, Edinburgh 1990).

* Jaroslav Pelikan, *The Christian Tradition: A History of the Development of Doctrine,* 5 vols. (Chicago University Press, Chicago 1989).

பகுதி II. இறையியல் ஆய்வுத் தேடல்கள்

பல தலைப்புகளில்

Karl Barth, *Church Dogmatics* (T&T Clark, Edinburgh 1936-69, 1975 –).

Rebecca S. Chopp and Sheila Greeve Davaney (eds.), *Horizons in Feminist Theology: Identity, Traditions and Norms* (Fortress, Minneapolis 1997).

* David F. Ford, *The Modern Theologians: An Introduction to Christian Theology in the Twentieth Century* (Blackwell, Oxford 1997).

Colin Gunton (ed.), *The Cambridge Companion to Christian Doctrine* (Cambridge University Press, Cambridge 1997), Part Two.

* Peter C. Hodgson and Robert H.King (eds.), *Christian Theology: An Introduction to its Traditions and Tasks* (Fortress, Philadelphia 1996).

* — (ed.), *Reading in Christian Theology* (Fortress, Philadelphia 1985).

* Hans Küng, *Christianity: Its Essence and History* (SCM, London 1995).

* Alister E.McGrath, *Christian Theology: An Introduction* (Blackwell, Oxford 1994).

* — *The Christian Theology Reader* (Blackwell, Oxford 1995).

Karl Rahner, *Foundations of Christian Faith* (DLT, London 1978).

* Ninian Smart, *The World's Religions* (Cambridge University Press, Cambridge 1998). Jon Sobrino and Ignacio Ellacuria, *Systematic Theology. Perspectives from Liberation Theology* (SCM, London 1996).

Geoffrey Wainwright (ed.), *Keeping the Faith* (Fortress, Philadelphia 1988).

கடவுள்

* Christopher Cocksworth, *Holy Holy Holy: Worshipping the Trinitarian God* (DLT, London 1997).

Elizabeth A. Johnson, *She Who Is: The Mystery of God in Feminist Theological Discourse* (Crossroad, New York 1992).

Nicholas Lash, *Believing Three Ways in One God* (SCM, London 1992).

* David Pailin, *Groundwork of Philosophy of Religion* (Epworth, London 1986).

வழிபாடும் ஒழுக்கமும்

* Dietrich Bonhoeffer, *Letters and Papers from Prison* (SCM, London 1971).

* David F. Ford, *The Shape of Living* (Fount, HarperCollins, London 1997).

Catherine Mowry LaCugna, *God For Us: The Trinity and Christian Life* (Harper, San Francisco 1991).

* Susan T.White, *Groundwork of Christian Worship* (Epworth, London 1997).

* Stanley Hauerwas, *The Peaceable Kingdom: A Primer in Christian Ethics* (University of Notre Dame Press, Notre Dame 1983).

* Robin Gill, *A Textbook of Christian Ethics* (T&T Clark, Edinburgh 1995).

L. Gregory Jones, *Embodying Forgiveness: A Theological Analysis* (Eerdmans, Grand Rapids 1995).

Hans Küng, *Global Responsibility: In Search for A New World Ethic* (SCM, London 1991).

* Rowan Williams, *Open to Judgement* (DLT, London 1994).

தீமை

John Hick, *Evil and the God of Love* (Harper & Row, New York 1966).

Ignaz Maybaum, *The Face of God After Auschwitz* (Pollak & Van Gennep, Amsterdam 1965).

Reinhold Niebuhr, *The Nature and Destiny of Man,* vol. i (Prentice Hall, New York 1941).

Paul Ricoeur, *The Symbolism of Evil* (Harper & Row, New York 1967).

Peter Sedgwick (ed.), *God in the City* (Mowbray, London 1995).

Kennethy Surin, *Theology and the Problem of Evil* (Blackwell, Oxford 1986).

இயேசு கிறிஸ்து

* Markus Bockmuehl, *This Jesus: Martyr, Lord, Messiah* (T&T Clark, Edinburgh 1994).

Dietrich Bonhoeffer, *Christology* (Collins, London 1971).

Aloys Grillmeier, *Christ in Christian Tradition* (John Knox Press, Atlanta 1975).

* Jaroslav Pelikan, *Jesus through the Centuries* (Harper & Row, New York 1987; illustrated edn. 1997).

E.P.Sanders, *The Historical Figure of Jesus* (Allen Lane/Penguin, London 1993).

Edward Schillebeeckx, *Jesus: An Experiment in Christology* (SCM, London 1979).

Rowan Williams, *Arius: Heresy and Tradition* (DLT, London 1987).

மீட்பு

* Paul Fiddes, *Past Event and Present Salvation* (DLT, London 1989).

John McIntyre, *The Shape of Soteriology* (T&T Clark, Edinburgh 1992).

Jürgen Moltmann, *The Crucified God* (SCM, London 1974).

Edward Schillebeeckx, *Christ: The Christian Experience in the Modern World* (SCM, London 1980).

* Stephen Sykes, *The Story of Atonement* (DLT, London 1997).

பகுதி III. திறன்களும் துறைகளும் வழிமுறைகளும்

Karl Barth, *Church Dogmatics* (T&T Clark, Edinburgh 1975), vol .i. 1.

* Stephen Barton, *Invitation to the Bible* (SPCK, London 1997).

John Bowker, *A Year to Live* (SPCK, London, 1991).

Carl E.Braaten and Robert W. Jenson, *Christian Dogmatics* (Fortress, Philadelphia 1984), vol.i.

* Werner Jeanrond, *Theological Hermeneutics: Development and Significance* (Crossroad, New York 1991).

Ernst Käsemann, *Commentary on Romans* (SCM, London, 1980).

David H. Kelsey, *The Uses of Scripture in Recent Theology* (Fortress, Philadelphia 1975).

Bernard Lonergan, *Insight: A Study of Human Understanding* (London and New York 1957).

———*Method in Theology* (DLT, London 1972).

Robert Morgan, with John Barton, *Biblical Interpretation* (Oxford University Press, Oxford 1988).

Wolfhart Pannenberg, *Theology and Philosophy of Science* (DLT, London 1976).

F. E. Peters, *Judaism, Christianity and Islam: The Classical Texts and their Interpretation* (Princeton University Press, Princeton 1990).

Paul Ricoeur, *Essay on Biblical Interpretation* (Fortress, Philadelphia 1980).

Anthony C. Thiselton, *The Two Horizons: New Testament Hermeneutics and Philosophical Description* (Eerdmans, Grand Rapids 1980, 1993).

Anthony C. Thiselton, *New Horizons in Hermeneutics: The Theory and Practice of Transforming Biblical Reading* (Eerdmans, Grand Rapids 1992).

Paul Tillich, *Systematic Theology* (Chicago University Press, Chicago 1951), vol.i. Frances M. Young and David F. Ford , *Meaning and Truth in 2 Corinthians* (SPCK, London 1987).

பகுதி IV. எதிர்கால வாய்ப்பு

* David F. Ford (ed.), *The Modern Theologians, An Introduction to Christian Theology in the Twentieth Century* (Blackwell, Oxford 1997) 'Epilogue: Christian Theology at the Turn of the Millennium'.

Hans Kung, *Theology for the Third Millennium: An Ecumenical View* (SCM, London 1991).

கலைச்சொற்கள்

அடிக்கட்டுமானவியம்	–	foundationism
அறிந்தேற்றல்	–	recognise
அறிவொளி	–	enlightenment
ஆக்க இறையியல்	–	constructive theology
இயைபியம்	–	coherentism
உறவுபடுத்தல்	–	correlation
எதிர்மறைப் பொருள்கோள்	–	negative hermeneutics
ஒப்புக்கொடுக்கும் இறையியல்	–	confessional theology
கடப்பாடு, உறுதிப்பாடு	–	commitment
கதையாடல்	–	narrative
காத்தலின் பொருள்கோள்	–	preservation
கூருணர்வு, உட்புரிந்து கொள்ளல், ஆழ்நோக்கு	–	insight
திரித்துவம்	–	Trinity
தெய்வத் தன்மை வழங்கல்	–	deification
நவீனத்துவம்	–	modernism
நவீனநிலை, நவீனத் தன்மை	–	modernity
நிகழ்வுவாதம், நிகழ்வியல்	–	phenomenology
நேர்முகப் பொருள்கோள்	–	Positive hermeneutics
பின்நவீனத்துவம்	–	postmodernism
பின்நவீனநிலை, பின்நவீனத் தன்மை	–	postmodernity
பிரமிப்புகள்	–	overwhelmings
பொருள்கோள்	–	hermeneutics

மதிப்பீடு	–	evaluation
மதிப்பு	–	value
மறுமைக் கோட்பாடு	–	eschatology
முன்நவீன நிலை	–	premodernity
மேற்கதையாடல், பெருங்கதையாடல்	–	metanarrative
விவேகம் , ஞானம்	–	wisdom

தாமியென் கோவ்ன்

பௌத்தம்

மிகச் சுருக்கமான அறிமுகம்

தமிழில்: சி.மணி

இந்தியாவில் பௌத்தம் அதனுடைய தொடக்கத்திலிருந்து, இரண்டாயிரம் ஆண்டுகளுக்கும் முன்னரே ஆசியா முழுவதும் பரவியிருக்கிறது. மேலும் தற்பொழுது அது மேற்கத்தியப் பண்பாட்டின்மீது தொடர்ந்து பாதிப்பை ஏற்படுத்திக்கொண்டு இருக்கிறது. இந்த நூல், எவ்வாறு பௌத்தம் தொடங்கியது என்பதையும், அது படிப்படியாக வளர்ந்து தற்கால வடிவம் பெற்றுள்ளது என்பதையும் தெளிவான, சிக்கலற்ற மொழியில், நாட்டுப்படங்கள், வரைபடங்கள், பொருள்விளக்கப் படங்கள் ஆகியவற்றுடன் விவரிக்கிறது. அதன் மையமான போதனைகளும் நடைமுறைகளும் தெளிவுடன் முறையாக எடுத்துக்' படுகின்றன. மேலும், கர்மாவும் மறுபிறப்பும், தியானம், அற மேற்கில் பௌத்தம் போன்ற முதன்மையான விஷயங் வெவ்வேறு அத்தியாயங்களில் விவரமாக ஆராயப்படுகின்றல முக்கியமான பிரிவுகளின் -திபெத்திய பௌத்தம், ஜென் போன்ற- தனிச் சிறப்பான கூறுகள் தெளிவாக விளக்கப்படுகின்றன.